tình cát

Tiểu thuyết

Nguyễn Quang Lập

  NHÀ XUẤT BẢN HỘI NHÀ VĂN

"TÌNH CÁT"
Được xuất bản theo hợp đồng trao quyền sử dụng tác phẩm
giữa tác giả và Công ty TNHH Sách Phương Nam.
Mọi sao chép, trích dẫn phải có sự đồng ý của
Công ty TNHH Sách Phương Nam.

BIỂU GHI BIÊN MỤC TRƯỚC XUẤT BẢN DO THƯ VIỆN KHTH TP.HCM THỰC HIỆN

General Sciences Library Cataloging-in-Publication Data

Nguyễn Quang Lập, 1956-

Tình cát / Nguyễn Quang Lập. - Hà Nội : Hội nhà văn : Công ty sách Phương Nam, 2015.

312tr. ; 20.5cm.

ISBN 978-604-53-2611-4

1. Tiểu thuyết Việt Nam -- Thế kỷ 21. 2. Văn học Việt Nam -- Thế kỷ 21.

1. Vietnamese fiction -- 21st century. 2. Vietnamese literature -- 21st century.

895.92234 -- ddc 23

N573-L30

1

Bắt đầu từ ngày 5-6-1995.

Ngày thứ nhất về quê Hoàng. Lần đầu biết thế nào là gió Lào cát trắng. Biết cả nắng cực, một kiểu nắng... rất miền Trung.

Dù làm tình trên cát thật thích, trai xứ này cũng hay nhưng mình thề sẽ không bao giờ làm dâu xứ này.

Phát hiện thứ nhất: Hoàng không yêu quê, không nhớ quê. Hắn chỉ nhớ cái xóm vu vơ nào đó có tên là Xóm Cát mà thôi. Phát hiện thứ hai: Hoàng đeo lấy mình vì mình giống một bà tên là Thùy Linh. Đúng ra Hoàng đã mượn mình để yêu bà Thùy Linh nào đó mà thôi.

Cả hai phát hiện đều không quan trọng, mình không chấp.

*

Cát chạy từ làng Yên Khê tới làng Mắm ngót nghét mười sáu cây số, tỏa rộng từ chân núi Ngậm Ngùi tới biển Củ Từ cũng mười sáu cây số. Chỉ có cát trắng phau và những đám cây phi lao còi cọc mọc vống ngược xuống, bò lây lan như rau muống từng đám xanh nhợt nhạt, vàng úa.

Thỉnh thoảng một vài con chôông xanh lét vọt ra từ một bụi phi lao, chạy như bơi trên trảng cát, chui tọt vào bụi phi lao khác. Còn lại là hoạt động khá tấp nập của cỏ lông chông. Những đám cỏ lông chông khô khốc túa ra từng chùm lá nhọn hoắt, chạy loong toong từng đàn trông thật dễ thương, nhờ chúng mà trảng cát sinh động hẳn lên.

Thật khó tin người ta có thể sống được ở nơi đây. Sống làm sao giữa trắng phau và bỏng rát? Những con chôông và đám cỏ lông chông cũng còn khó sống, chúng ngày mỗi vợi bớt đi, con người sống thế nào sống ra sao?

Vậy mà Xóm Cát đã từng sống gần trọn một thế kỷ.

Chỉ cần đào xuống chừng vài chục vốc cát, Hoàng đã bắt gặp những thanh củi cháy dở. Đào sâu xuống chừng dăm mười nhát xẻng thấy những cọng rơm lẫn với vỏ trứng gà, và tha hồ những mảnh sành vỡ. Nếu tiếp tục đào nữa, khoảng chừng bốn năm mét, thế nào Hoàng cũng gặp lại một vài mảnh, mà biết đâu là tất cả cái Xóm Cát, nơi anh đã sống trọn vẹn mùa hè năm 1972, cách đây đã hai mươi ba năm...

Mười một nóc nhà dính nhau, bếp nhà nọ xọ bếp nhà kia quây thành một vòng elip, nằm lọt thỏm giữa trảng cát mênh mông. Ở giữa xóm là suối Mật rộng chừng hai mét, bắt nguồn từ vô số mạch nước ngầm chảy ra từ gốc của một cây đa già.

Không hiểu sao giữa trảng cát mênh mông này lại mọc lên cây đa cao lớn lạ thường. Nó đã quá già. Thân và cành cũ kỹ mốc meo, nếu không có dăm bảy chục chiếc lá cũng đã úa vàng phất phơ trên ngọn người ta dễ nhầm nó là thứ cây chết đứng đã lâu ngày.

Tất cả chỉ có vậy và đã chết, đã chết vùi trong cát.

Hoàng nằm trên cát. Nền trời xanh ngắt đang sẫm dần, sao trời đang dần ló ra, nhấp nháy nhấp nháy...

Chuyện gì đã xảy ra với Xóm Cát dẫn đến cái chết điêu đứng của nó?

Nghe nói một trận B52 đã làm đảo ngược mười một nóc nhà, cây đa và suối Mật xuống đáy cát trong vòng mười lăm phút. Lại nghe nói chính là bom Napan đã đốt cháy rụi Xóm Cát chứ không phải bom B52.

Những người dân ở chân núi Ngậm Ngùi kể lại: Vào một ngày nào đó cuối năm 1972, Xóm Cát bỗng nhiên bốc cháy, từng đụn khói vói thẳng lên trời suốt mấy tiếng đồng hồ.

Không phải vậy.

Nghe đâu chính những người dân Xóm Cát còn sống sót sau trận B52 đã phát hỏa đốt nhà mình, đốt luôn cây đa và lấy cát vùi lấp tất cả trước khi tha phương cầu thực một nơi khác.

*

Tối rồi anh ạ. Ly Ly sà xuống cạnh Hoàng. Cô nằm sấp, tì cằm lên ngực anh. Tụi mình chỉ ở đây có năm ngày thôi. Hôm nay mất hẳn một buổi chiều, còn bao nhiêu là việc... Hoàng nhắm nghiền mắt không nói. Sao? Anh tính nằm đây tới khi nào thì bảo! Sao chỉ có năm ngày? Hoàng hỏi. Thế ở lâu để làm gì? Hoàng lấy thuốc hút, trầm ngâm nhìn theo khói thuốc. Ừ nhỉ, ở lâu làm gì nhỉ...

Ly Ly về đây làm báo, năm ngày là quá đủ để cô có một phóng sự bốn kì. Hoàng bám theo cô chỉ để về thăm Xóm Cát, anh không định viết lách gì. Xóm Cát đây rồi. Còn gì nữa đâu? Giá có ở thêm chục ngày nữa anh cũng không hy vọng gặp được ai. Ở lâu để làm gì, Ly Ly nói quá đúng. Có điều khi đã về đây rồi tự nhiên Hoàng hết muốn đi đâu.

Em biết không, ngày xưa cứ vào giờ này anh lại ra nằm trên cát, có khi ngủ cho tới sáng... Vậy ha anh? Ừ. Món ký ức nhạt phèo Hoàng có thể nhâm nhi cho đến sáng mai. Ly Ly không muốn làm Hoàng cụt hứng, cô trườn lên nằm úp lên Hoàng. Nằm một mình hay nằm với ai? Khai ra mau!

Tóc Ly Ly xõa xuống trùm lên mặt Hoàng, thơm thơm mùi hoa bưởi. Tóc Thùy Linh cũng dài cũng mượt cũng thơm thơm mùi hoa bưởi. Cả nước da nữa. Nước da trắng ngần ngời lên giữa đêm trăng. Nhưng Thùy Linh dịu dàng đằm thắm hơn. Ai dịu dàng đằm thắm hơn? Ủa, anh vừa nói vậy à? Hoàng dưới mày kêu khẽ. Ly Ly nguýt ngang, dẩu môi. "Anh vừa nói vậy à!"... Ghét anh lắm!

Hoàng biết anh vừa nói to ý nghĩ của mình, điều tệ hại thỉnh thoảng vẫn xảy ra. Thường khi như vậy Hoàng không hề nghe được những gì mình vừa nói, cứ như các ý nghĩ vừa văng ra khỏi mồm Hoàng và chui ngược vào não, không hề lọt vào tai anh. Đây có phải là triệu chứng bệnh tâm thần hay không? Chưa khi nào Hoàng chịu đi khám để nghe bác sĩ nói thế nào.

Ly Ly tuột khỏi Hoàng, cô xoay lưng ngồi bó gối nhìn xa xăm về phía đỉnh Chóp Chài. Lúc này Ly Ly giống Thùy Linh như tạc. Mỗi khi giận dỗi Hoàng một điều gì Thùy Linh cũng "ghét anh lắm" và xoay lưng ngồi bó gối hệt như thế. Mắt hờn nhìn xa xăm, cái mũi hếch lên, cặp môi dày chun lại. Và những sợi tóc xanh bay phất phơ trước mặt. Giống không thể tả! Chỉ khác Thùy Linh có lúm đồng tiền chấm phẩy, Ly Ly thì không.

*

Hoàng nhớ một ngày cách đây năm năm, ngày Ly Ly lần đầu bước chân đến tòa soạn. Vừa nom thấy cô, Hoàng đã lặng người, suýt nữa anh đã buột miệng kêu lên. May là Ly Ly nói giọng Bắc và là con một gia đình quyền quí vào hạng nhất nhì Hà Thành, nếu không Hoàng nhất định nói với Ly Ly: cô chính là Thùy Dương, con gái của Thùy Linh, không Ly Ly Liếc Liếc gì sất.

Em đáng để ngắm lâu thế cơ à? Cái mũi hếch hất lên rõ đáng ghét. Bị tấn công bất ngờ Hoàng chỉ biết cười trừ. À không... Em nhận việc mấy ngày rồi? Ngày thứ nhất. Ban nào? Em không biết, hình như là ban kinh tế. Thế a? Ban ấy khó gặm nhưng dễ giàu. Miễn là giàu, khó mấy em cũng gặm được. Hoàng bật cười, anh ném cái nhìn giễu cợt về phía cô phóng viên chíp hôi.

Ly Ly không chấp, cô có vẻ thích thú là đằng khác. Túc tắc đi lên phòng Tổng Biên Tập, Ly Ly đàng hoàng gõ cửa, đàng hoàng nói chuyện tay đôi với sếp, nhanh chóng gọi sếp bằng anh dù bố cô còn thua Tổng Biên Tập mấy tuổi. Đôi khi Ly Ly còn gọi trống không tên cúng cơm Tổng Biên Tập với vẻ dịu dàng pha chút nũng nịu làm lão sướng đỏ mặt.

Hoàng phục Ly Ly quá. Anh nhìn như soi vào căn phòng chỉ có hai người vào lúc sâm sẩm tối. Phòng có máy điều hòa, Tổng Biên Tập tất nhiên không muốn khép cửa, Ly Ly chắc cũng vậy. Nhưng luôn bắt gặp cái nhìn xoi mói của Hoàng rất khó chịu, Ly Ly ung dung ra khép cửa. Cô liếc xéo về phía anh, nhếch mép cười tươi như muốn nói: "Đấy nha, tha hồ mà tưởng tượng!"

Mười lăm phút sau Ly Ly ra khỏi phòng, cô quay lại cố tình chĩa mông vào mặt Hoàng, nhô đầu vào cửa tươi cười với Tổng Biên Tập. Huy còn nợ Ly Ly một bữa cơm tối nhá. Chiều mai Ly Ly tới đòi đấy, nghe chửa! Hoàng rụt cổ thè lưỡi. Để xem thái độ sếp thế nào.

Tai Tổng Biên Tập đỏ tía, lão xòe răng cười ngẩn. Con người sành sỏi cả ngàn mối quan hệ lại rất ngơ ngẩn với phụ nữ. Thâm tâm Tổng Biên Tập muốn ăn thịt hết lượt đàn bà con gái thuộc quyền, khốn thay lão không biết phải làm thế nào để động đến một sợi lông chân của họ. Lão đành đóng vai uy nghiêm, đi lại nói năng nghiêm ngẩn giữa dập dìu mông vú.

Đám nữ phóng viên là lũ quỉ cái khát máu, họ biết tổng sếp muốn gì và không phải không muốn xỏ mũi sếp hòng kiếm chác chút lợi riêng, tuy chẳng ai mê Tổng Biên Tập - một gã đàn ông dài ngoẵng, khô đét và nhạt hoét. Hết thảy đều không dám tấn công vỗ mặt, ném cái nhìn "khát máu" ngay phút gặp gỡ đầu tiên như Ly Ly. Những nữ phóng viên gạo cội của Tòa soạn, vừa có công vừa có duyên, cũng chưa bao giờ dám ăn nói với sếp như thế.

Hoàng mắt tròn mắt dẹt với Ly Ly. Cô túc tắc đi tới búng nhẹ mũi anh, cái mặt vênh vênh cái mũi hênh hếch. Anh thích em, đúng không? Đó không phải lối khiêu khích táo tợn của đám gái quê uống nước tiểu thị dân sống mòn ở Phố Cổ, thái độ của Ly Ly cho thấy cô đang đối xử độ lượng với loại đàn ông dâm đãng nhưng nhút nhát vụng về. Hoàng để mặc Ly Ly khoác tay lôi ra quán cà phê. Anh nổi tiếng từ thủa em còn để tóc đuôi sam cơ. Thủa đó thằng nào em cũng gọi bằng chú.

Quả thật Hoàng chưa gặp nữ nhà báo nào như Ly Ly.

*

Lần đầu hoan hỉ với Ly Ly, sau giấc ngủ mê mệt Hoàng tỉnh dậy nhìn sang cô và giật mình thảng thốt. Giấc ngủ Ly Ly giống hệt Thùy Linh: Gối chỉ kê dưới hõm gáy. Mặt ngửa về phía sau. Hai tay duỗi thẳng. Môi hơi hở, chót lưỡi đỏ hồng hơi nhô ra. Hơi thở phập phồng từ bộ ngực tươi hồng, rắn chắc đang chảy ngược lên vai. Đấy là giấc ngủ bé con, của những đứa bé chưa đầy tuổi tôi khi đã no sữa mẹ.

Năm mười bảy tuổi cùng Thùy Linh phá phách vườn cấm, Hoàng đã ngồi ngắm giấc ngủ bé con ấy hàng giờ liền. Họ nằm gác chân lên nhau trên hòn đá *Trịnh-Nguyễn phân tranh* mép bờ sông Ninh những đêm trăng sáng. Hòn đá hai trăm năm, bao nhiêu cặp tình nhân đã nằm gác chân lên nhau trong những đêm trăng sáng như thế này, giờ đến lượt Hoàng và Thùy Linh...

Ước chi nâu? Lái xe! Ước chi nữa nâu? Phi công! Chi nữa? Hết rồi. Rứa không ước làm chồng em à? À... quên quên! Hì hì.... Còn cười nữa, vô duyên! Ghét anh lắm. Thùy Linh xoay lưng ngồi bó gối, mắt hờn nhìn xa xăm. Cái mũi vếch lên. Cặp môi dày chun lại. Sao giống thế nhỉ, bố khỉ!

Đấy, lại nói! Nói gì? Anh hay nói một mình lắm cơ, như thằng hâm! Ly Ly dẩu môi. Nói một mình thì sao nào? Hoàng kéo tóc Ly Ly. Chẳng sao cả nhưng em sợ. Ly Ly biết mình lỡ lời, không dưng lại giở giọng khó chịu. Cô ẩn nhẹ ngực mình lên ngực Hoàng tự nhủ khâu mồm lại không được nói, lỡ buột mồm nói ra điều gì đó, mất vui.

Trời đã chuyển sang màu tím than, li ti những ngôi sao mờ. Gió từ bến Yên Khê bắt đầu chuyển mình, thoạt tiên phơ phất như có như không có, sau dần cuộn lên từng đợt ngờm ngợp, cứ vài ba phút dừng lại như để lấy hơi, rồi lại cuộn lên ngờm ngợp...

Mát lạnh râm ran. Ly Ly mân mê vành tai Hoàng. Cô cắn nhẹ mũi Hoàng day day. Hoàng hiểu Ly Ly muốn gì. Anh kéo mặt cô úp vào mặt mình, và hôn. Những chiếc hôn ngọt và nhẹ lướt trên mặt nhau, đủ kéo nhau vào nóng lạnh. Ly Ly khéo léo kéo tuột những gì vướng víu của cả hai người. Những chiếc hôn trôi dần về phía dưới, nong nóng và ươn ướt. Hoàng vùng dậy quật Ly Ly rơi xuống cát. Anh chồm lên.

Trận tình ướt cát mù mịt cát. Không tiếng ô tô bất chợt chói tai. Không tiếng dép ngớ ngẩn loẹt quẹt ngoài hành lang. Không chuông điện thoại réo lên vô duyên giữa lúc đang lên cơn. Cả tiếng gõ cửa xin lửa ngu xuẩn cũng không. Những chiếc hôn bỗng gợi cảm lạ thường. Cả cái quờ tay rậm cát vào da thịt cũng rên xiết một cảm giác khó tả. Hoàng rướn lên, rướn lên nữa và rơi xuống. Rười rượi gió, mát đến tận từng chân tóc.

Tuyệt quá anh ạ! Ly Ly nằm sấp rồi lật ngửa, miệng chóp chép mắt long lanh. Bao nhiêu năm em mới khám phá ra anh. Thế à? Ừ. Chúi đầu vào nách Hoàng, Ly Ly nằm ngoan lành như một chú mèo con. Để em bảo xếp dời tòa soạn đến đây, nhá?

Ý tưởng thật ngộ nghĩnh. Ly Ly cười hé he hé he, tiếng cười vừa khả ố vừa dễ thương.

*

Có vẻ Ly Ly chẳng quan tâm đến những kỉ niệm của Hoàng. Nhiều lần cô đã cười vào mũi Hoàng về những dằn vặt tiểu thuyết "sến and nhạt" của anh. Không trách được Ly Ly. Mới hai sáu tuổi, ba năm làm báo, chạy ngược ngước xuôi vào Nam ra Bắc, ca ngợi nơi này chống tiêu cực nơi nọ. Viết rồi quên, cô chỉ lo gom góp thật nhiều tiền để kéo cổ Hoàng hú hí hết trận này sang trận khác.

Cũng như việc viết lách, Ly Ly yêu Hoàng trong từng thời khắc cô chợt nhớ và thích, xong rồi quên. Nhớ để làm gì? Ly Ly búng mũi Hoàng nhân một lần Hoàng buột miệng hỏi có khi nào cô nhớ anh không? Thời này chỉ có anh là dở hơi nhất hạng. Lúc nào cũng nhớ nhớ nhéo nhéo... Cứ làm như không nhớ là không thể thành người được hay sao!

Thế à?

Chứ sao!...

Chiều hôm trước cũng vậy. Ly Ly đến. Thấy Hoàng nằm trùm chăn, cô liền kéo tuột chăn, đẩy Hoàng lật ngửa. Ốm hả? Giời ạ!... Có phải phí công em bốc phét với sếp, trốn họp tới đây không chứ! Hoàng không buồn mở mắt. Ốm iếc gì đâu. Thấy chan chán vậy thôi... Ly Ly áp tai vào ngực Hoàng, cô vờ nghe nhịp tim anh, nghe rất nghiêm túc và ngẩng lên mồm miệng méo xẹo. Biết ngay mà! Bố mẹ ơi, anh tôi đang thổn thức!...

Hoàng với tay tìm gói thuốc, xòe lửa châm thuốc. Ly Ly nhảy lên ngồi trên bụng anh nhún nhún, cúi xuống cắn tai Hoàng rõ đau, nhét vào tai anh từng tiếng một. Tóm lại, nếu còn vương víu với kỉ niệm thì anh chẳng bơi kịp thiên hạ đâu! Bộ cô không có kỉ niệm chắc? Cũng có. Nhưng em vứt béng đi rồi. Nếu không, làm sao thỉnh thoảng em đến đây rủ anh làm vài trận mây mưa được?

Ly Ly nhảy ra khỏi giường, tụt váy ném vào mặt Hoàng. Cô nhún nhảy trước tấm gương lớn, nỉ non một bài hát tiếng Anh không rõ là bài gì. Vừa hát vừa ve vuốt kĩ lưỡng thân thể mình, Ly Ly hiện nguyên hình một ả dâm đãng và hiếu thắng.

Phải thừa nhận Ly Ly khá đẹp, một vẻ đẹp không hề gia cố. Mọi đường cong đều sáng mềm nóng rẫy, lúc nào cũng sẵn sàng chuyển động nhịp nhàng. Ngực và mông vống lên khiêu khích.

Anh thấy em có được không? Ly Ly nheo mắt hất hàm. Cũng được. Hoàng cũng nheo mắt đáp trả. Trường túc bất chi lao đấy, đừng đùa! Thế à? Thôi đi ông mãnh ơi!

Thoắt cái, Ly Ly đã chồm tới, đè nghiến lấy Hoàng.

Hoàng nằm thả lỏng toàn thân, nhắm nghiền mắt tận hưởng cảm giác đê mê Ly Ly kì công thực hiện từ gót chân đến đỉnh đầu. Không biết học ở đâu từ lúc nào, Ly Ly thành thục kĩ thuật ái ân đến phát sợ. Khinh bỉ lối thụ động đạo đức giả, cô luôn chủ động tấn công người tình. "Đàn bà làm thế đỡ nhục hơn", có lần cô đã rủ rỉ bên tai Hoàng như thế. Không vờ vịt đùn đẩy, không hấp tấp vội vàng, mềm mại và hung hãn, như con rắn khôn ngoan trước con mồi ngờ nghệch, Ly Ly chủ động tấn công con mồi bằng bản năng giống cái cùng kinh nghiệm tình trường cô luôn luôn đầy ắp.

Hoàng nóng lên từng giây, anh lật mình vồ lấy Ly Ly. Chỉ cần có thế, Ly Ly liền cuốn theo anh, lúc bám lúc buông, lúc dấn lên lúc lẩn tránh, dẫn dụ Hoàng theo cô cho hết trận tình.

Thú quá anh nhỉ? Hoàng tủm tỉm cười, nụ cười đắc thắng của con đực trước giống cái. Châm cho anh điếu thuốc, nhanh lên. Tuân lệnh hot boy. Ly Ly bò dậy, lại leo lên ngồi trên bụng Hoàng. Cô nhét điếu thuốc vào miệng anh, tự tay châm lửa. Ly Ly cũng hút. Khói thuốc tỏa vào mặt nhau.

Bây giờ kỉ niệm của anh đã tan thành mây khói rồi nhé! Một câu đùa nhạt thếch. Còn lâu! Hoàng muốn văng tục. Vậy thì bao giờ tiêu diệt hết kỉ niệm của anh, em mới chịu buông tha anh đấy nhá! Ly Ly ngoáy ngoáy mũi Hoàng. Hoàng thấy khó chịu. Anh nhăn mặt hất nhẹ tay cô. Đấy là góc riêng của anh, em buồn cười...

Ly Ly sững lại. Thôi không nói nữa, cô ngồi bó gối nhìn Hoàng. Hoàng nằm yên đăm chiêu nhìn khói thuốc. Thực sự lúc này anh chỉ muốn được một mình. Em nói chơi vậy, anh đừng giận. Ly Ly vuốt nhẹ ngực Hoàng. Thao thức với kỉ niệm thì có lỗi gì đâu. Tốt là đằng khác. Tại em hay dị ứng với bọn ma cô, chúng làm ra vẻ lương thiện với quá vãng sau khi đã làm nhục nó. Em đừng nói chuyện này nữa, được không? Vâng.

Ly Ly ngoan ngoãn nằm duỗi lên Hoàng, búng nhẹ mũi anh. One more thêm? Hoàng giơ hai tay đầu hàng. Ly Ly nhảy xuống đất, vơ vội áo quần tấp vào người. Cô ném cho Hoàng một nắm tiền. Cầm lấy mà tiêu xài với kỉ niệm. Ba giờ chiều mai em vẫn chỗ này nhé! Lỡ hẹn em cho mấy cái tát.

Ly Ly kéo cửa đánh rầm, mất hút trong nhốn nháo đời thường, để lại cho Hoàng một khoảng không rỉ sét hoen ố câm lặng.

*

Ngay khi Ly Ly kéo cửa đánh rầm, lối ra thực tại của Hoàng liền đóng sập. Vụt hiện trước mắt anh chiếc xe *gát* tả tơi trên đường 15 đang lao sầm sập xuống dốc. Nó không có phanh, hoặc không có người giữ phanh, như một con bò điên cứ nhắm thẳng Hoàng mà lao tới. Hoàng nhảy đại sang một bên. Chiếc xe *gát* bất ngờ tạt ngang, đổ kềnh, lăn không biết mấy vòng xuống khe cạn.

Hoàng chạy tới, ngó quanh quất chẳng có ai. Anh đứng phân vân trước chiếc xe lật ngửa, bẹp dúm đang phun xì xì một thứ khói khét rẹt. Chuồi ra từ một lỗ thủng cabin một cánh tay đen thui, đầy máu. Ngay sau đó, qua tấm kính cabin, Hoàng trông thấy một cái mặt rách nát, nhầy nhụa máu. Lẫn trong máu và rách nát là đôi mắt sống mở to nhìn Hoàng cầu khẩn.

Hoàng ngó ngược ngược xuôi. Nhác thấy một cây gỗ dài bằng bắp chân cách đấy không xa, anh chạy đến ôm lấy cây gỗ quay trở lại đập tan tành tấm kính. Chui vào cabin kéo người lái xe ra, Hoàng phát hiện ra người lái xe đã bị kẹt cứng trong sắt thép. Hoàng dùng cây gỗ nẩy đống sắt thép đang kẹp chặt người lái xe. Cây gỗ gãy đôi. Người lái xe thình lình lật sấp, toàn thân nhầy nhụa máu đè lên Hoàng. Hai chân người lái xe đã bị cưa đứt, một chân đang nằm dưới tấm sắt nặng nóng rực, một chân không biết ở chỗ nào. Từ hai ống chân cụt ngang bẹn máu phun như xối.

Hoàng lôi người lái xe nhoài ra khỏi cabin. Chiếc xe nổ tung, đẩy anh và người lái xe ngã dúi dụi, rơi xuống một hố sâu. Lửa khói đá sỏi trùm lên hết thảy. Hoàng khiếp đảm nằm đè lên người lái xe, tự hỏi không biết mình đã chết chưa. Im lặng rợn người. Hoàng như đang nằm trong nấm mồ đã vùi lấp.

Có khi mình chết thật rồi.

*

Một người túm cổ áo lôi Hoàng dậy. Đấy là một nữ Thanh niên xung phong to lớn phốp pháp lạ thường. Hoàng chưa bao giờ thấy một cô gái nào to lớn như thế. Chưa chết. Tiếng nữ Thanh niên xung phong lạnh tanh, như thể cô đang kiểm tra việc sống chết của hai con bò hoang.

Hoàng bám chặt tay nữ Thanh niên xung phong leo lên hố. Cô này nhảy xuống hố kiểm tra người lái xe, túm tóc người lái xe day qua day lại. Anh này chết rồi! Khổ, chân cẳng chẳng còn. Chắc là kẹt cứng trong xe. Cô xốc người lái xe đẩy lên miệng hố.

Trên miệng hố còn có hai nữ Thanh niên xung phong nữa. Họ ngồi xổm bên người lái xe, lật túi anh lôi ra một vài giấy tờ rồi hè nhau ném anh xuống hố cái bịch. Nấm mộ dã chiến làm xong trong chốc lát. Họ cắm lên nấm mộ một thanh gỗ, một hòn đá.

Anh là phụ xe à? Một nữ Thanh niên xung phong quay lại hỏi Hoàng trong khi chờ hai người kia đi rửa ráy hay đi vệ sinh dưới khe cạn. Không ạ. Em chỉ tình cờ thấy thôi. Cô gái mím môi nhịn cười khi nghe Hoàng xưng em. Cô chừng hai mươi tuổi, đôi mắt lươn quệt qua dưới mày như hai nét mực đen.

Anh ở đơn vị nào? Hoàng đực mặt, anh nghĩ mãi không ra nên nói thế nào. Hoàng đi tới đây không phải vì muốn tới đây, thực ra anh cũng chẳng biết mình đi đâu nữa. Cuộc chạy trốn quê nhà đã đem Hoàng đến đây, giá tìm được đơn vị bộ đội nào để xin đi theo thì anh chẳng đứng đây làm gì. Nhưng nếu nói thật người ta sẽ tống cổ anh trở về quê nhà ngay lập tức.

Cuộc bỏ trốn khỏi quê nhà xảy ra trong chốc lát sau cơn điên bột phát. Buổi chiều cãi cọ giận dữ với Thùy Linh, Hoàng thấy chán ghét tất cả. Buổi tối quay về nhà, ba Hoàng vẫn ngồi ngoảnh mặt vào vách thì thầm vào cái bóng của mình. Thật không gì ngán ngẩm hơn.

Cuộc trò chuyện kì quặc diễn ra ngày này qua ngày khác từ khi ba Hoàng về hưu non. Nghe nói ông bị mất chức. Hoàng cũng chỉ nghe người ta nói thế chứ chưa khi nào ba Hoàng nói với anh vì sao bỗng dưng ông rời văn phòng Bí Thư Huyện Ủy về ngồi im lìm trong bóng tối.

Suốt ngày dính chặt vào cái ghế hình lục lăng, ông cứ nhìn vào bóng mình mà nói, nói miết. Cả khi ngủ ông cũng ngủ ngồi. Tay quờ lấy cái bóng trên tường như cố ý giữ chặt lấy, sợ bỗng nhiên cái bóng biến mất. Thi thoảng ông lại giật mình bừng tỉnh, dụi mắt mấy cái và nói, nói liên miên với cái bóng.

Thảm thương cái bóng của ba Hoàng ngày mỗi hom hem méo mó, hiu hắt trên bức tường ám khói, bụi bặm.

Lật lồng bàn, mâm cơm trống trơn. Chạy xuống bếp, nồi niêu ngổn ngang rỗng không. Hoàng văng một tiếng tục tĩu. Ba Hoàng nhìn Hoàng như nhìn cái bóng của ông, cái nhìn lạnh lẽo vô hồn. Hình như ông không còn biết anh là ai.

Hoàng xách gói ra đi. Anh đã hết khả năng chịu đựng những gì lạnh lẽo ma quái trong căn nhà một thời là chốn vào ra tấp nập đám công bộc dưới trướng của ba anh.

Qua đò ngang, vượt một cánh đồng, một cánh đồng nữa, cứ hướng dãy núi Phượng Hoàng mà đi. Đi miết cho đến tận nơi đây.

Hoàng hình dung trên những đoạn đường Trường Sơn là những đoàn quân rùng rùng tiến về Nam, áo quần mũ mão xanh rờn, vòng lá ngụy trang rung rinh, súng ống nai nịt gọn gàng. Hóa ra trống trơn những quả đồi trọc cháy sém. Đường 15 đỏ quạch nham nhở đất đá, loằng quằng vòng vèo quanh những cánh rừng hoang tàn không một bóng người.

Đứng ngồi giữa trống trơn từ sáng sớm đến xế chiều Hoàng nghe tiếng xe chạy, anh mừng rỡ chạy ra đường đứng ngóng. Chiếc xe *gát* bị trọng thương ở đâu không biết lao sầm sập xuống dốc, chết tang thương trước mắt anh.

Chiến tranh là thế này a?

*

Anh về đâu? Nữ Thanh niên xung phong bỏ đi đâu vừa quay lại. Hoàng lấm lét nhìn. Cô gái có khuôn mặt trắng hồng, rực lên những thèm khát vu vơ. Về đâu? Đẹp trai thế mà không có miệng. Hoàng vẫn không biết trả lời thế nào. Về hay đi? Về đâu và đi đâu? Chịu.

Nữ Thanh niên xung phong, sau này Hoàng biết cô tên là Lý, lững thững đi xuống khe cạn. Được vài bước, cô quay lại lừ mắt với Hoàng. Không biết về đâu thì về chỗ chúng tôi nghỉ, rồi tính. Hoàng vẫn ngồi đực mặt, anh chẳng biết tính sao.

Bốn chiếc F4H từ mé tây dãy núi Phượng Hoàng sầm sập lao ra. Chúng bay theo hình tam giác, từ tốn vượt núi rừng đi ra biển. Hoàng không để ý đến Lý, anh mải miết nhìn bốn chiếc F4H. Chúng đang chui vào đám mây xám xịt phía Đông.

Mau về, chúng quay lại đấy! Lý lật đật vác cuốc chạy về phía khe cạn. Mau lên anh kia, sao còn ngồi đó! Giọng Lý chua loét, đôi mắt lươn nhọn lên. Hoàng vẫn ngồi không nhúc nhích. Lý bỏ mặc Hoàng phăm phăm bỏ đi, lẩn nhanh vào đám cây lúp xúp dưới chân đồi.

Chúng quay lại thật. Từ trong đám mây xám xịt bốn chiếc F4H lao ra, lần lượt bổ nhào dúi dụi về phía Hoàng. Một loạt bom sát thương kéo rê dọc đường 15. Tiếng bom nổ chát chúa lẫn với tiếng rú rít điên cuồng hết đợt này đến đợt khác.

Không một tiếng súng bắn trả. Con đường nằm trơ ra hứng bom, nó rung lên bần bật, thỉnh thoảng bật cong, giãy nảy. Hoàng nằm sấp bịt chặt tai. Đất đá vùi dập tha hồ. Khí nóng quật hùn hụt khét rẹt. Nghẹt thở, nghẹt thở quá!

Một khối lửa hất tung Hoàng lên cao, tiếp liền một cú va đập cực mạnh. Không còn biết gì nữa. Hoàng cảm thấy mình đang tụt xuống một hố sâu hun hút, mát lạnh.

Sống rồi! Tiếng reo của một đám đàn bà con gái. Hoàng mở mắt. Mắt lươn, mắt trâu, mắt sáo, mắt bồ câu... Mắt lươn, mắt trâu, mắt sáo, mắt bồ câu... Mắt lươn, mắt trâu, mắt sáo, mắt bồ câu... Và những cái miệng đàn bà: cái ướt rượt, cái khô cong, cái mỏng dính, cái dày xộp bay lượn mơ hồ trước mắt anh.

Thằng này lính tráng mà ngu, đã bảo chạy đi, cứ ngơ ngơ như bò đội nón. Hoàng mặc nhiên trở thành người lính kể từ sau câu nói ấy.

Cuộc nhập ngũ nhớ đời.

*

Quên! Quên! Quên!

Ly Ly nháo trở lại. Cô dựng Hoàng dậy. Suýt nữa thì em quên. Có một vụ rất hay ở một tỉnh Khu Bốn. Tiêu cực hả? Hoàng ngáp. Chứ còn gì nữa. Ly Ly nhét vào túi Hoàng một gói *Dunhill* cô vừa mua khi quay lại đây. Vụ này hay lắm. Hôm qua có thằng nhà quê ra tòa soạn báo cáo, cung cấp ít tư liệu nhưng chưa đủ. Khui ra được vụ này, báo mình tia-ra tăng thêm hai vạn là cái chắc. Sáng mai tụi mình đi anh nhé?

Hoàng lại ngáp, anh nằm xuống, lấy gói thuốc Ly Ly vừa đưa, bóc ra một điếu. Chà... anh ớn ba vụ tiêu cực tiêu keo của em lắm rồi. Không. Nhưng vụ này cực đặc biệt: tham ô hài cốt mộ liệt sĩ! Thế a? Ở đâu thế? Như điện giật, Hoàng ngồi ngay dậy. Ly Ly vỗ vỗ bụng Hoàng. Biết ngay mà, trúng quả kỉ niệm của anh rồi!

Đi nhé, mai... Nhưng mà ở đâu mới được chứ? Quên, lại quên! Ly Ly cười toe. Không hiểu vì sao dạo này cứ gặp giống đực là em như con mất hồn! Hoàng cốc nhẹ vào trán Ly Ly. Nào, quên cái gì thì nói đi! Ly Ly kéo banh tai Hoàng, thủng thẳng rót thẳng vào đấy từng tiếng một. Ở huyện Tuy, cách cái xóm khốn khổ khốn nạn của anh có bảy cây số đường chim bay thôi! Em đã hỏi kĩ rồi.

Thì ra Ly Ly lại biết đến cái Xóm Cát của Hoàng. Có khi nào anh kể cho cô đâu nhỉ? Mấy món kỉ niệm cũ rích ấy thường vẫn bị Ly Ly gạt phăng ngay khi anh vừa mở miệng. Rất có thể Hoàng lại để tuột ý nghĩ của mình ra miệng. Có thể lắm.

Hoàng biết Ly Ly muốn nhổ anh ra khỏi bốn bức tường ám khói, đẩy cuộc tình của họ ra một không gian rộng hơn. Khi người ta không thể thay đổi được người tình, việc chuyển dịch không gian cũng là cách làm mới cuộc tình. Dỗ được Hoàng đi đâu là việc rất khó, kể cả một chuyến đi Đông Âu hay nước Mỹ. Hoàng thuộc típ người ghét xê dịch. Đời lính lang thang rày đây mai đó đã làm anh ớn đến tận cổ cái sự đi. Ly Ly biết vậy, cô đã tìm đúng địa chỉ mà Hoàng không thể thoái thác. Cô ả khôn thật.

Đi anh nhé?

Ừ, thì đi.

2

Mình có yêu Hoàng không? Không. Khi xa nhau mình có hề nhớ hắn đâu mà yêu.

Mình chẳng cần Hoàng như cần một người thầy, chưa khi nào mình thấy cần học hỏi hắn một điều gì. Mình cũng chẳng cần Hoàng như một kẻ giúp việc, riêng chuyện này hắn cần mình nhiều hơn mình cần hắn. Về khoản sex Hoàng thuộc loại trung bình yếu, trừ một vài cú đột xuất còn lại như mèo mửa. Để chọn một con đực tất nhiên không ai ngu chọn Hoàng.

Nhưng bất kì khi nào mình cũng muốn có Hoàng ở bên mình. Thế là thế nào?

*

Con tàu lao nhanh với một tốc độ đáng khen. Ly Ly đang ngoảnh mặt ra ngoài cửa sổ huýt sáo. Nhìn nghiêng cô càng giống Thùy Linh. Giống đến rùng mình. Thùy Linh không huýt sáo. Chưa bao giờ Hoàng thấy Thùy Linh nhọn mỏ huýt sáo vô tư lự như Ly Ly. Chỉ có một người huýt sáo hệt Ly Ly, đấy là Lý, cô Thanh niên xung phong mắt lươn đã cứu Hoàng trong trận bom đầu đời lính.

Ở đại đội Thanh niên xung phong năm mốt cô gái, Lý trẻ nhất. Cô hơn Hoàng ba tuổi, nói cười suốt ngày. Người Thanh Hóa nhiều cô nói nghe rất hay, không biết Lý ở huyện nào mà phát âm tiếng nào cũng méo xệch - "Em ở Thên Huứ!". Hoàng nhại lại trêu Lý, cô ré lên một tràng cười như gà non cục tác, nguẩy đít le te chạy.

Lý gọi Hoàng bằng anh, xưng em. Hoàng vừa thích vừa ngượng. Mỗi lần Lý réo ba tiếng "Ướ anh ui!" là tai Hoàng chuyển màu. Ở cái tuổi hơn một ngày hay một điều, việc một cô gái hơn hẳn Hoàng ba tuổi cứ kiên trì gọi Hoàng bằng anh nghe thật trớ trêu, nó báo trước một âm mưu. Hoàng vừa thích vừa sợ.

Lý làm như không màng đến mấy trò yêu đương nhăng nhít nhưng gương mặt hồng tươi, cặp môi dày ướt rượt lúc nào cũng muốn mơn trớn một cái gì sẵn sàng tố cáo tâm địa cô. Lý huýt sáo bất kì lúc nào, vui cũng như buồn, lặp đi lặp lại mỗi giai điệu ca khúc của Xuân Giao về các cô gái mở đường, *đi giữa trời khuya sao đêm lấp lánh*... Tiếng huýt sáo đã kéo cổ Hoàng bám theo cái gáy trắng muốt của Lý sấp ngửa đi ra khúc vắng suối Voang như kẻ mộng du.

Sáng sớm Lý xách xô áo quần đi qua Hoàng, đánh mắt sang anh như hỏi: "Em đi tắm đây, anh có theo không?" Hoàng nằm ra vẻ chán chường, không mấy quan tâm. Lý vừa đi khuất anh bật dậy lén bám theo liền. Lối xuống suối rất hẹp, chỉ vừa đủ đặt chân, ngoằn ngoèo khúc khuỷu, dốc và trơn. Lý đi như lướt trên lụa. Cái gáy trắng muốt lấp loáng trong lá cây. *Đi giữa trời khuya sao đêm lấp lánh,* tiếng huýt sáo dìu dặt khuyến dụ Hoàng dũng cảm tiến lên. "Em ở đây... lối này cơ!..."

Hoàng bám theo cái gáy trắng muốt lúc ẩn lúc hiện dần tụt dần xuống suối Voang. Khúc suối rộng xanh ngăn ngắt dưới những tàng cây săng lẻ. Nắng sớm mai vàng tươi lẫn trong sương núi mơ hồ. Lý khỏa thân vẫy vùng giữa suối. Trên bờ, Hoàng ngồi núp sau bụi cây nhìn như nuốt thân hình trắng nuột nà đang dâng lên mỗi lúc mỗi gần.

Lý thừa biết Hoàng đang ngồi ở đâu, sau bụi cây nào. Chỉ có Hoàng là chắc mẩm chẳng ai biết mình đang rình rập xấu xa ở đây. Lúc lúc Lý đứng dậy, mắt hướng vô tình phía Hoàng, nụ cười sáng tươi, bộ ngực căng tròn dưới nắng mai.

Hoàng biết Lý muốn gì, càng biết anh càng thu mình sau bụi cây.

Không trông đợi được một chút gì ở Hoàng, Lý leo lên tảng đá giữa suối, nửa nằm nửa quì, toàn thân đổ nghiêng, rũ ra như vừa đánh mất một điều gì thật lớn lao. Nước chảy tràn trên mọi đường cong, mái tóc và tấm lưng trần óng ả được chiếu sáng bằng thứ nắng vàng tươi, hệt bức tượng đá cẩm thạch của Rodin về người đàn bà bị đày xuống địa ngục, bị buộc phải đổ đầy nước vào cái thùng không đáy, ngời lên vẻ đẹp đau buốt trong một khoảnh khắc tuyệt vọng.

Hoàng ngồi thu lu trong bụi, nửa muốn bỏ đi nửa muốn nhảy xuống suối ôm chầm lấy Lý rồi muốn ra sao thì ra. Chẳng ngờ Lý đã đến bên anh từ lúc nào. Cô túm tóc anh kéo giật một cái. Về! Hoàng giật bắn. Anh ngước lên, bắt gặp cái nhìn xói giận dỗi lẫn chút coi thường. Như đứa bé ăn vụng bị bắt quả tang, Hoàng cúi gầm mặt, hai tai đỏ nhừ. Về! Còn ngồi đó làm gì nữa! Lý bỏ đi. Tiếng huýt sáo vang lên khe khẽ, chìm dần trong lá rừng. Hoàng lại lủi thủi bám theo tiếng huýt sáo trở về hang đá.

Thì biết làm thế nào, khỉ thế cái tuổi mười bảy.

*

Gì mà tủm tỉm thế hot boy? Ly Ly cấu mạnh lưng Hoàng. Anh ngớ ra một lúc mới hiểu Ly Ly nói gì. Em theo dõi anh kĩ thế? Thèm vào theo dõi anh! Hoàng bẹo má Ly Ly. Mặt em trông rất là extri. Cái gì? Ly Ly vằn mắt lên. Em có biết bệnh female hysteria không? Sao tự dưng lại hỏi thế? Ừ nhỉ. Hoàng cười xoẹt, cái cười rõ vô duyên.

Hoàng vừa nhớ đến Lý và cái hang đá của năm mốt cô gái Thanh niên xung phong, nơi vẫn bùng nổ những cơn extri tập thể. Mặt những cô gái extri thường căng phồng lên tái dại vào thời điểm cao trào, khi bắt đầu lên cơn quả thật rất giống mặt Ly Ly lúc này, ngơ ngáo và khó chịu.

Sau này Hoàng mới biết đấy là nỗi thống khổ của đàn bà. Những thèm khát lương thiện đã bị giáo lý đương thời bủa vây, lâu ngày kết tủa thành khối u chèn ngang ngực, đau buốt. Đau quá hóa điên...

Ừ, sợ quá đi mất.

Đang giữa bữa cơm trưa, một chị bỗng đứng vụt lên, mồm cơm đầy phun ngược. Và cười. Chị ném cái bát xuống đất, quay ba vòng. Để tao diễn xiếc cho tụi bay xem! Chị cười ngặt nghẽo, vừa cười vừa lột hết áo quần, cầm lấy cái quần khua khua, cứ thế chạy rối loạn trong hang đá.

Thoạt tiên là thế. Ba phút sau có đến hai chục chị nhất loạt ném bát cơm, nhất loạt cười ngặt nghẽo. Tiếng cười rú rít đột khởi bung ra, đập vào vách đá dội vang đến buốt óc. Tất cả ù té chạy, đuổi nhau, vật nhau, xé áo quần nhau, đè ngửa nhau ra. Họ vừa hét vừa cười vừa khóc vừa lột trần nhau ra trước mắt Hoàng.

Ba chục chị còn lại ra sức đuổi bắt từng người một đè dí xuống. May có chị Nụ người đã túm cổ áo Hoàng lôi ra khỏi xác người lái xe, vẫn còn tỉnh táo. Đại đội trưởng Nụ, người chị to khỏe vâm váp nhất đại đội, đang hò hét mọi người cố dẹp tắt cơn động rồ bất thường. Chị nhanh chóng túm tóc từng người, bằng cái ngáng chân nhẹ nhàng, vật ngửa hết chị này sang chị khác. Bị các chị tỉnh táo giữ chặt, các chị đang lên cơn tha hồ la hét giãy giụa.

Hoàng ngồi co ro há mồm nhìn đám tao loạn. Hoàng, tới đây! Chị Nụ tay chỉ miệng quát. Hoàng đứng dậy dè dặt đi tới. Mày đàn ông đàn ang gì mà ngu, thấy các chị thế này mà cứ ngồi trương mắt nhìn. Cởi áo ra, mau lên! Hoàng chưa kịp hiểu cái lệnh quái quỉ này là thế nào chị Nụ đã kéo phăng áo cô gái đang lên cơn. Tràn ra một bộ ngực trắng nõn. Cởi áo ra mau lên, ơ cái thằng này!

Chị Nụ sấn tới kéo phăng áo Hoàng, đè cổ Hoàng nằm úp lên cô gái. Nằm ép chặt vào! Hoàng chực vùng dậy lập tức bị chị ấn mạnh xuống. Một chị đi tới cùng chị Nụ giữ chặt Hoàng. Thằng này còn nhỏ chị ạ. Nhỏ cái gì! Chị Nụ gắt. Nó thừa sức cho mày có chửa đấy. Thì chị cũng phải giải thích cho nó hiểu. Thời gian đâu mà giải thích! Chị Nụ lại ấn cổ Hoàng xuống. Mau lên!

Hoàng ngoan ngoãn làm theo lệnh đại đội trưởng. Dù thế nào anh cũng đã là lính, quân lệnh như sơn, bài học lính tráng đầu tiên anh được học. Hôn chị mày đi em, hôn vào cổ ấy, mạnh dạn vào... Đặt tay lên ngực chị mày đi... Thế! Thế!...

Hoàng làm theo như cái máy, lóng nga lóng ngóng chẳng hề có một cảm giác gì. Chúng mày nhắm mắt đi cho nó làm! Chị Nụ quay lại mấy chị đang ngồi xung quanh, quàu quạu nhìn họ. Mấy cô gái đứng cạnh sợ sệt tản ra cả.

Chị Nụ nghiêm mặt nhìn quanh xem có ai cười không. Không ai cười. Cười làm sao khi tất cả đang diễn ra trong hỗn loạn, giữa gầm gào, hú hét chói tai. Nắn mạnh tay vào, thằng ngu! Mày làm gì mà như sờ cóc chết thế hả! Chị Nụ gắt gỏng. Hoàng run lên, vục mặt vào bộ ngực tràn. Mùi sữa non hoi hoi sực lên, anh chực ngóc đầu, bàn tay cứng như sắt của chị Nụ đè nghiến xuống.

Mấy phút sau người bệnh mềm dần, chùng hẳn xuống, bộ mặt thất thần biến mất. Chị khẽ đẩy Hoàng ngồi dậy ngơ ngác nhìn xung quanh. Chị có vẻ ngượng, quay mặt đi, vội vàng quờ tìm áo mặc. Hoàng vừa lồm cồm bò dậy liền bị chị Nụ kéo tay lôi đi. Mau sang người khác! Hoàng lẽo đẽo chạy theo chị Nụ.

Những lần sau Hoàng mạnh dạn hơn, thành thục hơn. Dần dà anh trở thành kẻ mặt dày, trơ trẽn hành sự không chút nao núng mỗi khi trong hang có người lâm thứ bệnh điêu đứng này. Hoàng đã ôm ấp hầu hết các cô gái trong hang đá, sờ nắn hết thảy những bộ ngực trinh nữ. Những bộ ngực được gìn giữ nâng niu, gói ghém giấu giếm kỹ càng suốt tuổi thanh nữ, bỗng chốc bị bóc trần trong một giờ lâm bệnh.

Một cái véo sườn đau điếc tai. Hoàng giãy nảy. Ban ngày ban mặt, ngồi trên tàu mà ngủ mơ trời ạ! Ly Ly cau mày ngán ngẩm. Đây là đâu? Hoàng hỏi. Ơ cái anh này! Ly Ly cười hắt. Đây là đâu, nói đi. Tự dưng Hoàng nổi cáu. Sắp vào hang lèn rồi hot boy ơi!

À...

*

Sắp về! Nửa giờ nữa tàu sẽ dừng ga Minh ít nhất một phút, Hoàng biết chắc như vậy, dù đây là tàu tốc hành và ga Minh chỉ là ga xép. Đơn giản vì gỗ của bọn lâm tặc đã phủ phục ở đấy từ tối hôm trước. Một phút vừa đủ cho Hoàng kéo Ly Ly rời tàu, từ đấy cuốc bộ về Thị Trấn Ninh Giang chừng bảy cây số. Nghĩa là khoảng hơn một giờ nữa Hoàng sẽ có mặt ở nơi anh đã sinh ra.

Đời người có mấy bể dâu? Mười bảy tuổi ra đi, bốn tư tuổi trở về. Ai hỏi vì sao lâu thế, Hoàng chịu không biết nói thế nào. Bảy trăm cây số tàu xe thuận lợi, đâu gọi là xa? Mỗi tuần một nghìn bảy trăm chữ nộp tòa soạn, đâu phải là bận? Tiền bạc không nhiều nhưng cũng đủ thong dong một chuyến về quê. Bà con cô bác chẳng còn ai, người tình năm xưa cũng đã tha phương, nhưng hãy còn phần mộ ba anh ở quê nhà.

Mẹ Hoàng mất từ lúc anh mới sinh ra, phần mộ bị lá rừng phủ kín ở chiến khu Việt Bắc. Hoàng không biết nơi mẹ nằm đích xác ở đâu. Thuở nhỏ mải chơi, chỉ biết mẹ mất ở Tây Bắc, cũng không cần biết Tây Bắc là ở nơi đâu. Đến tuổi trưởng thành liền trốn nhà ra đi. Ba năm sau trở về, đó là cơ hội cho Hoàng hỏi ba anh tường tận về mẹ nhưng ba anh đã trở thành một con người khác. Cái nhìn vô hồn của người cha trọn vẹn tuổi ấu thơ anh vẫn coi như thánh sống khiến ngực Hoàng đau nhói. Anh biết không thể hỏi ông được một điều gì.

Đến ngày hay tin ba anh mất, Hoàng mới ngộ ra việc trốn nhà ra đi của mình na ná một hành động bất lương. Khi đó Hoàng đang trú quân ở lưng chừng núi Giàng phía tây Trường Sơn. Anh nằm úp mặt lên chiếc võng dù khóc thầm. Nỗi đau mất cha cùng với nỗi đắng cay khi biết mình thực ra là một thằng con vô phúc làm Hoàng không gượng dậy nổi.

Mấy chục năm qua, đau khổ dần tan đi nhưng đắng cay thì còn mãi, cơ hồ ngày mỗi đẩy lên.

Có một sự thật này muôn năm Hoàng cũng không dám nói ra: Hoàng không về vì không dám đối diện với quê nhà khi biết anh đích thực là một thằng đào ngũ. Anh đã trốn nhà để xin vào quân ngũ và rời bỏ quân ngũ hòng trốn chạy về quê nhà. Cả hai đều không thành, nhà chẳng dám về, quân ngũ cũng không mong trở lại.

Bao nhiêu năm anh sống và làm việc như một tên man khai lý lịch. Người ta chỉ biết anh là nhà văn một thời mặc áo lính. Qua đống chữ nghĩa rối bời trong cuốn tiểu thuyết nổi tiếng của anh được bàn tán mấy năm rồi chưa dứt, người ta đoán anh đã một thời trận mạc, và hình như là một tay đánh đấm không đến nỗi tồi. Trong tất cả cuộc giao du, Hoàng sợ nhất câu hỏi: "Hồi là lính, ông ở đơn vị nào?"

Không có nỗi sợ nào bằng nỗi sợ bị vạch trần...

*

Xuống! Xuống! Xuống mau!

Tàu chỉ đỗ hai phút. Hoàng nhảy phốc qua cửa sổ, quay lại đỡ Ly Ly. Cô đang nhoài người chờ anh. Ly Ly thừa sức phóng mình qua cửa sổ, cô vẫn muốn Hoàng bế xuống trước dăm bảy cặp mắt háu đói đang nhìn. Cô còn cố tình làm tuột váy lên tận bẹn. Ly Ly thích thế, lối thích rất con nít mỗi khi biết có kẻ đang muốn ăn tươi nuốt sống mình.

Anh đợi em chút. Ly Ly giật cái máy ảnh của Hoàng vụt chạy. Thoắt cái Ly Ly đã mất hút, mười phút sau trở lại, khoác tay Hoàng mặt mày hí hửng. Em vừa kiếm được chín trăm nghìn. Cái gì vậy? Phóng sự về bọn lâm tặc hợp tác với tàu hỏa. Em vừa chụp ảnh chúng tuồn gỗ lên tàu. Hoàng cười nhạt. Rõ ngao ngán cho cô bạn ngựa non của mình, lúc nào cũng sẵn sàng gây sự.

Trong tòa soạn, Ly Ly chỉ thua mỗi lão Bốn, tay nhà báo già đời chuyên về phóng sự pháp đình. Khác với lão Bốn viết để xác quyết tên tuổi mình trong giới chính khách và luôn lấy làm tự hào ngày một giao du rộng rãi với những tên tuổi lớn, Ly Ly viết chỉ vì tiền.

Chẳng thù chẳng ghét chẳng giận ai, cũng chẳng hy vọng nhờ phóng sự của mình mà xã hội sẽ tốt đẹp hơn lên, mỗi phóng sự chín trăm nghìn, mười phóng sự chín triệu, đơn giản thế thôi. Ai khen ai chê ai chửi mắng cũng thây kệ. Miễn là cô không sai, miễn là không phải đi đối chất với đương sự.

Một đêm đùa nghịch thỏa thuê, Ly Ly ngồi tách ra xòe tay giả cách đếm tiền, cái mặt phởn như say. Ôi tiền ơi, sao tao yêu mày thế! Hoàng quá ngạc nhiên. Hiếm khi thấy công nương đỏ lại khát tiền như Ly Ly. Hầu hết thái tử đỏ, công nương đỏ chỉ loay hoay làm thế nào xài hết đống tiền chưa kịp vơi đã đầy của nhà mình. Lắm kẻ như cuồng một đêm đốt cả tỉ đồng vẫn còn tiếc rẻ không có gì nữa để mà đốt.

Ly Ly vẫn chơi bời với đám thái tử đỏ, công nương đỏ. Chơi để tỏ cho thiên hạ biết cô là ai, cô chẳng bao giờ a dua theo bọn đó ném tiền qua cửa sổ. Ly Ly không hề quan tâm đến đống của cải nhà cô, cả tương lai của cô bố cô kỳ công sắp đặt cô cũng không để ý. Ly Ly về tòa soạn một tháng Tổng Biên Tập mới biết cô là con ông lớn. Tổng Biên Tập xuýt xoa tiếc rẻ, giá lão làm khó dễ để bố cô gọi điện cho lão có phải hay không.

Nhiều người chê Ly Ly bỏ qua cả núi phú quí vinh hoa lăn lóc ra đời bươn chải kiếm sống như kẻ thất cơ lỡ vận, có phải dại dột không? Ly Ly bỏ ngoài tai không thèm phân bua, cô vẫn ra sức chạy đua với bọn nghèo hèn nhặt nhạnh mấy đồng tiền còm công tác phí và nhuận bút. Ly Ly nhặt rất chăm và rất tham, thấy cô sôi sục kiếm tiền như kẻ sắp chết đói đến nơi cả tòa soạn ai cũng ngạc nhiên.

Ly Ly hất mặt đi qua những xì xào, người bụm miệng cười ruồi kẻ nhếch mép cười khinh. Kệ. Ly Ly là Ly Ly. Kệ sư bố các người, ai trọng ai khinh ai thương ai ghét.

Có lần đọc phóng sự của Ly Ly về sự tha hóa nhân cách vì đồng tiền với giọng đay nghiến chì chiết, Hoàng ôm bụng cười. Anh cười cái gì? Em biết anh cười cái gì rồi nhá! Ly Ly nhào tới bịt miệng Hoàng và ngã lăn ra cười. Ha ha... một kẻ hám tiền đi chửi một kẻ hám tiền khác. Thế mới gọi là cuộc đời, thế mới gọi là đàn bà! Thế hả? Hoàng phát vào đùi cô. Và... âng! Ly Ly khua tay như múa. Anh không biết chứ, cứ cô nào hay ngồi chê bai bà này bà nọ trốn chúa lộn chồng, đích thị cô ả cũng như vậy, có khi còn gấp mười! Thế hả? Và... âng!

Ly Ly là vậy đó, cô thích tự vạch trần trước khi người khác xía vào.

3

Hi vọng được Hoàng yêu là hy vọng hão. Tất cả những ai được Hoàng yêu đều đã chết. Đó là một sự thật.

Cũng có thể Hoàng đang sống cho một thế giới khác, một thế giới đã chết. Nếu không phải như vậy thì Hoàng đang mắc một bệnh gì đấy. Hoàng có bệnh không? Đã đến lúc phải nghiêm túc với câu hỏi này.

Chưa cặp với thằng nào mà nghĩ ngợi nhiều đến thế này. Bực cả mình.

*

Hòn đá *Trịnh-Nguyễn phân tranh* đấy a? Thuyền chưa cập bến Ly Ly đã đứng thẳng lên chỉ tay về hòn đá to lớn láng bóng như một cái trán vĩ đại đang nằm ở mép bờ sông, gần kề lối lên đê. Ừ, nó đấy. Hoàng chực đỡ Ly Ly xuống bến, cô hất đi, nhảy đại xuống chạy ù tới hòn đá. Xem kìa, dáng chạy cũng giống hệt Thùy Linh...

Đọc sách anh, em cứ hình dung nó ghê gớm lắm. Ly Ly ngồi chổm hổm trên hòn đá ngửa mặt nhìn Hoàng. Thì anh viết có gì ghê gớm đâu? Hoàng ngồi xuống cạnh Ly Ly ngó nghiêng ngắm nghía bốn xung quanh. Bao nhiêu năm rồi vẫn thế, vẫn không có gì cũ đi, chẳng có gì mới lên. Con đê cỏ xanh rì, bờ sông trắng lấp lánh vỏ sò vỏ hến. Và hòn đá *Trịnh-Nguyễn phân tranh* nằm im lìm như đợi ai đã mấy trăm năm rồi.

À nữa, rặng bần! Chúng vẫn mọc tràn trề dọc bờ sông. Lứa bần trước đã lụi tàn, lứa sau kịp sinh ra vô số đúng nơi bố mẹ chúng đã sinh ra và chết đi, vẫn xanh tươi mơn mởn, thô tháp xù xì như bao nhiêu thế hệ bần đã sinh ra và chết đi.

Tiếng con gì kêu trong những khóm cây bần nghe rờn rợn. Thoáng nghe khi như tiếng rên của người già, khi như tiếng trẻ con khóc mớ. Bao nhiêu năm chẳng ai biết là tiếng gì.

Còn tiếng chim "Đi... soạn cho hết!" nữa, nó đâu rồi?

"Đi... soạn cho hết!". Không biết chim gì, tiếng kêu của nó lảnh lót như một lời nhắn, một thành ngữ mơ hồ. Sau ngày Thị Trấn Ninh Giang bị máy bay Mỹ tấn công, tiếng chim ấy xuất hiện. Không ai nhìn thấy con chim ấy méo tròn ra sao, chỉ nghe nó kêu. Mới đầu không ai để tâm, về sau bom nổ nhà cháy người chết liên miên, ai nấy sợ hãi nhận ra con chim đang kêu mấy tiếng này: "Đi... soạn cho hết!". Người ta kháo nhau chừng nào còn nghe tiếng chim ấy, nhất định chiến tranh vẫn còn. "Đi... soạn cho hết", nghe hệt tiếng người, như tiếng loa phóng thanh kêu gọi bỏ chạy, như tiếng thét thất thanh của tổ tiên đâu đó giữa trời xanh.

Khốn nạn, biết chạy đi đâu, có mà chạy đằng trời. Dân Thị Trấn Ninh Giang táo tác dọn nhà tấp lên bãi cát ba ngàn hecta cách Thị Trấn không đầy một cây số. Lại vang lên tiếng chim "Đi... soạn cho hết". Lại chạy. Chạy mãi. Một vạn sáu dân ở nơi đây tan tác chín phương trời...

Tiếng chim vẫn không dứt, mỗi ngày mỗi nhiều hơn, không chỉ một con, rất nhiều con. Tiếng kêu râm ran khắp trời Khu Bốn. Khi tàn cuộc chiến, tiếng chim cũng mất tăm, vẫn không ai nhìn thấy chúng. Thật lạ quá. Bây giờ có kể lại thật khó có người tin. Nhưng Hoàng sẽ viết, nhất định thế. Không viết không chịu được.

Hễ nghe một tiếng gì bất chợt ở trên không là Hoàng lại nhớ đến tiếng chim kia.

Tiếng chim lảnh lót trong sương núi dọc suối Voang lại được Lý "dịch" ra thành khẩu ngữ thúc giục yêu đương. Yêu... rồi sẽ biết... Hứ hư. Lý rên lên cùng tiếng chim. Yêu... rồi sẽ biết... Hứ hư... Khi đã no tình, Hoàng hỏi Lý tại sao lại rên lên như thế. Lý lật sấp bưng mặt cười hí hi hi.

Ờ Lý, đúng rồi Lý, nhớ Lý quá...

Này! Ly Ly giật áo Hoàng. Mình lại vừa thất thố một điều gì rồi, Hoàng nghĩ. Anh vừa nói gì à? Mệt với ông quá! Ly Ly ngửa mặt dẩu miệng. Nói lại anh nghe xem nào? Giọng năn nỉ của kẻ không biết nịnh, cố gồng lên để nịnh nghe rất buồn cười. Anh nhớ về một cô Lý nào đó, rõ chưa! Thế à... Lý nào nhỉ? Ly Ly cười thầm, đàn ông lắm khi chẳng khác gì con nít. Thôi đi! Ly Ly nguýt ngang. Nhà văn nhớn cứ tiếp tục nhớ nhớ nhung nhung, không ai ghen tuông đâu mà lo.

Ly Ly nằm ườn ra hòn đá, vén áo lên tận cổ. Cô chẳng cần ý tứ với Hoàng. Vào lúc hoàng hôn bờ sông Ninh vắng hoe, có ai đâu mà sợ. Ly Ly che miệng ngáp, chỉ vài giây sau cô đã rơi vào giấc ngủ sâu.

Hoàng nằm bên Ly Ly, ngửa mặt nhìn trời. Không có tiếng chim nào cả. Chỉ có tiếng huýt sáo của Lý. Hoàng ơi, Hoàng ngốc lắm. Lý thích anh cơ mà! Lý đã kéo cổ Hoàng xuống suối, riết lấy anh trong hổn hển. Những chiếc hôn sặc nước, đốt nóng cả hai trong lòng suối ban mai.

Hoàng đẩy Lý tựa vào vách đá, dí mặt vào ngực Lý dúi dụi. Anh rướn lên. Ối mẹ ơi! Lý thét to, tiếng thét xé ruột. Một quầng màu hồng từ lưng chừng suối dần dâng lên, chậm rãi tan hòa vào trong vắt. Lý giấu mặt khóc rưng rức. Có việc gì không? Hoàng lo lắng hỏi. Lý khẽ lắc đầu, cô ngước lên nhìn Hoàng, cái nhìn trách móc và hàm ơn.

Rốt cuộc Lý đã mất và đã được, dù mất cái chưa đáng mất, được cái chưa nên được. Thôi mặc. Biết sống chết thế nào mà tính toán thiệt hơn. Có việc gì không? Nhi che vô. Cái gì? Nhi che vô... Nhi che vô là cái gì? Lý cười hí hi hi. Cô cắn nhẹ vào vai Hoàng.

Anh hay chưa, sao cắn em? Ly Ly vùng dậy cau có. À, anh xin lỗi. Hoàng tẽn tò vuốt vuốt xoa xoa vết cắn trên vai Ly Ly. Hất vai khỏi tay Hoàng, Ly Ly chực mắng té tát Hoàng, cô nhịn được. Ly Ly thoáng nhận ra mình đã sai lầm khi đưa Hoàng về nơi này. Vùng kí ức của Hoàng như vực thẳm, đã rơi xuống đấy rồi rất khó thoát thân.

Hoàng không nhận ra, anh đang rất hạnh phúc.

*

Sáng nào Lý cũng nhúng Hoàng xuống suối, thúc ép anh ngập vào những trận tình sũng nước. Không biết ai bày cho Lý cách tránh thai là nhúng dan díu vào nước lạnh. Nước suối ban mai lạnh buốt nhưng Lý biết cách đốt nóng Hoàng. Khúc suối bị quấy đảo sôi sùng sục.

Chem bôn se/ chem lút se! Lý kéo giật Hoàng cùng với những tiếng kêu lạ tai. Anh biết đó là một câu tiếng Nga nhưng không hiểu nó muốn nói gì. Qua hơi thở gấp, những cú giật nẩy lên của Lý, anh mơ hồ nhận ra cái tiếng Nga nặng trịch kia đang kêu gọi người ta dẫn tới. Hoàng điên cuồng dập theo nhịp ba từ, khẩu lệnh điên rồ của Lý. Chem bôn se/ chem lút se! Chem bôn se/ chem lút se...

Có tiếng gì như tiếng cối xay lúa, nằng nặng trầm trầm. B52! Ba chiếc B52 lừ đừ trườn qua đỉnh dãy núi Phượng Hoàng. Sao hôm nay chúng đến sớm thế nhỉ?

Chúng quặt trở lại rồi. Bom! Nó thả bom đấy, chạy đi! Không kịp nữa rồi. Một loạt tiếng nổ đanh chát chạy vùn vụt dọc suối Voang. Sau đó là những cú dội ngược trầm và nặng, không còn nhận rõ đó là bom từ trên trời rơi xuống hay ngàn vạn quả mìn chôn sâu dưới đáy suối đồng loạt phát nổ. Suối Voang bị bẻ gập, giật nảy, rã ra từng khúc. Nước suối nóng bỏng.

Lý ôm chặt Hoàng trong ba mươi giây. Ba mươi giây đủ cho cô kịp kéo quần lót lên, kịp nói với anh hai tiếng "Đừng sợ!". Sau đó cả anh và Lý bị tung bổng lên trời. Hoàng rơi tụt xuống đáy suối, đầu đập vào đá. Anh không thấy đau, không kịp nhận biết đầu anh đã rách toác sau cú đập trời giáng, một lần nữa anh lại bị tung bổng lên trời.

Hoàng xỉu đi chừng mươi phút trên bờ suối Voang, mở mắt bổng thấy một khoảng rừng trống hoác, sáng chói. Im lặng tuyệt đối. Khoảnh khắc im lặng sau trận B52 thật lạ, nó cho ta cảm giác hình như ta không còn sống, hình như nơi ta nằm là đáy mồ lạnh ngắt. Không có ai thấy được khoảng im lặng tuyệt đối như thế này, nếu không trải qua một trận B52. Trận bom chỉ mười lăm phút không hơn, có cảm tưởng nó kéo dài ngót mấy tiếng đồng hồ.

Hoàng gắng ngồi dậy. Anh đờ đẫn nhìn quanh. Một không gian rỗng toếch, trống trơn đến kì dị. Suối Voang không còn dấu vết, nó chỉ là những đám nước đọng giữa trống rỗng. Những rặng cây đại thụ um tùm hai bờ suối biến đi đâu mất, để lại những xác cây cháy rời rã, ngổn ngang, lấm láp bùn đất, tro than.

Hoàng chống gối đứng dậy, chợt anh ngã dúi dụi về phía trước. Bây giờ Hoàng mới biết một mảng da đầu bên trái bị bom phạt sắc lẻm, phơi ra trắng hếu. Máu ướt đẫm toàn thân. Anh úp tay vào mảng da đầu bị bom phạt lảo đảo lội qua suối, cứ thế đi như một kẻ mất hồn. Hoàng không hề nhớ tới Lý, không một phút giây nào, kể cả việc ra suối để làm gì anh cũng không hề nhớ.

Mãi tới khi thấy một nhúm tóc dài dập dềnh trước mắt Hoàng mới giật mình sực nhớ. Anh chạy vội đến, nhấc nhúm tóc lên. Nhúm tóc dính với cái sọ trọc lóc, trắng nhởn. Mặt Lý bị vạc đi một nửa, chỉ còn đôi mắt nhắm nghiền và cái trán nhăn nhúm, méo mó. Có cái gì rát buốt chạy từ gót chân lên đỉnh đầu, dội ngược xuống ứ đầy ở lồng ngực. Hoàng đánh rơi cái sọ, đứng chết điếng không biết bao lâu.

Ối trời ơi!

Tiếng rú như một tiếng sét đánh ngang, đập vào vách núi bốn phương tám hướng, dội vang cho đến vô cùng. Đó là tiếng lồng ngực Hoàng vỡ toác chứ không còn là tiếng rú. Có một tiếng bục trầm đục từ đáy ngực dội lên. Và mát rượi.

Hoàng chỉ nhớ có thế, những gì sau đó anh không còn biết.

Hoàng muốn khóc quá. Anh nấc lên và khóc. Anh khóc được rồi. Hoàng nằm úp mặt vào tảng đá *Trịnh-Nguyễn phân tranh* nhói lên từng tiếng nấc dài.

Ly Ly nằm im bên Hoàng. Cô không dám lên tiếng, không dám hỏi vì sao, ngay cả việc đưa ra một lời an ủi cũng không dám. Ly Ly biết rõ tính Hoàng. Bất kì một lời nào Hoàng nghe được lúc này cũng thúc đẩy anh làm những chuyện điên rồ. Cô vuốt nhẹ lưng Hoàng, ôm lấy anh, để cho anh vục mặt vào ngực mình mà khóc. Ối trời ơi! Hoàng gào lên thảm thiết, nước mắt ướt đẫm hõm ngực Ly Ly. Có đau đớn thế nào, một người hơn bốn chục tuổi đầu mới khóc thảm đến thế này.

*

Hoàng là ai là thế nào, lạy Chúa... Ly Ly không biết!

Hoàng thuộc típ người dễ lôi kéo nhưng khó nắm bắt. Muốn ngủ với anh thật chẳng khó nhưng để yêu anh hay để được anh yêu thật khó vô cùng.

Cái vẻ mặt khinh khỉnh trước những cám dỗ đời thường của Hoàng không nói lên điều gì. Bởi vì có lần Ly Ly đã nom thấy ánh mắt Hoàng sáng lên khi biết có cấp trên đang để ý đến mình. Tâm thế bất an lúc nào cũng sẵn sàng nổi điên đạp phá không thương tiếc bất kì cái gì trước đó anh hết sức nâng niu cũng không nói lên điều gì. Bởi vì nhiều lần Ly Ly đã chứng kiến Hoàng bình tĩnh đến lạ lùng, với những lý lẽ sắc bén đến lạ lùng, trước những kẻ du côn văn hóa chợt sinh ra chợt biến mất trong vùng văn hóa không rường cột đang rối loạn nhân tâm.

Hoàng là con đẻ của quá vãng nhưng anh đâu chỉ sống cho quá vãng. Anh chỉ sống cho riêng anh, cho những thèm muốn ích kỉ của riêng anh. Bằng chứng là Hoàng không thèm để ý đến những kí ức vinh hạnh của người đời, đôi khi anh còn tỏ ra khinh bỉ chúng.

Hoàng không có thần tượng, anh cũng chẳng yêu mình đến mức tự phong thánh cho mình. Anh là nhà văn tam bản, chỉ ba cuốn sách đã làm choáng ngợp bọn cần lao nhưng chỉ ba cuốn ấy thôi, mong chờ mỏi mắt cũng chẳng thấy anh cho ra thêm cuốn thứ tư.

Hoàng chẳng tỏ ra đắm đuối với văn chương, không mảy may hi vọng nhờ văn chương anh sẽ được người đời vỗ vập. Nhưng những trăn trở của anh đích thị là những trăn trở của văn chương, kì lạ thay anh lại da diết với chúng.

Những người lính thoát qua chiến tranh như Hoàng thường chứa trong mình một khối u liêm sỉ. Trong khi anh đem máu ra hòng tìm kiếm những gì vĩ đại thiêng liêng giờ đây anh không thể không chạy đua vơ vét những tầm thường, nhiều khi bẩn thỉu. Khổ thân những người lính như Hoàng.

Ly Ly ngoảnh mặt ra sông. Gió sông đang tràn về, mát quá. Thôi ngủ, một hai ba bốn năm sáu... ngủ ngủ ngủ.

Hoàng đã thôi khóc, anh nằm yên thở đều, cố gắng vãn hồi tâm tính. Không biết từ lúc nào, cái lối khóc trẻ nít, rú gào, giẫy giụa trở thành căn bệnh thê thảm của anh. Sau cơn khóc là những phút ngượng ngập và lo lắng. Anh sợ mình mắc một thứ bệnh gì đó như là chứng điên kịch phát.

Hoàng xoay mình ôm lấy Ly Ly, kéo cô vào lòng. Ly Ly đã ngủ say. Gió rười rượi, trăng miên man và tiếng sóng vỗ nhè nhẹ dễ ru người ta vào giấc ngủ. Ừ, phải ngủ thôi.3.

Lạy trời có thể ngủ được ngay! Một hai ba bốn năm sáu...

4

Ngày thứ hai. Sợ Hoàng rồi, mưa nắng thất thường quá.

Hoàng đúng là nhân vật tiểu thuyết. Thế nào là nhân vật tiểu thuyết? Điếu biết. Biết chết liền.

Ngoài một bà tên Lý, phát hiện thêm một bà tên Nụ. Nghe bọn Huy Đức, Bảo Ninh, Phạm Xuân Nguyên nói Hoàng có cả thảy 43 người tình. Đàn ông thật tởm.

Phải khẳng định mình không yêu hắn để khỏi phải lăn tăn. Nhưng mình vẫn muốn ngủ với hắn, thế mới tởm, he he!

*

Nghe tin hai phóng viên một tờ báo lớn về huyện, dù Ly Ly đã nói đi nói lại: "Anh Hoàng về thăm quê, nhân thể ghé thăm huyện", thường vụ huyện ủy vẫn bỏ dở cuộc họp đầu tháng ùa ra tiếp đón.

Người ta quá biết tên tuổi Ly Ly, tay nhà báo khét tiếng chống tiêu cực. Thành tích của cô thật đáng sợ: Hơn năm chục ông tham nhũng rũ tù, một tử hình chín chung thân. Không một phóng sự nào của cô mà Thủ tướng không phê một câu: "Cần kiểm tra và làm rõ." Chỉ riêng sự có mặt của Ly Ly cũng đã làm cho cả phố huyện xôn xao, huống chi Hoàng, nhà báo lão thành, nhà văn hàng đầu của đất nước, tự hào thay là đứa con của huyện Tuy.

Hai phút xã giao quanh bàn trà, những cái bắt tay vồ vập cùng với cái nhìn trộm xoi mói: "Chúng nó về đây làm gì nhỉ?" Người ta thừa hiểu những phóng viên gạo cội như Ly Ly và Hoàng về cơ sở không bao giờ chỉ để lấy thành tích cả, đấy là việc của các phóng viên chíp hôi mới nhập môn báo chí. Nhất định có một chuyện động trời sẽ được khui ra. Chuyện động trời là chuyện gì? Tuyệt không ai biết. Nếu khui ra thì chuyện gì mà chẳng động trời.

Vài ba câu đưa đẩy ngọt nhạt hoàn tất lối giao tiếp văn phòng, người ta lôi Hoàng và Ly Ly ra nhà hàng. Chiều nay vui cái đã, rồi các đồng chí cần chi chúng tôi xin cung cấp đẩy đủ. Chủ Tịch Huyện nở nụ cười chất phác. Nhìn mặt biết ông đã quá mệt mỏi vì những cuộc tiếp khách triền miên. Cuộc nhậu nào cũng quan trọng không thể không có ông. Vắng ông người ta sẽ không mạnh mồm gọi món, dù ông có dặn đi dặn lại: "Cứ phỉ phê vào!".

Phỉ phê là từ riêng của Chủ Tịch Huyện, có từ thời ông còn cắt cỏ chăn trâu. Lên huyện công tác mười năm ông vẫn liên tục dùng nó, chẳng ai thèm để ý. Khi ông trở thành người cán bộ đầu tàu, ngay lập tức "phỉ phê" bị cấp dưới, đặc biệt đám trợ lý của ông, ăn cắp bản quyền. "Phỉ phê" được ứng dụng khắp nơi, trong các cuộc nhậu, các cuộc tỉ thí cờ bạc, những mơn trớn trong hoan lạc, các cuộc họp nhỏ và các hội nghị lớn. Đến nỗi nghị quyết nào của huyện ủy "phỉ phê" cũng được xuất hiện đôi ba lần.

Đó không phải là bệnh tật của riêng huyện Tuy. Đó là nạn dịch đã lây lan từ thời Hoàng chưa sinh ra. Một đôi ba từ quen mồm của các vị cầm cờ thế nào cũng được đám trợ lý khai thác triệt để, cấp dưới hồn nhiên hưởng ứng rầm rộ, coi đó là thái độ biểu hiện lòng trung thành với cấp trên mà người ta nói trại ra là lập trường tư tưởng vững vàng.

Ngoài mặt Chủ Tịch Huyện làm ra vẻ không quan tâm lắm việc thiên hạ nâng niu thứ ngôn ngữ nhà quê vô nghĩa rỗng tuếch của mình, trong bụng ông lại khấp khởi mừng thầm. Nó chứng tỏ quyền lực của ông đang được củng cố ngày mỗi vững chắc thêm.

Chủ Tịch Huyện ngồi đối diện với Ly Ly, nụ cười đôn hậu thường trực dưới bộ ria mép. Tui vừa đọc bài xi măng lò đứng của Ly Ly... Được không anh? Ly Ly gọi người đàn ông hơn mình hai giáp bằng anh ngọt xớt. Cô gắp cho ông một miếng mồi ngon và mở to mắt chờ đợi. Ly Ly viết ai dám bảo không được. Thủ tướng còn khen, hạng tui là cái chi.

Chủ Tịch Huyện cười khơ khơ khơ. Chả hiểu ông cười về nỗi gì. Cấp dưới của ông được thể cười hùa. Bữa cơm từ thăm dò khách khí nhanh chóng chuyển sang vui vẻ thân mật. Người ta đua nhau tán dương bài báo của Ly Ly, tán dương luôn loạt phóng sự của cô, chờ dịp cô cao hứng để thăm dò lý do thực sự hai người lặn lội về đây.

Ly Ly thừa biết vậy, cô làm ra vẻ đang hứng chí trước dàn tụng ca láu lỉnh nhà quê kia. Cô nói huyên thuyên, chuyện gì chẳng ra chuyện gì, chút khoe khoang, chút hù dọa, chút tâm tình khiến Chủ Tịch Huyện và đám cấp dưới của ông không biết đằng nào mà lần. Họ chỉ biết cười và "đúng rồi".

Hoàng thảnh thơi uống rượu. Không ai còn để ý đến anh nữa. Anh thoát khỏi những câu hỏi chán ngấy đại loại: "Dạo này có tác phẩm nào mới không?", hoặc những lời khen ngợi nhai lại lời lẽ của đám phê bình vẫn viết nhăng cuội. Rụt cổ tì cằm vào ly rượu, Hoàng lim dim quan sát Ly Ly và đám cán bộ huyện bây giờ đã lên cơn phấn khích. Chủ Tịch Huyện đã vứt bỏ bộ mặt nghiêm nghị, tay múa miệng kể một chuyện cười cũ rích ông đã kể đi kể lại hàng trăm lần, lần nào cấp dưới của ông cũng ôm bụng cười lăn lộn.

Ly Ly cũng cười, dù đấy là thứ chuyện cười mà đám nữ nhà báo chán chồng mê trai của cô vẫn hay sáng tác. Khả năng khích động đàn ông của Ly Ly thật không ai bì được, riêng mặt này có thể gọi cô là một thiên tài. Cúc áo ngực vô tình tuột ra một chiếc, mở ra khe ngực sâu với hai bờ vun lên trắng muốt chảy tuột vào kín đáo. Ly Ly rướn lên, gắp bỏ cho người này chạm cốc với người kia. Với người nào cô cũng nở một nụ cười tươi tắn cùng với vòm ngực hở rất vừa tầm mắt. Toe toét với người này lúc này, e lệ với người khác lúc khác, xoay trở đảo điên một vòng, khiến gã nào cũng có cảm tưởng cuộc rượu này là của cô và gã.

Nhất định sẽ có cái gì đó sau cuộc rượu, con bé có cặp tuyết lê đến chó cũng phải thèm kia sẽ dành cho gã.

Đã đến lúc mọi người tranh nhau nói, tranh nhau ngoắc tay cạn cốc với Ly Ly. Chủ Tịch Huyện chừng đã say, ai nói gì cũng "ừ hé!" rồi ngửa cổ cười khơ khơ khơ. Nhốn nháo trước mắt Hoàng những cái mặt say. Những cái mặt say tranh nhau trổ tài với người đẹp, cố rặn ra những lời ca du dương và đua nhau kể những chuyện tục tĩu lẫn lộn với sâu sắc. Hoàng cũng đã say, mắt mờ dần, chợt lóe sáng chợt tối sầm. Đám người nhốn nháo quanh Ly Ly bỗng như lũ ác quỉ trong tranh của Beckmann, vũ điệu những bàn tay gớm guốc quanh người đàn bà tuyệt vời.

Hoàng thấy buồn nôn. Anh lẻn rời bàn tiệc đi ra ngoài. Đêm trăng non buồn và đẹp như bao nhiêu đêm trăng tuổi mười sáu của anh. Vẫn vậy thôi, bầu trời màu tím than, vầng trăng màu nõn chuối, vô vàn những ngôi sao li ti... Hoàng ngửa mặt nhìn trời, lững thững đi ra phía bờ sôngNinh.

Hoàng đứng trước hòn đá *Trịnh-Nguyễn phân tranh*. Cái trán vĩ đại hai mươi năm vẫn là cái trán vĩ đại, vẫn trơ ra không hề sứt mẻ. Ừ nhỉ hay nhỉ, cái gì cũng trơ ra cùng nhật nguyệt.

Hoàng ngả mình xuống hòn đá, lịm đi giữa rười rượi gió...

*

Một tháng sau trận B52 ở suối Voang, Hoàng được chị Nụ dắt đi tìm "đơn vị đực rựa", theo cách nói của chị. Những cô gái trong hang đá nhận ra họ không được và không thể giữ Hoàng lâu hơn được nữa. Sau cái chết của Lý, Hoàng biến thành một thằng cù lần, anh bịt tai khâu mồm suốt ngày nằm dài trong hang đá. Tìm được một hốc đá ở cuối hang, Hoàng chui vào đấy ngủ từ sáng đến tối.

Chị Nụ là người gần gũi Hoàng hơn cả. Những lúc rảnh rỗi, thường là vào đêm, chị chui vào hốc đá ngồi tỉ tê tâm sự. Hoàng nằm nhắm nghiền mắt mặc kệ chị kể kể nói nói. Chẳng nhớ chị kể gì nói gì. Hình như là những chuyện buồn cười ở quê thời chị còn con nít. Chị muốn Hoàng cười to một tiếng.

Một lần mỏi quá, chị nằm dài ra, dịch sát Hoàng, bắt anh gối đầu lên tay mình, miệng không ngớt nỉ non. Hoàng ngủ. Giấc ngủ bập bềnh những nỉ non khó hiểu của chị Nụ.

Sáng. Dập dềnh tấm thân nõn nà của Thùy Linh giữa dòng sông. Cặp tuyết lê trắng ngần nở phồng trong nắng sớm, nhấp nhô nhấp nhô....

Đêm. Đôi bờ mi dài khép hờ và nụ cười ngượng ngập rúc sâu vào nách Hoàng. Bờ môi hồng tươi khép mở, cái lưỡi mềm ấm nóng rụt rè trên môi anh. Hoàng riết Thùy Linh vào lòng, tay trượt dài xuống hõm tiên lúc này đã dầm dề thủy dục.

Có ai đó đẩy Hoàng lên, giúp anh lún sâu vào. Mái tóc xõa phủ kín mặt anh, cột cổ anh chặt cứng. Hoàng giật hai ba lần cổ vẫn mắc cứng trong mái tóc. Anh thúc mạnh, mỗi lần thúc mỗi lần giật ngược cổ lên. Mặt Hoàng vẫn bị vùi trong tóc, mái tóc ngậy mùi lá bưởi rừng. Hoàng giật mạnh, thúc mạnh, mạnh nữa. Rồi! Cái cổ đã bung ra khỏi mớ tóc.

Hoàng thấy mình trần như nhộng trong hốc đá. Sông Ninh và hòn đá *Trịnh-Nguyễn phân tranh* biến mất. Bên anh là chị Nụ đang nằm sấp, da thịt trắng ngần rung rung trong đêm. Hình như chị đang khóc vì những ham hố quá trớn. Cũng có thể chị đang cười khúc khích sau vô tình kiếm chác được thỏa thuê. Hoàng vùng dậy vội vàng mặc quần áo, bỏ hốc đá đi thẳng.

Hoàng muốn bỏ trốn, trốn đi đâu cũng được miễn là thoát ngay khỏi cánh rừng này. Anh đi dúi dụi xuống suối Voang, bên kia bờ suối là ở đâu không cần biết, cứ bừa đi như lúc mới ra đi rồi tất sẽ đến một nơi nào đó. Một tiếng "toác!" bất chợt vang lên trong đêm. Tiếp sau là tiếng hổ gầm vang động. Hoàng sởn cả da gà, đứng dúm dó bên gốc cây lớn. Hoàng nín thở quay gót. Rón rén được dăm bảy bước, anh vùng chạy. Hoàng chạy rối mù trong đêm tối giữa cánh rừng săng lẻ.

Một người đứng chắn ngang. Hoàng bập đánh hự vào ngực người đó, vòng tay siết anh chặt cứng. Hoàng, chị đây! Chị Nụ, vẫn là chị Nụ, người chị can trường của cánh rừng con gái. Không thể nào thoát khỏi vòng tay cứng như sắt của chị.

Không! Hoàng cố rứt ra. Bình tĩnh, Hoàng! Chị Nụ đây mà... Không!... Buông ra!... Hoàng ẩy mạnh, chị Nụ ngã ngồi. Anh nhảy đại sang bên, chạy. Chị Nụ bật khóc. Chị nằm úp trên tảng đá, bật lên một tiếng nấc dài. Tiếng nấc nhói đau tức tưởi. Hoàng quay lại ngồi xuống cạnh chị, đầu bẻ gập lặng câm.

Chị Nụ ngồi dậy thong thả cuốn tóc. Để mai chị đưa em đi. Em làm thế này bĩ mặt các chị quá... Hoàng ngước lên mừng rỡ. Chị biết em khinh chị lắm. Nhưng em không biết đâu... các chị cực lắm em ơi! Chị Nụ nói như rên. Hai tiếng "em ơi" chua xót nghẹn ngào vói lên giữa rừng đêm nghe như tiếng vọng mơ hồ một linh hồn đã chết.

*

Hóa ra "đơn vị đực rựa" không xa lắm. Không tới nửa ngày đường họ đã đến nơi.

Thằng ni thì lính tráng chi hè! Xê Trưởng ngửa cổ phun hết khói thuốc lào. Phải cảnh giác đồng chí ơi! Xê Trưởng say thuốc, ông nằm dài ra không cần biết mình đang tiếp khách.Tụi con nít tưởng đi bộ đội sướng lắm, đua nhau bỏ nhà đi cả. Rứa đo! Tui còn lạ chi. Xê Trưởng cười khơ khơ khơ.

Không anh ạ. Nó lạc đơn vị thật. Chị Nụ hạ giọng ngọt mềm, không mấy khi chị ngọt mềm như vậy. Rứa đơn vị mô, nói nghe coi? Nó mới nhập ngũ có một ngày. Chị Nụ chép miệng. Máy bay đuổi chạy gần chết, tóa hỏa tam tinh, còn biết đơn vị nào đâu. Xê Trưởng cười khơ khơ khơ. Chị coi bầy tui như con nít.

Xê Trưởng ra sau nhà đứng đái, vừa đái vừa nói vào. Bảy năm lính, ba năm rừng Trường Sơn, tui lạ chi lính lạc rừng. Lính lạc rừng khôn bỏ cha, có đứa mô ngu ngơ như thằng ni. Xê Trưởng đi vào lấy nước súc miệng, nhổ toẹt ngay dưới chân. Nhưng thôi, cứ để hắn đó cho tui. Chị Nụ vui vẻ nháy mắt với Hoàng.

Anh nhận nó anh nhé? Chị Nụ hướng về Xê Trưởng, cái nhìn khẩn khoản. Nói rồi, cứ để hắn đó cho tui. Xê Trưởng rít thêm một điếu thuốc lào nữa. Ông há miệng phun khói thuốc, trợn mắt nhìn theo khói thuốc đang cuồn cuộn bay thẳng tới mặt Hoàng. Cứ như quyết định nhận Hoàng theo khói thuốc lào từ cổ họng tuôn ra. Khói thuốc lào tan cũng là lúc thủ tục nhận một người lính mới được hoàn tất. Thật khỏe re.

Chị Nụ ra về. Chị chào hai ba lần Hoàng mới ngước lên. Bắt gặp cái nhìn trách móc ươn ướt nhớ thương hờn dỗi, chỉ một thoáng thôi cũng đủ cho Hoàng xốn xang một nỗi ăn năn.

*

Ngồi đó nghe! Xê Trưởng xách điếu cày bỏ đi, đi đâu không rõ, mãi không thấy về. Hoàng ngồi buồn thiu trong lán. Thi thoảng có người đi qua, ngó vào một cái rồi bỏ đi thẳng. Doanh trại lính tên lửa buồn thiu. Đời lính lạnh lẽo, tẻ nhạt thế này a?

Hoàng đứng dậy cẩn thận ngó quanh, rón rén đi ra sân. Cẩn thận ngó quanh một lần nữa vẫn không thấy ai, anh vùng chạy về phía chị Nụ đang trở về hang đá. Chẳng có ma nào đuổi theo. Cửa doanh trại không ai gác, cũng chẳng hề có cái bót gác uy nghiêm như Hoàng tưởng tượng. Một đôi người đi tắm dưới suối lên, thấy Hoàng chạy như ma đuổi họ chỉ dừng lại nhìn theo, chẳng ai thèm lên tiếng hỏi lấy một câu.

Chị Nụ vừa lội qua suối Hoàng cũng vừa đuổi kịp. Sao? Chị Nụ sửng sốt nhìn. Hoàng lúng ta lúng túng hết ngước nhìn chị Nụ lại cúi nhìn chân mình. Anh ngồi bệt, găm mặt vào đầu gối. Hay là muốn về lại chỗ các chị? Chị Nụ vỗ nhẹ vai Hoàng. Lính tráng thì ở đâu cũng thế thôi. Có điều ở đây có anh có em chứ chỗ chị rặt mỗi đàn bà con gái... Hoàng không hề ừ hử. Mày rồi cũng đến khổ thôi em... Chị Nụ thở ra ngao ngán.

Bốn chiếc F105 từ hướng Đông Nam ập đến, bay sát sạt, tiếng rít làm nứt toác cả cánh rừng yên tĩnh, trong chốc lát biến mất tăm giữa ngút ngàn rừng dẻ Tây Trường Sơn.

Muốn thế nào thì nói đi, chị còn về, trưa rồi. Chị Nụ cầm vai Hoàng lắc lắc. Hoàng vẫn nín thinh. Bỏ tính con nít đi em ạ, không khổ lắm đấy. Ở đây không phải như ở nhà đâu. Chị Nụ âu yếm vuốt tóc Hoàng. Mười lăm phút không ai nói một lời, Hoàng vẫn găm mặt vào đầu gối, cứ như có hòn đá tảng đè lên sau gáy anh.

Thôi, chị về đây. Chị Nụ chép miệng quay gót. Chị Nụ! Hoàng bật dậy chộp tay chị Nụ. Chưa kịp hiểu ra làm sao chị đã bị Hoàng ôm chặt cứng. Ơ...! Run lên một tiếng kêu như khóc. Em ơi thế này có phải không?... Hoàng như điếc bập mặt vào cổ chị hôn tới tấp...

Chị Nụ khuỵu xuống, từ từ lựa chiều cho Hoàng dần ngửa chị ra. Chị vò tóc Hoàng, vò và giật từng cơn đau điếng. Hoàng chúi mặt vào bộ ngực đầy vun, lúc này đã phồng lên quá cỡ. Anh hối hả dấn sâu vào, thúc mạnh. Riết chặt lấy cổ Hoàng, chị bật cong nhịp nhàng cùng với những tiếng hức hức như tiếng nấc hờn dỗi của con trẻ.

Nước mắt Hoàng vụt trào không cách gì kiềm chế, trong chốc lát đã ướt đầm ngực chị. Mỗi lần thúc mạnh là mỗi lần nước mắt trào vọt. Hoàng thúc như điên, đâm tan nát đóa diêu bông người chị can trường suốt đời anh ngưỡng mộ.

Hoàng không phóng được, mãi vẫn không phóng được. Nước mắt Hoàng không ngừng chảy. Không cố được nữa, anh nằm vật ra bất động, mắt mở trừng trừng nước mắt chảy ròng ròng. Khát nước kinh khủng, chưa bao giờ khát thế này.

Bên anh gương mặt rám nắng khô giòn biến mất, thay vào đó là gương mặt thanh tân chứa chan hạnh phúc. Gương mặt hồng tươi ánh lên rực rỡ. Đôi mắt tỏa sáng lấp lánh một điều gì không thể tả. Những giọt mồ hôi lấm tấm óng ánh nắng trời và nụ cười mê mệt nở lịm trên môi.

Đến chết Hoàng cũng không thể quên gương mặt đẹp diệu kì buổi trưa ngày cuối cùng tuổi mười bảy của anh.

*

Hoàng hấp tấp quay trở lại doanh trại. Cậu mô về? Xê Trưởng gườm gườm nhìn anh. Một tiếng rốc két đanh gọn chát chúa. Tiếng rít sởn óc của bốn chiếc F105 vừa quay trở lại. Khói bốc ngùn ngụt phía cánh rừng chị Nụ đang đi.

Hoàng quay lưng bỏ chạy, lập tức bị Xê Trưởng túm cổ áo giữ lại. Đi mô? Vào nhận quân trang! Hoàng lủi thủi đi theo Xê Trưởng, ruột gan bỗng như sôi. Xê Trưởng không cần biết Hoàng đang nghĩ gì, ông ném cho anh đống quân trang mới. Từ nay cậu làm liên lạc cho tôi, ăn ngủ với tôi luôn, rõ chưa?

Sau này Hoàng mới biết liên lạc là nói cho oách, thực ra là làm Osin cho Xê Trưởng, ấy là theo cách nói thời nay, lính tráng vẫn gọi là công vụ. Xê Trưởng không hề có tiêu chuẩn vương giả này, cũng như các đại đội trưởng khác ông mặc nhiên chiếm dụng lính liên lạc, biến Hoàng thành một tạp vụ kiểu Osin.

Ngày thứ nhất không phải làm gì, ngồi nghe Xê Trưởng nhắc nhở quân lệnh cũng đủ oải người. Khuya lắm Xê Trưởng mới cho mắc màn đi ngủ. Hoàng nằm yên nghe Xê Trưởng rít thuốc lào và đọc báo. Xê Trưởng đánh vần rất khó nhọc đã thế lại đọc cực to, cứ như chữ nghĩa mắc họng cố khạc ra cho bằng được. Cứ năm bảy chữ ông lại ngừng đọc, rít một điếu thuốc lào. Đọc mãi vẫn chưa xong tin thắng trận không đầy hai trăm chữ. Ở đâu ra những người lính như thế này trong quân chủng rặt những tay có chữ? Chịu.

Xê Trưởng nằm dài ra giường. Ông ngáp, tiếng ngáp ớ ợ ơ nghe gớm chết. À!... Xê Trưởng ngoảnh mặt sang Hoàng. Cái cô lúc trưa đưa cậu đến đây tên chi? Dạ... Nụ. Chết rồi! Hoàng giật bắn, lập cập chạy đến giường Xê Trưởng. Sao ạ? Rốc két bắn thủng bụng, chết ngay tắp lự!

Gớm, ruột phơi đầy suối ăn của tiểu đoàn. Xê Trưởng ngáp dài. Thôi ngủ đi. Mai tôi giới thiệu cậu với anh em.

Hoàng rơi xuống giường, nằm trơ cho đến sáng, lồng ngực rỗng không, rỗng đến nghẹt thở. Anh không khóc, không hề nhỏ được một giọt nước mắt nào.

*

Anh buồn cười, đi lúc nào không báo cho người ta một tiếng? Ly Ly dần mình xuống cạnh Hoàng, cô muốn xổ ra một tràng cho hả giận. Anh say. Hoàng mở mắt lờ đờ. Say thì không thể có mấy lời cáo lỗi à? Ly Ly gắng ngậm miệng cố tránh một cuộc cãi cọ vô ích.

Hoàng ngồi dậy vớ chai nước suối tu một hơi sạch chai. Em không biết đó thôi. Trong cuộc rượu, nếu say thì trốn về, ngu mà cáo lỗi xin về. Chẳng những không ai cho về mà còn bị người ta ép uống thêm cho đến chết. Nhưng đây là chốn lạ, đâu phải bạn bè của anh? Ly Ly vẫn ngứa mồm muốn cãi. Người ta bỏ ra một đống tiền mời mình thì mình cũng phải thế nào, ai lại thế! Chà, tiền của chúng nó đâu... Hoàng lầu bầu.

Ly Ly không biết đối đáp thế nào mỗi khi Hoàng giở võ cùn. Anh chàng được chiều chuộng từ tấm bé, vừa lớn đã thành danh, từ nhà ra ngõ từ ngõ ra đời đâu đâu cũng được nâng niu chiều chuộng. Nhiều quá hóa nhàm, Hoàng mất dần niềm vui mà lắm kẻ chỉ mong có được một lần trong đời. Anh thấy đó là thứ tình cảm không cần thiết, có nó chẳng vui sướng tự hào gì, lắm khi chỉ tổ phiền toái.

Hoàng thích sống cho anh, cho chỉ mỗi mình anh thôi. Hình như anh đang âm thầm cắt đứt mọi ràng buộc với người đương thời, lẳng lặng chui vào quá vãng. Có phải thế không nhỉ?

Mọi người tìm anh đến chết, gọi điện khắp nơi. Ly Ly đã hết nhăn nhó, cô thấy nhẹ nhàng hơn. Em về nhà khách, không có. Đoán thế nào anh cũng ra đây nhưng em không nói với ai hết. Nói ra sợ người ta biết chỗ bí mật của tụi mình. Ly Ly nằm xuống bên Hoàng mân mê vành tai anh rủ rỉ.

Vớ vẩn. Tìm làm gì, anh đâu còn con nít. Với lại xứ này là chốn của anh... Ngốc lắm! Ly Ly kéo tai Hoàng. Người ta đâu cần tìm anh. Anh có chết đi thì cũng thây kệ. Người ta đang chứng tỏ với em. Thấy họ lăng xăng chạy đi chạy lại em mót cười đến chết. Khiếp quá, đang vui vẻ bỗng mất tích một nguyên khí quốc gia... Nguyên khí cái con... Ly Ly chộp lấy vật mà Hoàng chực văng ra. Anh không được nói thế mà nó tự ái! Hoàng cười khục khục.

Chưa khi nào em ghét anh được mười phút. Tức thế! Ly Ly phát mông Hoàng mấy phát. Cô ngồi dậy, vén tóc. Thôi, không đùa nữa. Em bảo này, vui duyên mới không quên nhiệm vụ. Ngày mai anh gặp tay Chủ Tịch Huyện làm cái Interview. Phải nịnh nó một chút kiếm thêm ít tiền. Xem chừng ở đây hơi lâu đấy. Vụ này chúng nó ém kĩ lắm. Sao em không phỏng vấn? Tên anh to bằng cái nia, phỏng vấn chúng mới thích. Còn em làm gì? Em đi chơi động Gió, tay Phó Chủ Tịch Văn Xã hẹn em rồi. Hắn chỉ hẹn mình em thôi. Tất nhiên em cũng muốn cho anh ra rìa.

Cái mũi hếch vênh vênh đắc chí. Hoàng cười tủm, rút thuốc châm lửa hút. Anh biết mọi việc đã được Ly Ly khéo léo sắp đặt. Dù ham vui đến đâu cô cũng không quên mục đích họ về đây.

Có vẻ như tay Phó Chủ Tịch Văn Xã là nguồn gốc của việc khai man hai ngàn mộ liệt sĩ để rút tiền nhà nước. Mỗi mộ bảy triệu rưỡi bao gồm các khoản từ tìm kiếm hài cốt đến xây cất. Một ngàn mộ là bảy tỉ rưỡi, hai ngàn mộ là mười lăm tỉ. Tiên sư mấy thằng nhà quê chưa thành thục bốn phép tính lại tính nhẩm rất nhanh tiền triệu tiền tỉ.

Phó Chủ Tịch Văn Xã cũng có mặt trong cuộc nhậu. Cái mặt hóp dài, đôi kính cận bốn diop, mái tóc lưa thưa trước trán rậm rì ở gáy gây cho người ta cảm tưởng đây là tay trí thức khắc khổ, lên chức lên quyền cũng nhờ khắc khổ và có tri thức. Hắn không quá vồ vập cũng không quá rụt rè trước một đại danh là Hoàng và "tên sát nhân lương thiện" là Ly Ly. Là kẻ kiệm lời nhất trong đám nhậu, với cái nhìn ngơ ngác của anh cận thị và nụ cười khiêm nhường của người có học, hắn dễ gây ấn tượng với đàn bà, nhất là loại đàn bà ngổ ngáo như Ly Ly.

Cả nhà tôi đều đọc sách anh. Phó Chủ Tịch Văn Xã nhỏ nhẹ nói với Hoàng. À thế ạ? Hoàng lịch sự đáp lại. Anh không còn rung động trước những thông tin đại loại như vậy. Phó Chủ Tịch Văn Xã đoán được thái độ của Hoàng, hắn vừa rót bia vừa chiết ra một thứ giọng cực chân thành. Anh có biết vợ tôi nói thế nào không? Vợ tôi nói ông Hoàng rồi khốn nạn cả đời. Đàn ông mà đa đoan chẳng thấy ai hạnh phúc cả. Hắn rủ rỉ nói, kính cận bốn diop che được đôi mắt rắn khô lạnh, chúng ánh lên vẻ thật thà chân chất.

Hoàng lập tức chú ý ngay nhận xét đáo để kia. Hắn làm như không để ý đến Hoàng, vẫn rủ rỉ nói. Tôi bảo nhà văn mà đơn đoan đâu gọi là nhà văn. Ừ thì anh cũng viết ra văn đấy, nhưng cái thứ văn chương đơn đoan hỏi sống được mấy hồi? Hắn ngẩng lên nhìn thẳng vào mắt Hoàng như muốn hỏi: "Tôi nói vậy có đúng không?"

Lời khen ngợi rất độc, đánh đổ sự thờ ơ của Hoàng. Anh không còn xem thường người nói chuyện với mình nữa. Rõ ràng đây là loại độc giả cao thủ mà bất kì nhà văn nào cũng muốn lắng nghe họ. Cái cách lấy lòng rất chuyên nghiệp không ngờ ở nơi xó xỉnh quê mùa này cũng có người biết.

Rõ là loại đàn ông cáo già. Loại này thường quyến rũ đàn bà sắc sảo thông minh như Ly Ly dễ như trở bàn tay. Trước mắt đàn bà không lúc nào cố gồng mình lên, ngược lại, họ làm như đang cố thu mình lại, rủ rê mời gọi đàn bà con gái bằng vẻ khiêm nhường ẩn chứa nhiều bí mật thú vị. Họ thường khép mình chăm chú lắng nghe hết thảy, thỉnh thoảng thả ra vài nhận xét vu vơ nhưng chứa đựng cả một bể học và sự từng trải. Lại ngồi im chăm chú lắng nghe, chỉ hơi khẽ gật đầu trước những nhận xét sắc sảo và mỉm cười độ lượng với những ý kiến ngô nghê. Sự lặng lẽ chết người đánh bạt tất thảy thứ đàn ông lắm mồm to xác.

Ngày mai hắn đưa Ly Ly đi động Gió. Hoàng thấy lo lo.

Sao thở dài? Ghen hả? Ly Ly búng mũi Hoàng hai búng. Quỉ cái! Chẳng có gì không đọc được. Thứ đàn bà quá thông minh luôn đi guốc trong bụng đàn ông thường vẫn bị chết đứ đừ trước những gã đàn ông rủ rỉ rù rì như Phó Chủ Tịch Văn Xã.

Ừ, ghen. Khéo không chỉ một ngày động Gió anh chẳng còn em nữa... Hoàng thật thà thú nhận. Ly Ly cảm động. Cô vuốt vuốt ngực anh. Bao nhiêu năm yêu anh, giờ mới được hưởng một chút ghen tuông của anh. Vinh dự tự hào quá đi mất!

Hoàng kéo mặt Ly Ly, khẽ hôn lên trán. Chỉ chờ có thế, Ly Ly riết anh trong chiếc hôn dài ngậm hơi nghẹt thở. Em không mệt à? Hoàng lùa tay vào mớ tóc dày của Ly Ly. Sao hỏi thế? Định trốn tránh quyền lợi của người ta à? Ly Ly rướn lên sấp mặt lên cổ Hoàng, tóc xõa ra trùm kín mặt anh.

Mùi hoa bưởi thơm nồng. Chỉ có hoa bưởi làng Thuần huyện Tuy mới có mùi như thế. Hoàng chẳng biết đâu, nghe Thùy Linh nói vậy. Thùy Linh nói gì nhỉ? Ly Ly giơ nắm đấm dứ dứ trước mặt Hoàng. Anh có nói gì đâu? Xời, có nói gì đâu... ghét anh lắm. Tiếng dỗi hờn rưng rưng.

Ừ, có nói gì đâu, chỉ có mùi hoa bưởi làng Thuần. Thơm thật thơm, thơm như mùi con gái mười sáu... Mùi hoa bưởi đã đột ngột đóng cửa mọi giác quan, kéo Hoàng vào giấc ngủ sâu.

Dòng sông chảy lềnh loang, lấp lánh màu lá mạ. Tiếng chim "Đi... soạn cho hết" cất lên một lần rồi chết hẳn. Chập chờn xanh đỏ. Những vạch quang phổ bảy màu lần lượt trượt qua và biến mất tăm. Tiếng đàn cò rên rỉ ở đâu đó xa lắm. Nghe như tiếng trẻ con khóc. Những cột khói nở bung, túa ra hai màu vàng tím, cuồn cuộn bốc lên trời. Mặt chị Nụ và mặt Lý xếp chồng lên nhau, nửa này ửng hồng, nửa kia tái nhợt. Nghe như tiếng ai hát một câu gì đã biết từ lâu lắm nhưng nhớ mãi vẫn không ra. Tiếng ô tô lao xuống vực. Vệt đèn pha chói sáng, xói sâu vào hốc mắt. Kia kìa, ô tô đang lao tới Thùy Linh. Kìa, nhanh lên... Cứu!...

Hoàng hét ngược.

Sáng rồi. Nắng vàng rực tràn trề bãi sông.

Ly Ly đã đi động Gió, để lại trên mình Hoàng một vệt mực bút bi kéo loằng ngoằng từ ức tới rốn: *"Tiền em để dưới góc trái tảng đá. Ăn những gì anh thích, làm những gì em dặn. Em đi hú hí với bọn gian thần đây! Ai bảo tối qua ngủ khì không chịu cho em? - I hate you!"*

5

Ngày thứ ba, một ngày dài hơn thế kỉ.

Xin thề kiếp sau không làm báo. Có làm báo cũng không dây với bọn sâu bọ. Không dây với bọn sâu bọ thì làm báo làm gì... ô hay?

Con Thà Nhà đài gọi điện cho mình, nói đàn bà muốn kiếm được nhiều tiền mà không phải làm đĩ thì làm gì nhỉ? Mình nói bừa: Làm báo. Nó cười vang, nói làm báo cũng là làm đĩ mày ơi! Ừ nhỉ!

Đôi khi mình thấy tởm mình quá...

Note: Có khi Hoàng chết non. Bệnh nặng quá rồi.

*

Hoàng vươn vai vặn lưng, anh lững thững lội xuống sông.

Dòng sông ban mai xanh ngắt, lăn tăn những sợi sóng bạc, lóng lánh nắng. Hoàng lội ào ra. Nước ngập đến đâu mát lịm đến đó. Anh lặn sâu xuống đáy sông. Lớp cát mịn màu vàng sẫm lẫn những viên cuội nhỏ trắng muốt. Những chú cá bé tí đang ngút ngoắt đuôi quanh những cụm rêu. Một hai con cua già nửa bò nửa bơi lệt bệt. Đám ốc xoắn trắng bợt nằm lúc lắc nhả bọt. Vùn vụt đám cá chuồn phóng đại lên mặt sông. Đám cá đuối cắn đuôi nhau thung thăng như đám rước của con trẻ.

Thế giới bé con của Hoàng hiện ra trước mắt, rất gần, gần đến nỗi chỉ cần với tay là chạm phải. Hoàng ráng đuổi theo đám cá đuối. Chúng cứ bơi lượn lờ thế mà đuổi mãi không kịp. Hoàng ngạt thở ngoi lên, anh lật ngửa thả nổi trên nước. Chỉ cần khẽ vẫy hai tay anh có thể nằm yên trên mặt sông hàng giờ liền.

Hoàng đã nằm như thế này đợi Thùy Linh. "Chờ đợi mãi cuối cùng em cũng đến". Từ trong đám cây bẩn men bờ sông, Thùy Linh bước ra, trắng muốt và lấp lánh. Cô tung tăng lội ra sông, hướng về phía Hoàng và lật mình chao nghiêng, như mảnh trăng non chao nghiêng xuống dòng sông những hoàng hôn đứng gió...

Đố bắt được đấy! Thùy Linh bơi một quãng xa, lật nghiêng người về phía Hoàng vẫy vẫy. Thật không? Thật đấy! Rồi nhé!... Hoàng nhún mình lao thẳng phía Thùy Linh. Bằng lối bơi ếch nhuần nhuyễn, chỉ một nhoáng anh đã đuổi kịp Thùy Linh. Hoàng cầm lấy chân trái Thùy Linh kéo lùi. Đừng có hòng nhé! Thùy Linh kêu toáng lên, cô úp mặt đập nước lia lịa. A ha! Bơi như chuồn chuồn đạp nước thế thì... Cứ đuổi kịp xem nào! Rồi nhé!... Hoàng dưới lên vượt trước Thùy Linh, anh đột ngột quay gập ngược trở lại, chồm lên chực ôm ghì lấy Thùy Linh.

Cậu Hoàng về khi mô đó? Người đàn bà giặt chiếu nghiêng người tránh cú vồ của Hoàng, chị tủm tỉm chào

anh. Chị biết anh không cố tình sàm sỡ. Vâng, em mới về...
Hoàng ngượng ngập chào Chị Giặt Chiếu. Không biết nói
gì thêm, anh quay lại bờ sông, lặn một hơi thật dài. Giá lặn
mất tăm được thì tốt, thật ngượng quá đi mất. Rõ ràng anh
vừa trải qua một cơn mê bất chợt. May mà anh không đè
nghiến Chị Giặt Chiếu ra bờ sông, may quá.

Nhớ ai mà hét ẩm lên rứa cậu? Hoàng vừa nổi lên
đã thấy Chị Giặt Chiếu đang nhìn mình, nụ cười tươi rói.
Hoàng ngắm mãi nụ cười tươi rói ấy. Về quê mới thấy
những nụ cười tươi rói trên gương mặt già nua của những
người đàn bà. Đàn bà quê thường thế. Lam lũ bần hàn đã
vắt khô những gương mặt xinh tươi nhưng nụ cười và đôi
mắt thì không cưỡng được, vẫn lấp lánh xuân xanh giữa
già nua xám xịt.

Nếu Thùy Linh vẫn còn sống ở đâu đó với một ông
chồng chân quê và một đàn con líu ríu năm một thì chắc
gì cô đã khá hơn Chị Giặt Chiếu. Hay đây là Thùy Linh? Có
thể lắm chứ. Bao nhiêu năm rồi còn gì. "Thời gian khổ đau
làm biến dạng con người." Ai đã nói thế nhỉ? À đúng rồi,
Hoàng vừa đọc được trong trường ca *Ảo ảnh tình yêu* của
G. Boccaccio, nhà thơ Ý khét tiếng một thời. Phải thế này
mới đúng: Thời gian khổ đau đã bóp méo nàng, bóp méo
cả tình yêu vĩnh cửu.

Chào cậu. Chị Giặt Chiếu vắt chiếu qua vai, quay lại
nhìn Hoàng, nụ cười thân thiện. Chị cúi đầu đi ngược lên
đê. Hoàng đứng ngóng theo. Lúc lúc chị ngoái đầu nhìn
lại, tuồng như muốn nói một điều gì.

Có khi Thùy Linh cũng nên. Dân Thị Trấn có ai ra sông giặt chiếu bao giờ. Sông nước lợ thì giặt giũ cái gì. Vả, có giặt giũ tắm táp thì người ta ra bến sông, sao lại ra đây?

Thùy Linh! Hoàng kêu to. Anh chạy thục mạng lên đê. Chị Giặt Chiếu dừng lại chờ anh... Hoàng vượt lên trước chị, chắn ngang lối đi. Có phải Thùy Linh không? Hoàng đây. Hoàng đây mà! Chị Giặt Chiếu cúi đầu tủm tỉm cười, mãi sau mới ngước lên, nụ cười vẫn không tắt. Tui tên Nhàn, con ông Mệt Lân. Hoàng đứng ngây. Cậu không nhớ tui mô. Nhưng tui thì nhớ cậu. Thật không chị? Thiệt. Chị cúi mặt nghiêng người đi qua Hoàng.

Chị Giặt Chiếu đã mất hút trong xóm chợ cuối bờ đê. Đúng rồi, chị Nhàn con ông Mệt Lân, học trước Hoàng một lớp. Thùy Linh làm gì có ở nơi đây. Cô đã ra đi lúc mười sáu tuổi, cô không đủ can đảm trở về nơi đây dù chỉ một ngày. Hoàng biết chắc như vậy...

*

Ngày Hoàng còn làm liên lạc cho Xê Trưởng ở Tây Trường Sơn, cơm chiều xong Xê Trưởng đủng đỉnh đến chỗ Hoàng, đứng xỉa răng không nói gì. Hoàng thấy hơi lạ. Mi có em mô dấm sẵn ở nhà không? Hoàng muốn nói không, nhìn mặt Xê Trưởng anh linh cảm mình sắp được thưởng công. Dạ có! Hoàng ngước mắt chờ đợi. Sang hậu cần lĩnh hai yến gạo, bán đi rồi về quê. Bốn ngày đó nghe, liệu hồn cho đúng hạn.

Hoàng sướng run. Anh không ngờ mình được hưởng lộc của Xê Trưởng. Lính binh nhì nhập ngũ chưa đầy năm đã được thủ trưởng thả cho về bốn ngày quả là đại phúc. Sau này Hoàng mới biết đơn vị chuẩn bị chuyển vào núi Giàng, anh cũng chuẩn bị chuyển sang làm trắc thủ hệ tọa độ, khỏi phải làm cần vụ cho Xê Trưởng. Bốn ngày phép bất ngờ là vì vậy.

Hoàng đi ngay trong đêm. Vác hai yến gạo không kịp bán hùng hục băng rừng vừa đi vừa chạy, ra đến cửa rừng vừa trời sáng.

Một cuốc xe hai yến gạo, thượng sĩ lái xe tải vớ được món hời cười tít mắt, cho Hoàng ngồi hẳn ca-bin. Hoàng ngủ như chết mặc kệ ca-bin nóng như lửa, xốc nẩy như điên. Bốn giờ chiều về đến ngã ba ven Thị Trấn, Hoàng nhảy ra khỏi xe, chạy ù ù về nhà. Dọc đường về Hoàng không hề nhớ ba anh, nghĩ tới cũng không. Còn cách nhà chừng ba cây số, nghĩ đến giây phút được gặp ba, Hoàng bỗng phát cuồng chạy như bị ma đuổi.

Dân Thị Trấn đã sơ tán về trảng cát, bốn dãy nhà hầm nửa chìm nửa nổi trong cát kéo dài tới xóm Mổ. Hoàng lột dép chạy chân không trên cát, vừa chạy vừa hỏi nhà. Không ai tỏ ra mừng rỡ hay ngạc nhiên khi thấy Hoàng về, tựa như Hoàng ra chợ vừa về vậy. Người ta xởi lởi chào anh, vui vẻ chỉ nhà cho anh, tuyệt không ai hỏi Hoàng đi đâu về, vì sao vắng nhà lâu thế. Mọi người đã biết chuyện nhà Hoàng rồi, không ai nỡ chạm vào nỗi buồn của riêng anh.

Ba Hoàng vẫn ngồi yên bên vách lầm bầm nói những điều tối tăm. Hoàng gọi đến cả chục lần ông mới đờ đẫn ngẩng lên. Cơm rồi à, sớm rứa? Ông không hề biết Hoàng đã xa nhà cả năm trời, cũng không nhận ra bộ quân phục trên người Hoàng. Với ông tất cả vẫn như cũ. Ông vẫn đang ngồi ở văn phòng Bí Thư Huyện Ủy, Hoàng vẫn đang theo học cấp ba, Thị Trấn dưới tay ông cầm trịch vẫn đói no theo từng trang nghị quyết ông vẫn cao giọng đọc trước muôn vàn hội nghị....

Mới một năm tóc đã bạc trắng ông cũng chẳng nhận ra. Cả khay trà đã đen đặc xù mốc trắng bợt nổi lềnh phềnh bốc mùi chuột chết ông cũng không hề biết. Cái cách ông ngồi như ngồi đợi xe trước mỗi lần đi công tác hoặc chờ ai đó đến để hội ý, để ra lệnh, để phê bình mỗi ngày công vụ: điểm tĩnh, thong dong trên ghế nhưng đôi mắt đăm chiêu chứa chan bao nhiêu vấn đề chưa được giải quyết, không cách nào giải quyết được.

Vĩnh viễn trong ông chỉ còn những vấn đề, không một cái gì không một ai tồn tại trong trí nhớ của ông. Bệnh tật trời đày đã ấn ông lút chìm vào quá vãng, một quá vãng không hề có người thân và những quan hệ riêng tư, chỉ còn trơ khắc những vấn đề thời ông còn đương chức.

Hoàng ngồi xuống bên ông, lặng lẽ dúi đầu vào vai ông khóc thầm. Ba ơi ba, ba chết đi có phải sung sướng hơn không?

Nằm dài suốt một ngày, Hoàng gượng đứng dậy, một ngày rưỡi đã trôi qua, phải làm một cái gì nếu không thời gian bốn ngày sẽ đứt. Anh chạy đến nhà Thùy Linh, được nửa đường mới nhớ ra Thùy Linh đã không còn ở đấy, Thị Trấn đã bị bom Mỹ san phẳng. Hỏi mãi mới biết Thùy Linh trú tại quán thịt chó Cu Le hơn một năm rồi, sau ngày bố cô chết trận.

Hoàng quay lại, chạy một hơi hai cây số cát, đứng tựa cửa quán thịt chó thở dốc. Ông Cu Le đã dẹp quán. Quán rỗng không, mùi thịt chó chưa tan, hãy còn trỉn và tanh mùi mồ hôi chó lẫn với mùi dồi chó hấp. Ông Cu Le ngồi ở bậc cửa trông ra. Giống hệt ba Hoàng, hình như ông đang chờ đợi ai, chờ đợi một cái gì.

Về khi mô, con? Dạ mới. Hoàng nhìn kĩ bốn xung quanh, chỉ còn đống bàn ghế nằm chồng lên nhau, không một ai trong đó.

Đi rồi. Bốn ngày rồi... Không thèm ngước lên nhìn Hoàng, cũng chẳng thèm đợi Hoàng hỏi, ông Cu Le biết anh đến đây tìm ai. Thế là Thùy Linh đã đi. Hoàng chôn chân giữa sân cát... Đi mô bác? Ông Cu Le không nói, mở to mắt nhìn ra sân cát lóa nắng, nước mắt sống chảy ròng ròng ông không hề để ý. Nó đi tìm mạ... Không biết đi về mô. Ông Cu Le quệt mắt xỉ mũi, ngửa mặt nhìn Hoàng, đôi mắt già nua héo hắt.

Nắng bỗng rực lên màu vàng rợn, điên đảo quay cuồng trước mắt Hoàng. Anh ráng sức quay lưng, lảo đảo đi như kẻ say nắng, bươn ra phía bờ sông.

Hoàng một mình chơ vơ trên tảng đá *Trịnh-Nguyễn phân tranh* suốt cả một buổi chiều, đầu óc lởn vởn những câu hỏi tối tăm: Thùy Linh đi đâu? Đi để làm gì? Tại sao lại đi? Y hệt như anh đã hỏi chính anh buổi chiều thê thảm trên đường 15 năm ngoái.

Năm năm sau Hoàng mới biết Thùy Linh đi tìm mẹ ở bến sông Son. Khi cô đến, mẹ cô vừa chết cách đó bốn ngày. Nếu Thùy Linh lùi lại bốn ngày sẽ gặp Hoàng, đi sớm bốn ngày sẽ gặp mẹ cô.

Sao số phận trớ trêu cay nghiệt thế này?

*

Anh thật quá lắm! Ném cái túi nhỏ vào bụng Hoàng, Ly Ly thả mình xuống tảng đá. Hoàng nằm yên hút thuốc. Khiếp, hút là hút! Ly Ly giật điếu thuốc trong tay Hoàng vứt đi. Suốt một ngày anh làm gì mà không lo việc phỏng vấn cho xong? Anh quên. Quên! Quên, tại sao Chủ Tịch Huyện cho người ra gọi, anh không thèm trả lời người ta một tiếng? Ai gọi đâu nhỉ? Mặt Hoàng lơ ngơ như bò đội nón. Có ai gọi anh đâu? Chán anh lắm.

Biết có nói thêm nữa cũng vô ích, Ly Ly ngán ngẩm đứng dậy, thản nhiên tụt váy lội thẳng ra sông, ngập mình cho chìm dần trong nước.

Mát lạnh đến tận xương. Bao nhiêu mệt nhọc suốt ngày đeo theo Phó Chủ Tịch Văn Xã được nước sông đánh cho tan loãng. Ly Ly lật ngửa, nổi bồng bềnh trên mặt sông. Hoàng hôn rải một màu đỏ ối. Gió hiu hiu thổi. Bầu trời màu tím than, lấp ló những ngôi sao mới mọc. Đẹp quá. Hoàng hôn của Levitan mới gọi là hoàng hôn.

Ly Ly nhắm mắt thở đều tận hưởng chút thư thái trời cho. Suốt ngày leo trèo động Gió mệt bã người. Hết hang này lại hốc kia, gắn xi nụ cười trên môi, kiên nhẫn chìa tay cho Phó Chủ Tịch Văn Xã nắm lấy nhấc lên tụt xuống trên những lối mòn chật hẹp, dốc và trơn, tưởng tất cả các khớp xương đã trật ra ngoài, khô cứng.

Một ngày vô tích sự. Tuyệt không moi được ở hắn ta bất kì một điều gì. Hắn nói liên miên đủ chuyện trên trời dưới biển trừ mỗi chuyện Ly Ly cần biết. Gớm, gầy khô như que củi mà dai sức kinh hồn. Phó Chủ Tịch Văn Xã đi lại trong cái hang bốn tầng lởm chởm đá cứ như đi dạo công viên không có vẻ gì gắng sức, mặt mày tươi tỉnh như không, mồm miệng vẫn dẻo quẹo, mắt rắn thỉnh thoảng loé lên mời mọc.

Kể ra hắn cũng khá, món văn hóa thứ gì cũng biết một chút. Không như một số kẻ văn hóa úp nơm, mới gặp tưởng là ghê gớm lắm, chỉ cần khéo vặt lát sau là sạch vốn. Hắn khác, khá trường vốn. Ở xó xỉnh này biết cặn kẽ Oscar Wild, Marcel Proust là không phải tay vừa. Riêng âm nhạc, hội họa hắn có thể nói suốt ngày. Cái gì cũng vậy ở đâu cũng vậy, kẻ biết thì nhiều kẻ nghiện rất hiếm. Phó Chủ Tịch Văn Xã đúng là con nghiện hội họa, cả âm nhạc nữa, một con nghiện có đẳng cấp. Chả phải thứ nghiện ngập văn hóa tiểu thị dân vẫn đầy khắp hang cùng ngõ hẻm Hà Thành, ngay trong tòa soạn của Ly Ly cũng có cả một đống.

Thấy Ly Ly có vẻ không còn thở ra hơi, Phó Chủ Tịch Văn Xã đưa cô vào một hốc đá có tảng đá phẳng lỳ y như tảng đá *Trịnh-Nguyễn phân tranh*. Ly Ly chỉ muốn vứt ngay nụ cười cô đã quyết gắn xi trên môi nằm vật ra đánh một giấc, mặc kệ hắn muốn đi đâu thì đi.

Nói ra thì bảo nịnh đầm chứ Ly Ly giống hệt một nữ họa sĩ mà tôi rất mê. Đang xòe lửa hút thuốc nhìn vu vơ ra ngoài, tự nhiên Phó Chủ Tịch Văn Xã quay lại mắt hấp háy nhìn cô, buông một câu như vô tình buột miệng. Ai anh? Lempicka. A, Hoàng cũng bảo thế. Ly Ly cười thầm. Hóa ra đàn ông thằng nào cũng giống thằng nào. Chỉ một bài, không có bài thứ hai. Để rồi xem, thế nào hắn cũng nhắc đến bức sơn dầu *Hoa Ly Ly* nổi tiếng của bà ta.

Nhiều người bảo Lempicka hoa hòe hoa sói, hội họa của bà ta là thứ hội họa bình dân. Nhưng tôi rất thích tranh của Lempicka vì tôi cũng chỉ là hạng bình dân. Giọng hắn khá chân thành, không mảy may có mùi *nổ*. Tranh của bà lúc nào cũng tươi rói, tràn trề nhựa sống. Đặc biệt bức *Hoa Ly Ly*... Suýt nữa Ly Ly cười phì. Đôi mắt kính bốn diop nhìn Ly Ly như soi, ý chừng muốn hỏi: "Cô đang cười vào mũi tôi phải không?". Ly Ly ném cho hắn cái nhìn khích lệ: "Không. Em đang nghe anh đấy chứ!".

Phó Chủ Tịch Văn Xã tránh cái nhìn của Ly Ly, mơ màng nhìn khói thuốc. Ly Ly đã xem bức *Hoa Ly Ly* chưa? Chắc xem rồi phải không? Thế nào anh Hoàng cũng chẳng giới thiệu cho Ly Ly. Hắn chậm rãi lên tiếng. Vâng. Em xem rồi. Anh Hoàng chẳng bao giờ cho em xem cái gì. Tự em tìm lấy đấy. Người nào biết tên em đều nhắc bức tranh đó, thành ra em tò mò cố tìm xem cho bằng được chứ tranh Lempicka thì em chẳng thích, anh Hoàng cũng thế. Ly Ly thủ thỉ, cố giữ giọng thật ngọt thật mềm.

Phó Chủ Tịch Văn Xã cười bẽn lẽn, làm như ngượng lắm về cái *gu* sến của mình. Thì đúng rồi. Chỉ loại công dân hạng ruồi như tôi mới mê mấy thứ hoa hòe hoa sói đó thôi. Nhưng dứt khoát anh Hoàng phải thừa nhận Lempicka đẹp tuyệt vời, đúng không? Ly Ly cố nhịn cười. Hắn ra bài hai rồi đây. Vâng. Anh Hoàng cũng bảo bà đó đẹp tuyệt vời và giống em. Anh có nghĩ thế không?

Phó Chủ Tịch Văn Xã ngồi dựa vào vách đá, bẻ bẻ mấy ngón tay, giọng buồn buồn. Đến Chúa trời cũng nghĩ thế nữa là tôi. Nghe thì sến nhưng nhìn mặt hắn thật tội. Mặt của một kẻ thông minh đa cảm trước người đẹp rụng rời không thể cầm lòng, thủ phận biết mình khó lòng kham nổi, lý trí buộc ngồi yên trái tim không giấu được, nó trào ra từ đôi mắt ươn ướt và bờ môi run run. Nếu đây là diễn thì quả là một pha diễn thiên tài.

Ly Ly chợt thấy mủi lòng, suýt nữa thì tắc lưỡi để yên cho hắn sấn đến. Một không gian lành lạnh, mờ mờ sáng, yên tĩnh vô cùng, dễ dàng dụ dỗ người ta thoát qua những ràng buộc khó chịu của đời thường, tắc lưỡi buông thả đức hạnh đi đến tận cùng dan díu. Huống hồ Ly Ly không là kẻ cứng nhắc, từ trước đến nay chưa bao giờ cô để cho đức hạnh giam cầm. Một nhát tình chốc lát tình cờ nhặt được đôi khi làm nóng lên cuộc sống vốn tẻ nhạt, biết đâu đấy. Chỉ cần Ly Ly ngước lên, dán ánh mắt ướt rượt của mình lên trước mũi hắn là lập tức hắn sẽ sà đến. Không nói, không cần nói bất kì một lời nào hết, hắn đủ khôn ngoan để biết điều đó, một cái chạm khẽ mơ hồ cũng đủ kéo cả hai vào trận tình ngẫu hứng.

"Thôi thì dùng tạm một chút có sao đâu". Thoáng chờm lên trong Ly Ly ý nghĩ ấy, may thay nó cũng chỉ thoáng chờm lên thôi, ngay lập tức cô đã nhận ra đó là ý nghĩ quái gở. Hắn là ai? Một đối tượng cô và Hoàng đang truy kích. Chính hắn chứ không ai khác đang có trong tay toàn bộ hồ sơ vụ án hai ngàn nấm mộ giả.

Ly Ly cụt hứng. Thốt nhiên cô muốn đá vào mặt hắn một cái, đá thế nào cho vỡ tan cặp kính cận bốn diop kia mới đã. Những thằng đều có chữ thường đắp điếm bộ mặt giả nhân rất khéo, người thường ít ai nhận ra. Sống gần bọn này rất nguy hiểm, chỉ cần vài giây không cảnh giác chúng sẽ ăn thịt mình như chơi, chí ít cũng lột truồng mình ra trước mắt thiên hạ.

Ly Ly đang nghĩ gì thế? Phó Chủ Tịch Văn Xã rụt rè hỏi, vẻ rụt rè của con đực đang săn mồi Ly Ly chẳng lạ gì. Ly Ly cười, nụ cười của quỉ cái. Em đang nghĩ xem em có giống Lempicka thật không. Giống! Một trăm phần trăm, anh thề đấy! Phó Chủ Tịch Văn Xã hồ hởi nói, khéo léo thay đổi đại từ êm như nhíp, mắt rắn đã lộ sáng nhiều hơn.

Không anh ạ. Ly Ly lắc đầu, cố tạo ra vẻ đượm buồn quyến rũ. Phó Chủ Tịch Văn Xã háo hức chờ đợi. Em có hai điều khác biệt với Lempicka. Một là em chỉ đứng ngang rốn bà ta, cả nghĩa đen lẫn nghĩa bóng. Hai là bà ta quá nuông chiều bọn đực giả nhân trong giới thượng lưu. Từ Paris đến Los Angeles không nơi nào bà ta không cho chúng bú mớm. Em thì ngược lại, đối với bọn đó có cơ hội là em ỉa vào mặt chúng.

Mặt Phó Chủ Tịch Văn Xã đổi màu, cái nhìn trộm rất nhanh. Ly Ly rất bản lĩnh, thiên hạ đồn đại quả không sai. Cái cười tái nhợt, hắn gắng kéo căng bờ môi xám ngoét cho ra dáng một nụ cười dàn hòa. Tội nghiệp chưa kìa!...

Ly Ly khẽ rùng mình. Để nhổ vào mặt gã đàn ông trước đó Ly Ly còn muốn ngủ với hắn, trong tích tắc, thay vì ca ngợi phẩm hạnh của Lempicka, cô lại phun ra những đơm đặt độc địa với người đàn bà tuyệt vời này. Đó là điều ghê tởm thuở bé đến giờ Ly Ly chưa bao giờ dám làm. Ôi Lempicka, ngàn lần xin lỗi bà!...

*

Ly Ly lật sấp, úp mặt nhẹ nhàng lùa tay khoát nước, từ từ trôi về phía Hoàng. Bây giờ cần rũ hết đi, rũ cho sạch một ngày vô nghĩa rồi dành cho Hoàng một chút gì sau một ngày xa....

Một ngày xa, Ly Ly tưởng tượng bộ mặt Hoàng khi gặp cô sẽ thế nào. Hoặc làm ra vẻ mừng rỡ, coi như không có chuyện gì xảy ra giữa một con quỉ cái và một thằng cáo già trong hang động mát mẻ vắng vẻ rộng thênh thang. Hoàng sẽ hỏi đôi câu chiếu lệ rồi ghì chặt cô, thúc cho tan nát những hậm hực ghen tuông mỗi lúc lại đầy lên suốt cả một ngày. Hoặc Hoàng phản ứng tức thì, trương mắt ếch nhìn cô, lầm lì không nói. Nếu nói thì sẽ văng tục không cần giữ ý: "Đù mẹ cô làm gì với nó mà lâu thế, giờ mới vác mặt về!" Cả hai dự đoán đều trật lất.

Ly Ly không ngờ thấy Hoàng ngủ li bì trên tảng đá đang khi nắng hãy còn rực lên. Nghe nói anh đã ngủ giữa nắng trời từ ba giờ chiều.

Anh Hoàng lạ lắm. Ly Ly vừa về đến Ủy ban huyện, Chủ Tịch Huyện nói ngay. Quá hai giờ không thấy anh đến, tôi cho người đi tìm thì thấy anh đứng trên bờ đê. Đứng từ sáng sớm, ai gọi không trả lời, cứ như người chết giấc, khẽ đụng là đổ liền. Đổ xuống cũng không tỉnh, anh bò một mạch đến tảng đá, ngủ lì ở đấy, gọi mấy cũng không nghe. Tôi phải bảo anh em dựng tấm phên che nắng.

Ly Ly đờ ra, cô không nuốt trôi ngụm nước. Răng Ly Ly không để anh Hoàng đi theo cho vui? Chủ Tịch Huyện hỏi nhỏ, nheo mắt ngụ ý. Ly Ly ráng giữ bộ mặt thật tươi, từ tốn uống hết ca nước. Mặc kệ anh ấy. Rồi em hỏi tội anh ấy tại sao không chịu làm phỏng vấn, để anh phải chờ đợi mất thì giờ. Thôi thôi... Chủ Tịch Huyện cười xuề xòa, tiễn cô ra cổng.

Khuất mắt Chủ Tịch Huyện, Ly Ly ba chân bốn cẳng chạy ra bờ sông. Cô dựng ngược Hoàng dậy, hét vào tai anh. Mặc kệ, Hoàng đổ xuống như một xác chết, tiếp tục giấc ngủ mê mệt nửa mê nửa tỉnh. Cái kiểu ngủ chỉ có Hoàng là một: ai nói gì cũng nghe, đôi khi còn lầu bầu đáp lại, nhưng mắt nhắm nghiền, không tài nào mở ra được, khi tỉnh dậy nếu hỏi sẽ chẳng nhớ gì cả.

Đấy có phải là bệnh không? Ly Ly hỏi một bạn trai cùng lớp thời phổ thông, nay là bác sĩ khoa thần kinh, cái sự mê đi lạ lùng của Hoàng là thế nào. Anh ta sốt sắng tìm gặp Hoàng ngay. Sau cuộc gặp gỡ chớp nhoáng, anh bạn xoa đầu Ly Ly. Mê mày đó. Lão tỉnh như sáo, mê man cái gì.

Không đúng. Những cơn mê của Hoàng mỗi ngày mỗi dày lên và dài ra, nó chứng tỏ rõ ràng một căn bệnh đang tiềm ẩn chứ không là cái tật của những kẻ có tài. Lúc đầu một ngày chỉ diễn ra đôi lần, mỗi lần vài phút, hệt tật đãng trí của mấy ông văn nghệ sĩ Ly Ly từng quen biết. Họ trương mắt chăm chú nghe cô nói, thỉnh thoảng gật gật ừ ừ, kì thực họ đang nghĩ một chuyện gì đó thật xa xôi, hoàn toàn không liên quan đến điều cô đang nói. Hoàng cũng vậy, chỉ có điều anh hầu như mất hẳn ý thức, khi sực tỉnh anh không tài nào biết được mình đã có một khoảng thời gian như vậy, ai nói thế nào cũng chẳng tin. Anh gạt phắt đi, thậm chí còn nổi cáu nếu cứ nhắc đi nhắc lại chuyện đó.

Hoàng cho đó là lối đùa cợt vô duyên, kì thực anh không có, không hề có. Anh vẫn thở, vẫn ăn, vẫn nghĩ rành mạch như mọi người, có sao đâu. Bạn bè anh những ai có máy nhắn tin (phone link) nhận được tin nhắn khủng bố của anh, hết thảy đều ngẩn ra. Hầu hết những tin nhắn đều dọa bắn, dọa giết, chí ít cũng là những câu chửi thề cực kì tục tĩu. Nói thì anh cười: "Chúng mày chỉ bịa!" Có người chìa tin nhắn còn lưu cho Hoàng xem, anh cũng vẫn không tin. Đơn giản Hoàng là người rất yêu bạn bè, không bao giờ anh nghĩ xấu về họ, thế thì làm gì có chuyện đó! Lập luận cù nhầy nhưng khó ai cãi được.

Bạn bè Hoàng đều nghĩ rượu đã làm ra những chuyện đó chứ chẳng phải bệnh tật gì. Họ vẫn chơi với anh như không có chuyện gì xảy ra. Ly Ly không nghĩ vậy. Rượu không là thủ phạm, nếu có thì chỉ góp vào thôi. Có cái gì thực sự bất ổn trong tâm tính của Hoàng đã lôi kéo Hoàng vào những cơn vắng ý thức đáng sợ. Nó xẻ đôi Hoàng thành hai nửa, một nửa Hoàng ngày hôm nay, một nửa Hoàng ngày hôm qua, khốn thay cả hai nửa tuồng như chẳng liên quan gì đến nhau, thậm chí đối chọi nhau như nước với lửa vậy.

Hoàng đang nằm ngắm sao trời. Anh hút thuốc liên tục, hết điếu này sang điếu khác, không một lần để ý đến Ly Ly. Xem ra việc cô đi vắng một ngày không làm Hoàng có một giây xao động. Ly Ly thấy tủi thân, cô tiếc cho cơ hội một giờ trong hốc đá cùng lão Phó Chủ Tịch Văn Xã.

Đã lội tới gần tảng đá *Trịnh-Nguyễn phân tranh* Ly Ly quay ngoắt trở lại, cô thả lỏng chìm dần xuống đáy sông. Có cái gì mẳn mặn ở đầu môi. Mình khóc à? Ô hay, sao lại khóc, có gì đâu mà khóc. Hoàng vẫn thế, muôn năm vẫn thế thôi. Được hay mất Hoàng có gì quan trọng đâu, tại sao phải khóc?

*

Ly Ly ào ào lội lên bờ, cô nhận ra bóng của mình đang kéo dài tới rặng bần. Bóng trăng. Trăng lên từ lúc nào nhỉ? Mới đó đã tối ngày, rõ chán.

Tấp vội váy xống lên người, Ly Ly uể oải đi về phía Hoàng, nằm dài ra cạnh anh. Hoàng quay người gác chân lên Ly Ly, búng mũi cô một búng rõ đau. Một ngày động Gió đã đời chưa? Quá đã! Ly Ly cong cớn. Bọn males mỗi thằng mỗi khác, chẳng đứa nào giống đứa nào! Cô nói gì thế, hả! Hoàng bóp nhẹ cổ Ly Ly, ra vẻ đang siết lại. Cô không thấy tôi một mình như chó đói ở đây hay sao? Ly Ly dẩu môi cười. Đại văn hào thiếu quái gì gái chạy theo, ghen tuông làm gì cho mệt nhỉ! Hoàng hơi sững lại. Tôi mà có con nào... tôi bỏ cô từ tám hoánh!

Hình như Hoàng nói thật, dưới ánh trăng vẫn thấy mặt Hoàng thoáng xụm xuống, tái đi. Thôi không đùa nữa, Ly Ly kéo mặt Hoàng xuống hôn đánh chụt. Nói thế thôi, đi với thằng mặt giặc chán ngấy. Thèm anh muốn chết! Thế à? Vâng. Thế... nhớ anh thật à? Cái giọng mơn trớn của Hoàng nghe quê không chịu được.

Ly Ly vuốt nhẹ tóc Hoàng. Mái tóc rễ tre ấm mềm trong tay cô. Hoàng hôn chờm lên mắt Ly Ly, trượt dần xuống ngực cô, ngâm mặt tại đó yên lặng tận hưởng vị ngọt thanh vẫn dậy lên khi hai bầu ngực phồng căng. *Anh hôn từ gót hôn lên trán/ hôn đến lưng chừng đã sáng mai.* Hoàng ư ử ngâm nga. Ly Ly luồn hai bàn tay mát lạnh lên lưng anh. Hoàng chợt co lại, mát lạnh đang chạy dọc sống lưng.

Mùi lá bưởi rừng thoang thoảng đâu đây, cả mùi lá sả nữa. Mùi lá sả của ai nhỉ? À, của chị Nụ. Ngực chị đang phồng lên, tiếng hức hức ngọt lịm rưng rưng kéo Hoàng rơi nhanh vào mê đắm.

Em ơi... thế này có phải không? Hoàng ngẩng phắt lên, tiếng chị Nụ nghe rất gần. Đâu có, vẫn Ly Ly đấy thôi. Đúng rồi, vẫn Ly Ly, cô đang rướn lên, túm lấy tóc Hoàng dốc ngược. Hoàng vụt dậy, xốc ngược Ly Ly, bế cô chạy ào ào ra bờ sông, ném mạnh xuống sông. Ly Ly ré lên, vùng dậy ôm chân Hoàng, kéo trượt anh ngã ngửa. Cô chồm lên Hoàng, nghiêng ngửa quần anh trong cơn khát hừng hực. Từng đợt sóng trào qua hai người, ánh lân tinh bắn vương vãi. Hoàng lún dần xuống cát mềm, lún xuống mãi.

Bất chợt Hoàng bật cong người, bế xốc hông Ly Ly, đi thẳng vào lòng sông, vừa đi vừa ra sức thúc ngược, bất chấp nước sông dần nuốt chửng cả hai người. Ly Ly cặp chặt hông Hoàng giật nảy và rú ngược, tiếng rú mê man cháy một khúc sông.

Hoàng rơi vào cơn mê, anh không biết mình đang ngập vào ai nữa, Lý, Ly Ly, chị Nụ hay Thùy Linh? Không biết, không nhớ... Không biết! Không nhớ! Không biết! Không nhớ! Không biết! Không nhớ!... Nay-ày!

Ối trời ơi!

Hoàng kêu to, phụt mạnh và ngã sấp mặt xuống sông, nằm cứng đơ. Sao thế này... Hoàng ơi! Ly Ly sợ hãi lay Hoàng, lay mãi anh vẫn nằm cứng đơ. Cô đứng chơ vơ giữa bốn bề vắng ngắt. Trăng biến đâu mất tăm, dòng sông bỗng đen như mực, đặc quánh. Sắp mưa.

Ly Ly cầm cổ chân Hoàng ra sức kéo vào bờ. Hoàng giống con cá sấu chết bê bết phù sa, mềm nhũn trên tảng đá *Trịnh-Nguyễn phân tranh*.

*

Mưa!

Hoàng ơi, mưa! Ly Ly đập lưng Hoàng. Anh chống tay cố ngồi dậy, ngửa mặt hứng mưa. Cơn mưa đầu hạ xối xả đến ngợp thở. Tiếng mưa đập xuống mặt sông nghe như ngàn vạn bước chân con trẻ chạy tơi bời trên cát. Trời đêm tràn ngập nước, chỉ thấy nước đổ rát mặt, không còn thấy gì nữa.

Ly Ly xốc nách Hoàng đứng lên. Cô vừa đẩy vừa kéo anh lên khỏi bờ đê, lê lết đi về phía nhà khách Ủy ban huyện trong đêm đen đầy nước. Đẩy được cánh cửa phòng khách bước vào, Ly Ly kiệt sức đổ xuống sàn nhà, kéo Hoàng đổ xuống theo. Họ nằm im như chết. Căn phòng trống vắng lạnh lẽo. Ly Ly muốn mở toang cửa chạy ra ngoài trời hét thật to: "Trời ơi, sao tôi khổ thế này!" May thay cô đã không hét lên.

Mày không làm thì ai làm, khốn nạn! Ly Ly lầm bầm. Cô gượng dậy, mắm môi kéo tuột hết áo quần Hoàng, tỉ mẩn lau khô cho anh, ủ anh trong tấm chăn chiên hôi rình mùi mồ hôi dầu. Xong việc Ly Ly mới thấy lạnh. Cô ôm áo quần chui vào buồng tắm. Vặn vòi nước hoa sen, nước không còn một giọt. Ly Ly từ từ tụt xuống nền nhà tắm tấm tức khóc.

Nước mắt rấm rứt chảy thầm không nguyên cớ. Chẳng hiểu vì sao chỉ vì cái vòi không nước Ly Ly có thể ngồi khóc ròng, không cách gì cầm được nước mắt. Số phận là cái quái gì nhỉ, mẹ sư bố nó. Ối giời ơi thèm văng tục quá.

Một ánh chớp xanh lè lọt qua cửa sổ tiếp liền là tiếng nổ điếc tai, dựng ngược Ly Ly. Cô đứng dựa tường kinh hãi. Lát sau cô từ từ tụt xuống ngồi bệt trên nền xi măng đen sì hôi hám.

Một ánh chớp tiếp liền một tiếng nổ. Ly Ly vẫn ngồi yên. Kệ mẹ nó, chết thì chết éo gì!

Nửa giờ sau mưa dứt, Ly Ly cũng ngừng khóc. Cô đi vào, ngồi bó gối nhìn Hoàng bây giờ như một con bò chết trong tấm chăn hôi rình.

Quái lạ? Mình khóc vì lão ta ư, vô lý!

6

Ngày thứ tư. Mình chưa bao giờ thiết tha với Hà Nội, chẳng ngờ xa nó mấy ngày đã nhớ. Chấm dứt công việc ở đây càng sớm càng tốt. Mau mau về Hà Nội.

Mình bắt đầu tìm được chìa khóa vụ hài cốt mộ liệt sĩ. Chủ Tịch Huyện hay Phó Chủ Tịch Văn Xã, ai mới là kẻ chủ mưu?

Một sự thật kinh khủng khiếp! Không thể tin nổi lũ chúng nó là người.

Hôm nay Hoàng cứ nhìn mình, ánh mắt rất lạ. Có ý gì không hay tại bản tính đa nghi của mình?

*

Mới bốn ngày đã thấy mệt. Có khi phải kính chuyển Hoàng về Hà Nội. Càng để Hoàng nhúng sâu vào vùng kí ức của anh không biết còn chuyện gì xảy ra nữa, nguy lắm. Một mình Ly Ly cũng thừa sức hoàn thành phóng sự điều tra bốn kì như đã y ước với sếp.

Ly Ly nhảy ra khỏi giường, chẳng may giẫm phải chân Hoàng. Anh lồm cồm bò dậy. Thấy mình trần như nhộng bị cuốn chặt trong tấm chăn chiên, Hoàng hết nhìn anh lại nhìn Ly Ly. Sao anh lại thế này? Cái mặt ngơ ngáo thật đáng ghét. Mặc quần áo vào đi đại văn hào! Ly Ly ném áo quần tấp lên Hoàng.

Mình chuyển về đây rồi à, chuyển khi nào nhỉ? Hoàng ngồi ngó quanh, hỏi đi hỏi lại. Ly Ly quay lại giường ngồi, tì cằm vào gối lườm lườm nhìn Hoàng. Để mặc thân hình cơm nắng khoanh trắng bợt khoanh hun khói vàng ố và đen nhẻm, Hoàng leo lên giường ngồi cạnh Ly Ly. Sao nhìn anh ghê thế... Tính ăn thịt anh lần nữa à? Hoàng cười xòe, cái cười cò giả. Đã bảo ngủ đi mà! Ly Ly gắt, cô dịch nhanh ra.

Hoàng nằm xuống mở mắt thao láo. Đầu hè nhà khách, con gà trống choai của cô nhân viên phục vụ phòng cất tiếng gáy loe choe. Tiếng gáy cố làm ra vẻ bảnh chọe của lũ gà choai nghe thật buồn cười, em nhỉ? Ly Ly không trả lời. Vào lúc khác, đấy là cái cớ cho Ly Ly đùa nghịch với Hoàng, chí chóe tranh cãi mãi không thôi và kết thúc bằng một cú tình êm ái. Lúc này thì không. Ly Ly thấy chán ngoét. Cái thứ mềm nhũn, đen nhẻm Hoàng không thèm che đậy khiến cô phát ớn, muốn ói.

Ly Ly thò chân xuống đất, quờ quờ tìm dép. Em đi đâu? Hoàng âu yếm giữ tay Ly Ly, hỏi khẽ. Ly Ly chực hất tay đi, chực gắt: "Tránh ra!" Ngay lập tức cô biết mình vô lý. Ngủ đi hot boy! Ly Ly quay lại thò tay véo mạnh chim Hoàng một cái rõ đau, cô bước nhanh ra cửa.

Hoàng đoán Ly Ly đang điên vì một việc gì đó. Rất có thể vì Hoàng bỏ bê một ngày không làm gì giúp cô. Ly Ly đang phát cuồng vì mớ tài liệu chưa khui được mà tiền thì sắp hết. Việc của Hoàng là phải moi cho được một vài phong bao khả dĩ có thể tiêu xài trong vòng một tuần nữa, anh đã không chịu làm.

Thực ra tiền chẳng đến nỗi cần nhiều đến thế. Ăn ở có Ủy ban huyện lo. Người ta hầu hạ chỉ thiếu nước rửa chân cho mình nữa thôi. Tiệc nhỏ tiệc lớn ê hề, chỉ sợ không có bụng mà chứa. Một chút tiền tiêu vặt đáng bao nhiêu mà phải lo?

Chắc Ly Ly phòng xa. Vào giai đoạn cuối, khi biết rõ mục đích về đây của hai người, khi không còn cách gì chặn lại bài phóng sự điều tra sẽ ra đời nay mai, có thể người ta sẽ lạnh mặt quay lưng, lạnh lùng tính tiền ăn ở cả chục ngày bám trụ nơi đây, tính với giá thật cao, vét sạch túi hai người rồi lịch sự đuổi cả hai rời khỏi Ủy ban huyện trong thế trâng tráo, ghẻ lạnh.

Chuyện này khó xảy ra, biết đâu đấy bỉ nhân không có gì là không làm. Quân tử phòng thân, tiểu nhân phòng bị gậy. Chẳng biết mình thuộc hạng gì. Thân phải bảo trọng bị gậy không được bỏ, ấy là triết lý của Ly Ly. Bám theo thứ triết lý của cô phóng viên chíp hôi này thực mệt quá.

Nếu không bị Ly Ly dắt mũi vào công cuộc chống tiêu cực rởm đời của cô, Hoàng sẽ chẳng phải lo gì hết. Nhà văn nghèo nhưng giàu bè bạn. Đi khắp nước quanh năm cũng không bị đói. Chỉ cần một người cho một bữa ăn cũng thừa sức no nê cả đời. Đấy là chưa kể nếu cầm theo một giấy giới thiệu của Hội Nhà văn, anh có thể được đón rước ngất trời, ba ngày một tiệc nhỏ năm ngày một tiệc lớn rung đùi há miệng đớp. Người ta chỉ ngại mấy anh nhà báo thôi chứ đám nhà văn nếu không gây lợi thì cũng vô hại. Ai cho anh nói chuyện tiêu cực trong văn chương? Có nói được thì cũng rặt các chân dung phiếm chỉ, ai người ta thèm chấp.

Giá một mình về đây thì hay biết bao nhiêu. Hoàng thấy tiếng tiếc cho quyết định vội vàng của mình. Anh châm lửa hút, rít vài hơi thật sâu, lim dim nhìn khói bay phơ phất lẩn quẩn trên trần nhà.

Tiếng cú ở đâu đó chua và gắt lúc lúc lại rúc lên. Tiếng cú nghe quen lắm, nó là con cú què vẫn đậu trên ngọn cây đa già Xóm Cát. Ừ nhỉ, có khi chính nó cũng nên. Tuổi thọ của cú là bao nhiêu nhỉ? Vô lẽ hai mươi năm có lẽ nó vẫn còn sống. Biết đâu đấy, có khi đúng nó thì sao.

Hoàng bò dậy, vội vã mặc áo quần nhanh chóng lần ra ngõ.

*

Mưa đã tạnh, trời đất vẫn còn đầy hơi nước. Gió từ bờ sông nhè nhẹ thổi, cuốn theo đám hơi nước lạnh lẽo, mùi tanh rin rín cuốn quanh người. Hoàng đứng tựa gốc cây xoan trước cổng nhà khách ngó ngơ lên trời chờ đợi tiếng cú kêu.

Con cú què tội nghiệp, mày hãy còn sống đó ư? Xưa mày treo mình trên ngọn cây đa, nom xa như một chiếc mũ rách, kiên nhẫn rúc lên bất kể nắng hay mưa. Tiếng kêu cũng lụy theo mùa. Nắng thì nhẹ và trong, mưa thì chua và gắt. Người ta bảo mày chính là hồn của bà Rú thọt chân hiện về. Bà thắt cổ tự vẫn trên ngọn cây đa, ngay trong đêm bà bắt được ông Rạc chồng bà ngủ với chị Rá tâm thần.

Bà chết vì tình ở cái tuổi sắp kề miệng lỗ, chết vì ghen tuông với một kẻ tâm thần, để lại bốn đứa con gái đã lớn phổng lên rồi chẳng có ma nào rước. Hồn bà không được lên trời, hóa thành con cú què đeo lấy ngọn cây đa, đêm về rúc lên những tiếng khóc nấc. Đôi khi người ta nghe rõ tiếng con cú réo gọi tên ông Rạc, chị Rá, réo như chửi gắt. Đôi khi lại nghe nó nức nở gọi tên con, cứ nửa tiếng lại kêu tên một đứa con gái: Rúp, Rụp, Rí, Ri.

Dân Xóm Cát, không sót một ai đều có tên bắt đầu bằng âm "R" - Rúm, Réng, Ring, Rang... kể cả những thiếu nữ xinh tươi vẫn hồn nhiên với các nhãn hiệu khó xực: Rùm, Rủm, Rím, Roen... Nghe như trò đùa, như trò bịa đặt vô duyên của mấy tay viết kịch nghiệp dư vẫn ăn quẩn quanh đề tài sinh đẻ có kế hoạch.

Ông Rúm đã nghiêm trang giải thích cho Hoàng vào đêm thứ mười kể từ ngày Hoàng trở về Xóm Cát. Vào năm bốn mươi, bốn mốt thế kỉ trước Xóm Cát chỉ có bốn gia đình, họ đều là dân trốn tù, một thứ tù hình sự thông thường thời nào cũng có. Để giấu biệt tung tích, họ phải vùi tên thật xuống đáy cát và đặt một tên mới. Lúc bình thường đặt một cái tên thực dễ vô cùng, kể cả những người một chữ bẻ đôi cũng không biết. Nhưng đây là chuyện khác. Đặt tên thế nào để chứng tỏ họ cùng một dòng họ, an cư lạc nghiệp giữa trảng cát mù mịt này đã lâu đời. Chẳng những đổi tên những người trốn tù mà tên của những người thân của họ cũng phải đổi. Ấy là chuyện khó.

Nghĩ mãi không ra, một người tự dưng nói đùa: "Thôi thì cứ Rủ Rỉ Rù Rì mà đặt, toàn rờ tất." Mọi người cười ồ. Sau ngẫm lại thấy hay hay. Ừ, có khi thế mà hay. Không họ không hiếc chi cả cứ trọc lóc mỗi "rờ", quan trên có hỏi cứ nói bừa là người Chứt về đây sống đã mấy đời! Tất cả cười lăn, vừa cười vừa đua nhau phát hiện ra muôn vàn những thuận lợi của cái chữ "rờ" nhằm che mắt quan trên. Vậy thì rờ, rờ cũng được chứ sao, rờ... rờ mãi đến ngày thành chuyện nghiêm túc, thành lệ làng, ai có tên không "rờ" không phải dân Xóm Cát. Gia đình nào cả gan đặt tên con không "rờ" là trái lệ làng, bị phạt nặng, coi như con hoang.

Ngày mới về Xóm Cát Hoàng không cách gì phân biệt được trước một mớ hỗn loạn toàn âm "r". Anh lẫn lộn lung tung, lúc này buồn cười lúc khác tức phát điên lên. Sau, quen mặt bén tiếng thấy cũng chẳng đến nỗi nào. Nhiều người yêu mến đã gọi Hoàng là Roàng, anh còn thấy hay hay. Ừ, Roàng cũng được chứ sao. Có khi còn hay hơn chán vạn cái tên Hoàng cũ rích, cả tỉ người dùng đi dùng lại.

Hoàng thấy vui vui với cái âm "rờ" bất chợt vang lên trong kí ức. Con cú què lại kêu, nó buông hờ một tiếng nặng trĩu hơi nước từ phía bụi tre Nhà khách Ủy ban huyện rồi đập cánh bay về phía Bắc. Hoàng đoán thế vì ngay sau đó nó lại kêu lên một tiếng nhẹ tênh phía Xóm Trầu. Từ đó ra Xóm Cát không xa, chỉ chừng năm cây số cát là cùng.

A! Con cú đang bay về Xóm Cát. Nó đúng là con cú quê. Đích thị là nó rồi. Ít ra Xóm Cát vẫn còn một sinh vật cho Hoàng bíu víu lấy để mà nuôi hy vọng. Phải thế chứ, vô lẽ chết rụi cả sao.

Hoàng lần theo tiếng cú, cũng phải kiểm tra đích xác có thật đúng nó không. Tiếng cú dụ Hoàng lần mò trong đêm, vượt quá Xóm Trầu, qua bãi tha ma rộng mênh mông, Hoàng đã đứng trước bãi phi lao còi cọc từ lúc nào.

Mưa tạnh hẳn, phía Đông đang rựng sáng. Những cây phi lao mọc vống ngược trên nền cát trắng mờ hệt trăm ngàn người mang tơi đội nón ngồi thu lu đợi mặt trời lên. Tiếng cú nghe tít tắp tan loãng giữa mênh mông cát.

Trước mắt chỉ có cát, trắng hoang trắng ướt rượt trắng lạnh lùng. Mùi trống không tê lạnh như mùi của cõi âm. Đằng Đông lóe một ánh chớp màu vàng chanh, tõe lên nền trời đám rễ lân tinh kéo đến đỉnh đầu. Rựng sáng nơi đây giống tranh *Chiều Firence* của Severini.

Cái gì ở phía xa? Thôi rồi, cây đa! Cây đa già đó kìa, cái chạc ba bỗng bừng lên cùng với đám lá vàng khô mọc lưa thưa trên ngọn cây.

Hay nhỉ! Thì ra Hoàng đã tìm nhầm vị trí. Trước mắt anh bây giờ mới chính là nơi Xóm Cát, không phải nơi bữa trước Hoàng và Ly Ly đã đến. Hoàng chạy vụt lên, càng chạy càng thấy nó rất rõ. Rõ ràng cây đa vẫn còn đấy, nó không chết cũng chẳng bị gió cát vùi lấp. Lạ quá.

*

Chính Hoàng đã nhìn thấy cây đa trước khi phát hiện ra Xóm Cát.

Từ khoảng cách bảy cây số đường chim bay, qua ống nhòm, Hoàng thấy nó đúng là cây đa chứ không phải cây phi lao. Một cây đa già đứng sừng sững giữa cát trắng rợn người.

Kỳ quặc, giữa cát trắng lại có một cây đa! Rõ ràng là cây đa, em không thể nhìn nhầm được. Hoàng nhăn nhó nói với Xê Trưởng. Thì ai nói cậu nhìn nhầm mô. Xê Trưởng nói. Anh dân Nghệ lại nói ngọng, hai tiếng cuối cùng nghe như nhịn dâm. Hoàng cố nhịn cười. Dù là lính nửa nắng anh cũng đã quá nhiều kinh nghiệm điên khùng của lính tráng một khi họ buộc phải đối mặt với những dị tật của quê hương. Chuyện cá gỗ, chuyện tôm tép, chuyện nhà máy cháo, rau má đường tàu, ngửi mồm con bọ... đã làm sưng đầu mẻ trán không biết bao nhiêu anh lính cùng một chiến hào.

Ở đấy có dân. Xê Trưởng nói tỉnh bơ, cứ như anh đã từng đi qua đó. Bất kì lúc nào Xê Trưởng cũng ngửi được mùi dân dù tín hiệu có được thật mơ hồ. Rõ tài. Lên xe đi các đồng chí! Ta gửi dân chọ dầu ni rồi té. Xê Trưởng nhảy đại lên cabin chiếc xe tải xích tăng. Sáu chiếc xe tải xích tăng chở năm chục phuy dầu chậm chạp bò về Xóm Cát.

Lúc này đã chạng vạng, mặt trời đã khuất sau núi Ngậm Ngùi gửi lại chút kí ức ngày một màu đỏ ối, vương vất khắp nền trời phía Tây. Hoàng nhìn như dán cái màu đỏ ối phía núi Ngậm Ngùi. Sao mà giống trời chiều ngày thất trận đầu tiên đến thế, cái màu đỏ ối ấy...

Buổi chiều cách đấy tám hôm tiểu đoàn tên lửa của Hoàng đã bị một trận nốc ao. Đau đớn khỏi phải nói, cay đắng nhục nhã đến phát khóc lên được. Chỉ một chút chểnh mảng của trung đội ra đa P12, sau đó là sự chậm tay đến kì quặc của viên sĩ quan điều khiển, tiểu đoàn đã lãnh trọn ba quả tên lửa không đối đất.

Khi đó Hoàng đang ở xe tính toán. "Xờ rai-ai!" Tiếng loa trong xe tính toán rè rè giọng Dê Trưởng. Nửa giây sau chiếc xe điều khiển bị bắn tung lên trời, vỡ ra trăm ngàn mảnh. Thật ra Hoàng không nhìn thấy nó vỡ ra, ấy là Xê Trưởng kể lại với anh như vậy. Vào những giây phút khủng khiếp ấy, Hoàng cũng bị bắn tung lên, đầu đập vào trần xe. Cánh cửa xe tính toán bật tung, lửa khói ập vào kín đặc. Một khối lửa đập vào mặt Hoàng với một áp lực kinh khủng.

Mẹ ơi! Tiếng hét khiếp đảm của trắc thủ hệ lập lệnh. Nhờ tiếng hét ấy Hoàng đã lấy hết sức bình sinh co chân đạp thẳng vào tủ linh kiện tung người ra khỏi xe.

Đập vào mắt Hoàng là cái xe phát sóng, nó bị bóp dúm, cái ăng ten hình nan thuyền rách toác, nom giống như mồm con quái vật khổng lồ vừa nhai phải một quả mìn. Xe điều khiển đã mất tăm, để lại một cái hố nông choèn, đen xỉn. Sáu người trong xe điều khiển không để lại một tí tóc. Họ chết như không chết. Như không hề có họ từ trước tới nay.

Lần đầu dính bom đạn chứng kiến một lúc mười sáu cái chết Hoàng thấy mệt mỏi hơn là sợ hãi. Ngồi tựa gốc cây cụt ngọn nhìn tấn thảm kịch vừa xảy ra, Hoàng không thể tin nổi tất cả đã mất đi nhanh chóng vậy. Vô lẽ đã mất hết thật rồi sao? Thằng Thường, thằng Quân, thằng Lệ, thằng Dư... chúng nó vừa đánh tiến lên với mình đây mà. Thằng Hoạt vừa vác con chó về, khoe chục cân gạo đổi được con chó hơn chục cân, không ai dân vận giỏi như nó. Đáng lẽ giờ này nó đang thui chó chứ nhỉ. Con chó hãy còn đó thằng Hoạt đã biến mất không dấu vết...

Vừa mới vào Khu Bốn chưa đầy một năm tiểu đoàn của Hoàng đã bị loại khỏi vòng chiến đấu. Đấy là điều Xê Trưởng quan tâm nhất. Trọn một ngày Xê Trưởng lồng lộn ném đủ thứ bẩn thỉu lên trời. Bây giờ phải tính chuyện kéo nhau ra Hà Nội nhận khí tài mới. Trước đó phải tính chuyện gửi năm chục phuy dầu cho dân, lúc quay vào sẽ nhận lại.

Thực ra đối với một tiểu đoàn tên lửa ngần ấy dầu chẳng nghĩa lý gì, nhưng vứt thì phí quá. Đối với Xê Trưởng chẳng có gì đáng để vứt hết, kể cả một đôi hạt cơm vô tình dính bên mép. Hoàng không phản đối cũng chẳng đồng tình, anh lẳng lặng làm theo mệnh lệnh.

Sáu chiếc xe tải xích tăng chậm chạp bò vào Xóm Cát, sẩm tối thì đến. Dăm bảy đứa trẻ chạy ra. Chúng đi lại, ngó nghiêng, thì thầm với nhau với các bộ mặt nghiêm trọng. Từ trong mười một nóc nhà có chừng vài chục người lớn thủng thẳng đi tới. Họ đứng thành một khối, lẳng lặng quan sát đoàn xe.

Im lặng một cách đáng ngờ. Hoàng chú ý quan sát họ. Không rõ mặt một ai. Ngửi thấy mùi khét mù chua đặc, thứ mùi đặc trưng của mồ hôi đã biến chất. Hẳn tất cả đều gầy đét rách nát bẩn thỉu, Hoàng nghĩ vậy.

Ở đây ai là chủ nhiệm hợp tác xã? Xê Trưởng nhảy đại xuống cát, hỏi như quát. Lũ trẻ cười ré lên. Xê Trưởng dừng lại nhìn hết lượt dân Xóm Cát, ông cần biết lý do gì lũ trẻ kia lại cười còn người lớn không một ai lên tiếng.

Rứa ai là bí thư chi bộ? Vẫn tiếng cười lũ trẻ. Chúng còn hoan hỉ vỗ tay bem bép. Đám người lớn vẫn nín thinh. Hoàng nom thấy rõ họ dần xích lại gần nhau hơn, tạo thành một khối vuông đen đặc.

Cảnh giác! Xê Trưởng bắt đầu nổi cáu, anh đến sát Hoàng nói nhỏ, lừ lừ tiến đến gần đám đông. Tôi yêu cầu bà con trả lời. Xê Trưởng cố gắng nói chậm để tránh khỏi phải nói ngọng, điều mà ông tưởng vì thế lũ trẻ đã cười ré lên.

Chúng tôi là bộ đội, bộ đội cụ Hồ. À... Đã bắt đầu có tiếng xì xầm từ trong khối vuông đen đặc đó. Chúng tôi muốn làm việc với cán bộ chủ chốt của làng ta. Ở đây chỉ có trưởng xóm thôi. Một người trong khối vuông rụt rè lên tiếng. Tốt. Cho xin gặp.

Khối vuông bắt đầu ồn ào. Hình như họ đang thảo luận xem ai là trưởng xóm của họ. Rất lâu sau một người thấp nhỏ, lưng hơi gù tách khỏi khối vuông. Tui đây. Một ông già khoảng sáu chục tuổi, hai mắt toàn tròng trắng, đó là một người mù. Lần sau không được hỏi xược như rứa! Ông lừ lừ bước đến trước mặt Xê Trưởng độp một câu khô khốc.

Một cú đáp bất ngờ. Hoàng dựng tóc gáy. Chắc chắn Xê Trưởng sẽ gầm lên. Xê Trưởng vốn vậy, không cho phép ai xúc phạm ông vì bất kì lý do gì, trừ cấp chỉ huy. Xê Trưởng tự ý thức được ông đang chiến đấu cho ai, vì bát cơm manh áo của ai, đó là niềm kiêu hãnh vĩnh cửu không ai có quyền tước đi, trừ cấp chỉ huy.

Hoàng vội vàng nhảy ra khỏi xe. Cần phải có mặt đúng lúc xảy ra xô xát. Thật may chuyện đó đã không xảy ra. Xê Trưởng chắp tay cúi đầu trước đám đông, thái độ kính cẩn không chê vào đâu được. Xin lỗi... thành thật xin lỗi bà con. Tôi vội quá... thành ra rứa. Hoàng lại bị bất ngờ. Đó là lời xin lỗi hiếm hoi trong suốt cuộc đời chinh chiến của Xê Trưởng.

Té ra họ là dân thiệt ông ạ. Tới khi hoàn thành cuộc bàn giao vui vẻ năm chục phuy dầu cho Xóm Cát, dọc đường trở về Hà Nội Xê Trưởng mới giải thích vẻ khúm núm, lời xin lỗi hiếm có của ông. Con người không biết đùa này vừa cho Hoàng một ý niệm mới, nghe qua tưởng là hài hước thực ra rất nghiêm trọng, nó cho phép Xê Trưởng dùng súng hay sự lễ độ để ứng xử với độ chính xác đến rùng mình.

Có điều, thiệt kì cục... Nỏ hiểu răng xóm đó lại chẳng có tổ chức chi cả. Xê Trưởng rầu rĩ nói. Chắc là dân tứ chiếng. Có mười một nóc nhà, chẳng ai quan tâm... Hoàng chép miệng, anh nói cho qua chuyện. Không quan tâm là răng? Xê Trưởng cao giọng. Hoàng rụt cổ. Giả sử địch nhảy dù xuống đó. Chúng xây dựng một căn cứ giữa lòng cách mạng thì mi tính răng. Hả, tính răng? Cổ Hoàng lại rụt sâu hơn. Thử nghĩ mà coi, lại đùng đoàng ngay giữa lòng chế độ ta. Đó, nguy hiểm chưa? Hoàng không dám ư hử gì với Xê Trưởng, con người mấy chục năm rèn luyện tính khả nghi.

Mấy chục người dân Xóm Cát dưới sự chỉ huy của ông trưởng xóm đã trèo lên sáu chiếc xe tải xích tăng cùng bộ đội đẩy năm chục phuy dầu xuống cát, đưa đi cất giấu. Họ hò hét thúc giục nhau, vừa thở vừa nói vừa đẩy vừa kéo các phuy dầu. Đôi khi họ la ó, văng tục vì một vài trục trặc nhỏ. Quả nhiên là họ rất phấn khởi được làm một việc trọng đại như thế này. Xưa nay Cách mạng không hề giao cho họ bất kì một nhiệm vụ gì. Họ không làm, không được làm, không có gì để làm kể từ năm Ất Dậu. Đây là nhiệm vụ lớn lao Cách mạng giao phó như Xê Trưởng giải thích với họ.

Ngay cả năm Ất Dậu cũng vậy. Việc dân Xóm Cát đi phá các kho thóc đem về chia nhau, nói ra thêm ngượng, nó gần với động cơ trục lợi hơn là hành động cách mạng. Rõ ràng chưa lúc nào họ được làm một việc Cách mạng giao phó nghiêm túc như lúc này. Đấy không phải lỗi của họ, Xê Trưởng nói đúng, đấy là do sự chểnh mảng của chính quyền khu vực mà thôi.

*

Có vẻ như mấy cô gái Xóm Cát muốn ghẹo Hoàng. Họ chạy đi chạy lại, cố tình va phải Hoàng. Úi! Em xin lỗi! Rồi ù té chạy. Rồi cười như nắc nẻ. Hễ Hoàng đẩy phuy dầu nào, lập tức có một hai cô gái xán tới, đẩy thì ít lắn thì nhiều. Ui... bộ đội chi mà trắng rứa hè, trắng hơn công tử bột. Giọng gái tơ thanh thanh chua chua, mới nghe thôi đã muốn cắn cho một nhát. Tụi bay lấn vừa thôi, khéo không em tau ngã bây chừ! Lại cười. Khiếp, là cười! Vừa chạy vừa cười, mông đánh ngoay ngoảy đến là vui.

Hoàng cũng muốn vọc một cô nào đó theo cách nhỡ tay mà lính tráng hay áp dụng khi rơi vào môi trường nhốn nháo thế này. Cho vui thôi chứ chả để làm gì. Nhác thấy bộ mặt nghiêm trọng của Xê Trưởng anh đành nhắm mắt làm ngơ, cúi mặt đánh lờ hết mọi cuộc khiêu khích của chị em.

Trăng đã vói lên một cây sào. Còn một phuy dầu ở đuôi xe thứ sáu. Đã có bốn chị em đang hí húi đẩy. Hoàng nằm vật xuống cát. Gió biển nhẹ và mát, anh thiếp đi chừng nửa tiếng.

Anh chi ơi, dậy mà đi tề! Ấy là thời điểm Hoàng ngao ngán nhất. Rõ là thân thằng lính. Thủ trưởng tôi đã ơn huệ xong chưa? Mắt Hoàng vẫn nhắm nghiền. Rồi!... Tề... mau lên tề!

Cùng một lúc sáu chiếc xe tải xích tăng nổ máy.

Đồng chí Hoàng! Xê Trưởng gọi to. Hoàng đâu? Có tôi. Lên xe! Rõ. Thật không ngờ, sau tiếng đáp đầy vẻ chán chường ấy, Hoàng nhìn thấy cô gái đang đứng cách anh đúng một bước chân chính là Thùy Linh.

Ui... Hoàng! Thùy Linh ôm mặt rú lên.

Ma quỉ! Đúng một bước chân, chỉ đúng một bước chân không hơn. Có thể giang tay và ghì chặt, có thể nhấc bổng và xoay vòng, có thể áp mặt và ngấu nghiến... Ma quỉ! Hoàng đã đứng chết lặng cho đến khi Xê Trưởng vừa chửi vừa ném anh lên xe.

Hai mươi năm sau, cũng có thể trọn đời, Hoàng không bao giờ quên được bóng Thùy Linh chạy bời bời dưới trăng, chới với đuổi theo sáu chiếc xe tải xích tăng. Hoàng ơi!... Dừng lại đi! Hoàng... dừng la-ại..đi-i! Thùy Linh đã gào lên thê thảm.

Giấu giếm làm gì, lúc đó Hoàng đã khóc òa như trẻ nít.

*

Chỉ mình Hoàng ngồi khóc như trẻ nít giữa trảng cát từ khi nắng chang chang cho đến khi sương đêm phủ khắp.

Sao mà khổ sở thế này hả anh? Ly Ly cố nói thật bình tĩnh. Em tìm anh mãi... suýt nữa phải đập cửa mấy cô trực phòng Nhà khách. May em đoán anh ở đây. Hoàng nhìn về khoảng trống trước mắt. Cây đa đã biến đâu mất rồi. Hoàng lầm bầm. Anh vừa trải qua một cơn mộng du, đúng không? Hoàng nhìn đồng hồ, giời ơi đã gần ba giờ sáng.

Ly Ly muốn khóc quá. Xóm Cát là thế nào mà nặng trĩu trong Hoàng làm vậy? Cái xóm ghê gớm, đã chết rồi vẫn giữ rịt lấy Hoàng, không cho anh cựa quậy. Chỉ ba tháng sống với nó thôi, dù là thương nhớ bằng giời cũng không thể làm cho người ta vì đoái thương mà quên hết chuyện đời.

Hoàng đã có khi nào chấn thương sọ não chưa nhỉ? Chưa khi nào nghe Hoàng nói tới. Suốt cả cuộc chiến tranh anh nhiều lần bị thương nhưng chỉ xây xát chút xíu, chưa lúc nào phải vào viện.

Không có lẽ vì Thùy Linh? Đó chỉ là mối tình đầu, ngọt ngào có cay đắng có, cả tủi nhục khổ đau nữa... đủ hết. Và cũng chỉ thế thôi, như ngàn vạn mối tình đầu khác, có gì ghê gớm? Những gì Hoàng từng nếm trải cũng chẳng khác gì ngàn vạn người nếm trải, có ai như Hoàng đâu? Hay là Hoàng thuộc tip những kẻ mang sẵn trong mình dòng máu tuyệt mệnh, tự phóng đại những mất mát cá nhân lên đỉnh điểm? Không, chắc chắn Hoàng không thuộc típ đó.

Hoàng thuộc típ dễ thỏa hiệp. Sống kiểu gì sống thế nào đối với anh không quan trọng. Vẫn luôn thấy Hoàng cằn nhằn cả ngoài đời lẫn trong văn chương nhưng đấy chỉ là bản tính hay cằn nhằn của anh, bản tính của những ai vừa mới nứt mắt đã được người đời vồ vập chiều chuộng. Trong sâu thẳm Hoàng là kẻ ích kỉ, chỉ biết đến mình không cần biết đến ai. May thay anh được sinh ra từ một dòng tộc lẫy lừng, gốc gác văn hóa bền vững để mọi chứng bệnh của thói ích kỉ không có chỗ dung thân.

Hoàng không chán đời đến vậy. Hằng thấy một chút gì đằm thắm, thiết tha vẫn bừng lên, tỏa ra từ dáng vẻ trễ nải đáng ghét của anh. Hoàng yêu đời và được đời yêu. Mấy ai được đời vồ vập được như anh, hà cớ gì anh chán sống?

Chứng bệnh của Hoàng là chứng bệnh mọi thời đại của người lính do virus chiến tranh gây nên hay là một lý do nào khác? Làm sao Ly Ly có thể biết khi cô đang ở kênh khác của cuộc đời. Thôi không biết nữa, đã quá nhiều mệt mỏi vì cái sự biết rồi, chuốc thêm nữa để làm gì?

Ngủ đi anh. Cứ thế này rồi đến chết mất thôi. Ly Ly ấn Hoàng nằm duỗi ra cát, cô ép sát Hoàng, nhè nhẹ vuốt tóc anh. Ngủ đi anh, ngủ đi...

Hoàng hoàn toàn tỉnh táo như vừa qua một giấc ngủ say. Khi cây đa già và con cú què không còn váng vất trong tâm tưởng, anh thấy thư thái lạ thường. Hoàng lùa tay vào áo Ly Ly, nhẹ nhàng mơn trớn tấm lưng mát mềm của cô. Thôi mà, ngủ đi... Ly Ly kéo tay Hoàng ra, cô lấy mũ mềm úp lên mặt anh.

Anh cưới em có được không? Câu hỏi nghiêm túc đến nỗi không thể nhịn được cười. Anh muốn cưới em thật đấy, tụi mình vợ chồng cho xong mẹ nó đi! Ly Ly úp mặt cười hì hì. Sao cười? Em không biết... tự nhiên thấy buồn cười. Hoàng cù nách Ly Ly, cô không chịu được, cười ré lên cố đẩy Hoàng ra xa.

Nói đi! Nói đi... sao cười? Hoàng xốc nách Ly Ly dựng dậy. Người ta đề nghị nghiêm túc, sao cười? Cái mặt Hoàng nghệt ra trong khi mắt trợn răng nghiến hệt mặt ông địa trong hội múa lân. Buông em ra rồi em mới nói! Hoàng thả Ly Ly, làm bộ nghiêm trang chờ cô nói. Ly Ly thong thả cuốn tóc, sửa sang lại quần áo rồi kéo tai Hoàng lôi đi. Thôi, về!

Ly Ly vụt chạy trước, thỉnh thoảng vốc cát quay lại ném Hoàng. Hoàng lệt bệt theo sau. Lúc này mới thấm mệt. Lưng thẳng đơ, bắp chân như xoắn lại Hoàng bước từng bước vẹo vọ.

Đằng Đông kéo một vệt đỏ rựng chạy dọc chân trời. Cái vệt đỏ mỏng tang như khe hở hẹp một cánh cửa vĩ đại, giấu trong đó cả một lò lửa mênh mông.

Ly Ly dừng lại chờ Hoàng. Cô nhìn bốn xung quanh. Cát vẫn cát trắng dịu kéo dài cho đến núi Ngậm Ngùi. Khoảng không bao la dần trắng rỗng khi ánh ngày dần kéo đến. Lạ quá, nơi đây đã từng có cuộc sống, dẫu âm thầm bức bối nhưng là cuộc sống đầy ý nghĩa, theo cách diễn đạt của Hoàng.

Làm sao Xóm Cát có thể bền gan sống giữa trắng phau và bỏng rát cả trăm mùa hè đỏ lửa để rồi kết thúc bằng một cái chết tang thương và bí ẩn. Hoàng nói nếu không sinh ra ở đây sẽ không cách gì hiểu nổi tại sao người ta có thể yên tâm sống ở cái "lò thiêu xác" này đời này sang kiếp khác. Tất nhiên. Nhưng từ đây về Thị Trấn Ninh Giang chỉ bảy cây số cát chứ bao nhiêu. Dân Xóm Cát hết thảy đã một lần về Thị Trấn, họ thừa có khả năng làm một phép so sánh giản đơn.

Hoàng nói thì cũng giống như anh ngày mới về Hà Nội, anh không hiểu người ở đâu ra mà lắm thế, cứ từng đoàn nườm nượp chạy rong ngoài đường phố. Chẳng hiểu người ta lấy đâu ra thời giờ nắm tay nhau dạo hết phố này ra phố nọ. Hoàng đã mục sở thị một đôi trai gái vừa sáng tinh mơ đã ra quán cà phê ngồi lì cho đến tối. Hóa ra phố phường lại tẻ nhạt, vô vị đến thế a? Sống quen rồi anh mới hiểu mỗi một cuộc sinh tồn đều có cái lý riêng của nó.

Đã đành là thế. Nhưng ở cái nơi rỗng không này lại là chuyện khác. Hoàng đã kể cho Ly Ly, ở đây vào mùa hạ, đêm thật tuyệt vời nhưng ngày thật đáng sợ. Nó lột trần và đốt cháy tất cả. Từ chín giờ sáng đến tối sập, người ta luôn ở trạng thái bất an, ngực râm ran những bức bối. Không ai muốn ngồi yên một chỗ, lúc nào cũng muốn chạy trốn, muốn thoát thân nhưng chẳng biết vì lẽ gì.

Gió nóng thổi quay cuồng, cát rịn cùng với mồ hôi và hơi cát nồng bốc lên đến chóng mặt. Từ chín giờ sáng đến ba giờ chiều, gió như một kẻ cuồng chạy rối loạn trên tràng cát, bốc lên từng khối bụi cát khổng lồ. Vào lúc mặt trời bò xuống gần đỉnh núi Ngậm Ngùi gió cũng biến đi đâu, tràng cát bây giờ mới thực sự là lò bát quái. Nóng đến ngột thở đến phát rồ.

Khó lòng nói hết cái nóng ghê rợn ở nơi đây. Lửa không táp ở ngoài mặt, nó bốc ngùn ngụt từ trong ruột bốc ra. Người ta luôn muốn nhảy xuống giếng, muốn hét rống lên, muốn đập phá một cái gì đó. Mồ hôi đặc quánh trên mỗi lỗ chân lông. Từng sợi tóc khô giòn, nóng rực. Da thịt bốc lên một mùi da thịt cháy nắng khét mù.

Hoàng kể vào thời điểm gió chết đứng này, chị Rá tâm thần bao giờ cũng nhảy ra múa may. Chị tụt quần, cầm quần phất như phất cờ đại, vừa phất vừa chạy khắp xóm. "Quần đây rồi! Quần mới đây rồi bà con ơi!" Ông Rúm cũng tụt quần nhưng không phải chạy khắp xóm, ông lăn đùng xuống khe Mật. Ông nằm ngửa, chỉ để hở mỗi hai lỗ mũi, đánh một giấc đến sáu giờ tối. Khó ai có được giấc ngủ kì khôi như ông: chìm trong nước, ngủ say như chết nhưng không bao giờ để nước chui tọt vào mũi. Một đôi người học theo ông, chỉ được dăm mười phút, cố lắm nửa giờ, là sặc nước ho gần chết.

Dân Xóm Cát ai nấy đều chạy ra khe Mật. Kẻ thì nhúng bao tải quấn quanh người, ngồi rúm ró dưới bóng cây, người thì để nguyên quần áo lăn đùng xuống khe rồi ba chân bốn cẳng chạy vào nhà, nửa giờ sau áo quần khô cong, lại chạy ra lăn đùng xuống khe, lại ba chân bốn cẳng chạy vào nhà. Thoạt nhìn dễ nhầm đấy... là cuộc đại náo của những kẻ động rồ.

Vui nhỉ, hay nhỉ! Chậc, nghe là lạ chứ thú vị gì đâu. Đấy là chốn chỉ nên biết cho vui chứ không nên sống cùng.

*

Ô, Hoàng sao thế? Sao lại đứng trơ ra thế kia?... Hoàng! Ly Ly kêu to. Cô đi nhanh về phía Hoàng. Hoàng không động cựa, anh đang theo dõi cái gì đó. Anh vẫy vẫy Ly Ly, mặt vẫn không thôi ngoảnh về phía bãi tha ma. Ly Ly ngoảnh về phía đó. Bãi tha ma của Thị Trấn Ninh Giang, chính quyền gọi là nghĩa địa.

Có người! Rất nhiều người!

Thấp thoáng giữa những nấm mộ cát mọc dày đặc không hàng lối là những bóng người lúc ẩn lúc hiện. Dăm bảy cái bóng vụt dậy lại dăm bảy cái bóng thụp xuống. Một vài cái bóng ôm cái gì đó chạy lom khom rời khỏi bãi tha ma, chui tọt vào đám phi lao rậm rịt mọc ven bờ cát, men Thị Trấn. Vượt qua đám phi lao là tới Xóm Trầu. Người Xóm Trầu tìm kiếm cái gì chăng? Có gì ở bãi tha ma mà tìm. Nếu có bốc mồ bốc mả tất nhiên chẳng ai làm giờ này và cũng không làm lén lút thế kia.

Những cái bóng bẹt dính chuyển động khá nhịp nhàng lúc cúi xuống lúc vươn lên, thỉnh thoảng lại nhảy phốc một cái và chạy lom khom cũng nhịp nhàng như múa. Lạ quá.

Cái gì thế nhỉ... Ma à? Ly Ly ớn lạnh. Một cái gì rờn rợn chờm lên hai bên mang tai. Cái gì... ghê quá... Ly Ly bíu lấy tay Hoàng. Im! Hoàng quát khẽ. Anh rón rén tiến về bãi tha ma. Ly Ly lo lắng bám theo sau, tay không rời vạt áo Hoàng. Buông ra nào! Hoàng giật vạt áo. Không, em sợ... Ly Ly càng bíu chặt lấy Hoàng. Ma thật rồi. Chẳng ngờ những đồn thổi từ vạn kiếp lại hiện ra rành rành trước mắt cô.

Ngồi xuống! Hoàng kéo mạnh Ly Ly, cô mất đà ngã ngồi. Anh vội vàng bò đến bụi phi lao lùn tịt trước mặt. Ly Ly hớt hãi bò theo Hoàng, luống cuống hót lấy cổ anh. Chưa bao giờ cô sợ đến thế. Hoàng không thèm quan tâm đến nỗi sợ hãi khác thường của Ly Ly, anh còn tỏ ra khó chịu. Làm cái gì thế! Hoàng đẩy Ly Ly ngã lăn kềnh, phát vào mông cô một cái rõ đau rồi nhoài lên, căng mắt nhìn nhìn về phía trước.

Những cái bóng đen cũng thụp xuống, chìm hẳn giữa lờ mờ những mấp mô trắng nhợt. Hình như các bóng đen đã phát hiện ra Hoàng và Ly Ly. Chúng biến lẹ làng trong chớp mắt. Hoàng lao lên chạy thục mạng về phía bãi tha ma.

Hoàng! Ly Ly muốn chạy đuổi theo Hoàng, hai chân cô như có ai bắt chéo. Ly Ly ngã khụy, cố vùng lên lại ngã khụy. Hoàng mặc kệ Ly Ly, một mạch xông thẳng vào bãi tha ma. Vương vãi những dấu chân giẫm đè lên nhau, những mảnh vụn ván quan tài lẫn trong đám cát mới bới tung lên và mới vùi trở lại. Hoàng ngồi ngó ngơ bốn xung quanh. Thoang thoảng mùi gì như mùi huyệt vừa mới bốc.

À ra thế, tiên sư bố chúng mày. Hoàng gằn giọng lầm bầm. Đ. mẹ chúng mày, ông biết chúng mày làm gì rồi.

Ly Ly cũng đã bò đến bãi tha ma. Anh làm cái gì thế? Ly Ly vồ lấy Hoàng. Gì? Em không ngờ anh lại nhẫn tâm đến vậy. Hoàng chẳng hiểu vì sao Ly Ly giận dữ. Anh mặc kệ Ly Ly, chẳng mấy khi anh quan tâm tới thói đỏng đảnh của các cô gái con nhà giời, "hạt giống đỏ". Con cái quan lớn vẫn thường lấy đỏng đảnh làm duyên, thói thường Hoàng rất ghét.

Hoàng rút thuốc hút, trầm ngâm nhìn quanh bãi tha ma. Em có biết vừa xảy ra chuyện gì không? Em không cần biết! Ly Ly gắt ngang. Cô nén tiếng bật khóc. Anh chưa nói cho em biết tại sao anh lại tàn nhẫn với em đến vậy!

Hoàng vẫn không hiểu gì cả. Ly Ly lồng lộn đi đi lại lại quanh Hoàng, ý chừng như muốn xé xác anh ra. Em làm sao thế? Ly Ly túm lấy cổ áo Hoàng day lấy day để. Làm sao à? Ác với người ta thế mà còn dám hỏi làm sao! Hả!? Hả!? Hả!? Ly Ly rít lên và òa khóc.

Bây giờ Hoàng đã hiểu. Thủa bé đến giờ không hề biết sợ ma là gì, Hoàng cứ tưởng ma quỉ chỉ là chuyện đùa chơi, đàn bà con gái thường viện cớ đấy mà làm nũng, không ngờ Ly Ly sợ đến vậy. Hoàng ôm vai cô nói lời xin lỗi. Anh mà nhà văn cái gì, tâm lý hạng bét! Hoàng cười khịt khịt, đáng lẽ không nên cười vào lúc này, anh không nhịn được.

Ly Ly chẳng tươi tỉnh lên chút nào tuy đã qua cơn điên tiết. Cô bình tĩnh tìm cớ bênh vực cho Hoàng. Có thể Hoàng vừa phát hiện ra một điều gì ghê gớm lắm anh mới tập trung cao độ đến quên phắt hết thảy. Vốn dĩ Hoàng khá tinh tế, chỉ cần một chút thay đổi của cô anh cũng dễ dàng đoán ra, đâu đến nỗi thế này.

Anh nói vừa xảy ra chuyện gì? Ly Ly gặng hỏi. Hoàng lắc đầu không đáp, anh lại rút thuốc hút. Anh hút nhiều quá, vừa mới đó đã ba điếu. Ly Ly cằn nhằn. Cô biết những lúc căng thẳng hoặc có chuyện gì bối rối, Hoàng chẳng biết làm gì hơn là dùng thuốc lá đốt cháy hai lá phổi.

Thật kinh khủng. Hoàng hắt ra ba tiếng rồi ngồi im. Kinh khủng cái gì... ơ kìa! Ly Ly hỏi, lại hỏi thêm một lần nữa Hoàng không đáp. Chẳng biết làm gì hơn, Ly Ly lôi Hoàng dậy, kéo anh về Nhà khách Ủy ban huyện.

Nắng đã chạy dài trên trảng cát, thưa thớt vài vạt vàng nhạt vắt qua những đụn cát vun cao đẹp như ngực thiếu nữ dậy tình, dân ở đây vẫn quen gọi là vú cát.

7

Một ngày khủng khiếp, chưa khi nào mình trải qua. Tức giận. Xấu hổ. Sợ hãi. Nhục nhã. Còn gì nữa? Éo biết nhưng rất kinh.

Nên Cancel Hoàng ngay hay đợi về Hà Nội? Quyết định đi con ranh!

I am crazy! You are crazy! We are all crazy!

Fuck!

*

Cộc! Cộc! Cộc!

Có một chỗ ăn sáng theo tôi là rất hay, không biết anh chị có thích không? Phó Chủ Tịch Văn Xã ló mặt vào khe cửa, nở nụ cười hiền hậu.

Vừa bảnh mắt hắn đã đến đây làm gì? Hoàng nghĩ bụng trong khi siết chặt tay Phó Chủ Tịch Văn Xã. Hai hôm nay chẳng thấy anh đâu? Hoàng hỏi cho có chuyện. Tôi xuống mấy xã ven biển, cứ tưởng anh chị đã về rồi. Hắn không nói "Tôi bận quá" như cách các ông quan vẫn thường làm bộ quan trọng. Đi rồi mới tiếc quên không mời anh chị đi ăn sáng ở cù lao Cá, may về vẫn còn kịp. Lời chân thành khó kiếm. Anh chu đáo quá! Cái vỗ vai suồng sã chí thiết kèm với nụ cười thân thiện vừa dứt, Hoàng đã tự ghê tởm mình.

Đến bao giờ mới chấm dứt trò chơi đạo đức giả này nhỉ?

Ly Ly đã khi nào ra cù lao chưa? Phó Chủ Tịch Văn Xã cố ý đi lùi sau Hoàng và Ly Ly. Chưa, à rồi! Nếu Tháp Rùa Bờ Hồ là cù lao thì em ra rồi, chán chết. Ly Ly lùi lại song đôi Phó Chủ Tịch Văn Xã. Đó là cù lao hồ, cù lao sông thích hơn! Cái nhìn hấp hiếng nửa cò giả nửa chân thành của Phó Chủ Tịch Văn Xã được Ly Ly đón nhận bằng cái lườm yêu nhẹ không.

Ly Ly thản nhiên cặp tay hắn, lôi hắn tách khỏi Hoàng, vượt lên trước mặt anh. Cô còn cố ý tì nhẹ ngực mình vào cùi tay hắn. Hoàng không chấp trước trò khiêu khích rất con nít của Ly Ly, anh mừng được thảnh thơi một mình không phải nói chuyện với ai.

Con thuyền luồn qua rặng bần, bập bềnh vươn tới cù lao bé tí mọc lên giữa dòng sông. Ở đây có xuồng máy, chỉ cần mấy phút là tới nơi. Hoàng không thích đi xuồng máy. Đi thuyền chèo tay trên sông vào sáng tinh sương có cái thú riêng của nó, không phải khi nào cũng có được.

Gió sớm nhẹ thổi, dòng sông chớm nắng ửng một màu tím hồng, dập dềnh trên mặt nước xanh ngăn ngắt. Ban mai trên sông thật thú vị. Bỗng thấy nhẹ tênh, lâng lâng cảm xúc tươi mới, hình như cuộc đời chẳng có gì quan trọng phải lo nghĩ. Đúng vậy, cuộc đời chẳng có gì phải lo nghĩ nếu cứ lênh đênh thế này trong những ban mai tươi mát yên tĩnh thế này.

Hoàng bật lửa hút thuốc, rít một hơi thật sâu, cố tận hưởng chút sảng khoái ban mai trên sông. Bắt gặp cái nhìn xéo của Phó Chủ Tịch Văn Xã mặt Hoàng bỗng khó đăm đăm. Hắn ta nhìn gì mình? Hay hắn ta đã biết mình rình theo dõi quân lính của hắn đào bới bãi tha ma sau Thị Trấn rạng sáng hôm nay. Có thể lắm.

Nếu vậy là hắn đã biết thừa Hoàng và Ly Ly về đây vì việc gì rồi. Cái kiểu giấu như mèo giấu cứt của Ly Ly tóm lại chỉ tổ làm cho người ta có thời giờ lấp liếm mà thôi.

Chuyện vừa xảy ra ở bãi tha ma là kết cục đương nhiên của những trò gian dối một khi bọn này biết chúng sắp bị lật tẩy. Đang tâm đào mộ dân lành lấy hài cốt chia năm xẻ bảy cho xuống những cái huyệt rỗng không ở nghĩa trang liệt sĩ để chứng minh việc kiếm tìm hài cốt liệt sĩ của họ là có thật, và hai ngàn nấm mộ liệt sĩ vô danh trong nghĩa trang liệt sĩ hoàn toàn không phải là những nấm mộ giả. Chính thằng cha Phó Chủ Tịch Văn Xã này đây, không ai khác.

Mẹ khỉ! Hoàng nhổm dậy, cứ như anh đang đối diện với sự thật chua cay kia. Con thuyền chòng chành, suýt ngã. Ly Ly chụp lấy Hoàng. Anh sao thế?... À không. Hoàng ngoan ngoãn ngồi yên. Không nhớ đang ngồi trên thuyền à... Hâm! Hay là ngồi mơ thấy con nào, chực chồm ra ôm nó, hả hả? Ly Ly cong cớn mắng Hoàng, cung cách rất hàng tôm hàng cá. Phó Chủ Tịch Văn Xã tủm tỉm cười. Hoàng cũng tủm tỉm cười trước cơn cong cớn bất thường của Ly Ly.

Thật bình thản thong dong, Hoàng ngồi xuống mạn thuyền ngắm dòng sông qua khói thuốc, cách mà họa sĩ Lautrec, ở ta là họa sĩ Bửu Chỉ vẫn hay làm. Thích nhất chỉ có thế này, giá có điếu thuốc More thật thơm thì hay quá.

Cù lao Cá nổi chờm lên mặt sông, chỉ rộng chừng vài chục sào, như một khoảnh vườn bồng bềnh giữa bốn bề sông nước. Trước đây nó là nơi cư ngụ bọn thảo khấu, lũ đạo chích, quân cướp đường cướp chợ... không ai dám bén mảng. Từ ngày du lịch dọc sông Ninh trở thành một thú vui không thể thiếu của du khách thập phương, các cù lao hoang vắng nghiễm nhiên trở thành các điểm dừng chân lý tưởng.

Nơi đây là điểm ăn sáng uống cà phê của khách làng chơi, người giàu có kẻ phong lưu. Thật tuyệt. Ở thành phố dù có nằm mơ cũng không kiếm đâu ra chỗ ngồi ăn sáng hết ý thế này. Quà sáng xứ này lắm món ra phết, bánh trái ê hề nhưng tóm lại chỉ có hai món ấn tượng: cháo bánh canh và cháo lươn, ai ăn cay được đều mê tít.

Nhờ có Hoàng "huấn luyện ăn cay" Ly Ly thấy chúng ngon kì lạ. Cháo bánh canh nấu cá lóc ruộng tươi rói, nóng hôi hổi, miếng nào miếng nấy cứ ngậm mà nghe. Cháo lươn nấu gạo hạt, không nghiền bột như ở Hà Thành, chỉ thưa thớt vài hạt gạo thôi, thịt lươn tươi xé nhỏ lẫn với đậu xanh hầm nhừ thơm lừng tiêu ớt, mới ngửi đã chảy nước bọt, miếng nào miếng nấy ngọt lừ, thứ ngọt nguyên chất không pha chế chỉ ở đồng quê mới có, ngon không thể tả. Ăn nóng có ớt tươi mồ hôi toát hết ra, gặp gió sông sớm mai phơ phất trên da thịt mát lịm.

Cho em thêm bát nữa. Ly Ly hít hà thút thít chìa bát không cho Phó Chủ Tịch Văn Xã. Ăn sáng ở đây xong rồi chết cũng đáng kiếp! Phó Chủ Tịch Văn Xã hào hứng hẳn lên, xăng xái chạy đi bưng bê. Và nói. Hiếm khi thấy hắn nói nhiều thế này.

Đầu câu chuyện là những câu hỏi dè dặt: Ông Văn Tùng nói về chữ *khiêm* hay quá, anh Hoàng có biết ông ấy không? Ông Hoàng Ngọc Hiến vừa rồi có bài trả phỏng vấn ghê nhỉ, anh Hoàng nhỉ? Cái ông Trần Mạnh Hảo là người thế nào mà nói năng băm bổ quá. Vụ Đơn Dương cấp trên xử lý thế nào? Nguyễn Huy Thiệp đi Thụy Điển tuyên bố ghê nhỉ? Anh Hoàng không chơi với Nguyễn Huy Thiệp à?... Những câu hỏi chỉ để tỏ ra mình có biết có quan tâm, nhã nhặn nhường phần chứng tỏ cho người đối thoại.

Thấy Ly Ly thích thú về một buổi ăn sáng có một không hai trong đời, Phó Chủ Tịch Văn Xã kéo hai người về quán cà phê cuối góc cù lao nói liên miên đủ chuyện trên trời dưới đất. Triết học của V. Soloviev và Voltaire, văn chương của Borges và Kafka, âm nhạc của Debussy và Shostacovich, kiến trúc của Acropole và Frank Gehry, hội họa của Rousseau và Cézanne... Hoàng nghe đến ù tai, toàn những thứ Hoàng không biết không hiểu không quan tâm.

Chẳng biết lão moi ở đâu lắm thứ thế không biết. Hoàng đã phát mệt khi ngồi với mấy ông mọt sách ở Hà

Thành, nghe họ nói anh chỉ muốn nhảy xuống hồ Tây lặn một hơi không sủi tăm. Mấy thứ vô bổ đó dễ tố cáo cái đức lười đọc, lười nghĩ của Hoàng, khốn thay khi đã trở thành nhà văn danh tiếng, nhà văn số một, anh luôn phải đối phó với mớ văn hóa trời đánh mà đám người ngưỡng mộ đinh ninh tất nhiên anh đã có thừa. Hoặc lắm kẻ sống bằng niềm vui bóc mẽ người khác, cố vòng vo tam quốc để bẫy anh vào tròng lố bịch. Cả hai đều làm Hoàng phát rồ.

Phó Chủ Tịch Văn Xã đang lên cơn cao đàm khoát luận. Hoàng biết hắn không nói cho anh nghe, cũng chẳng phải vì cái nhìn háo hức thán phục vờ vịt của Ly Ly, hình như hắn đang cố giấu một tâm trạng nào đó. Hắn nói để quên đi những gì đang làm cho hắn bứt rứt khó chịu. Hay là hắn đã biết Ly Ly và Hoàng đang nghĩ gì về hắn?

Hoàng gọi một ly rượu đẻn, cầm chén rượu xoay xoay, nơm nớp sợ bỗng nhiên Phó Chủ Tịch Văn Xã dừng lại hỏi anh về một điều gì đó hắn vờ quên hay quên thật. Khi đó, cũng như trăm lần tương tự khác, anh chẳng còn cách nào hơn là thú thật: "Tôi không biết... tôi không nhớ" và nhận được cái cười xuê xoa đểu cáng: "Anh Hoàng nói thế..." Trời ơi có phải nhà văn thì cái đéo gì cũng phải biết đâu! Lúc nào Hoàng cũng muốn gầm lên như thế với đám mọt sách.

Đối phó với bọn người này mệt quá trời. Vẫn biết nếu năm sau gặp lại, Phó Chủ Tịch Văn Xã vẫn chỉ có Borges và Kafka, Rousseau và Cézanne... nhưng biết được rõ ràng cặn kẽ được như thế cũng không phải tay vừa. Những kẻ học hành tử tế như thế này tại sao những điều sơ đẳng của nhân tính chúng đều bỏ qua không chút áy náy nhỉ?

Hoàng biết đích thân Phó Chủ Tịch Văn Xã chỉ huy đám đào mồ hồi khuya. Việc hệ trọng hắn sẽ không ủy quyền cho ai. Một miệng thì kín chín miệng thì hở, giao cho cán bộ dưới quyền chẳng khác gì lạy ông tôi ở bụi này. Hắn đứng dạng hai chân, một chân giẫm lên V. Soloviev, một chân giẫm lên Voltaire thậm thụt chỉ huy bọn đàn em đào bới mồ mả cha ông nhằm che giấu một việc đại gian, bất chấp cái gọi là lương tri. Thế đấy, tiên sư bố nó chứ!

Xem miệng hắn kìa, cái miệng nhỏ thó, mỏng tang đang mấp máy. Đôi mắt rắn giấu sau lớp kính cận dày cộp thỉnh thoảng lại hắt xéo sang Hoàng những tia sáng ngược. Sách tướng dạy rằng, bọn người mắt rắn không giết người thì cũng lừa đảo, ác từ túi mật ác lên. Đã mắt rắn lại có da mặt tái nhợt như người đang ủ bệnh hoặc vừa ốm dậy tất nhiên là kẻ lừa thầy phản bạn, bán đứng thiên hạ bất cứ lúc nào. Thằng này có cả hai, nhìn rất rõ, không cần biết xem tướng cũng có thể nhận ra đích thị là con chồn hôi lịch lãm.

Cái miệng Phó Chủ Tịch Văn Xã hồ hởi mấp máy liên hồi kì trận về mớ kiến thức mà hắn tưởng ít nhất cũng nhờ vậy Hoàng và Ly Ly nể trọng hắn hơn. Hoàng cứ nghĩ mãi hắn vận dụng thế nào cái bồ chữ kia để ra thứ lý lẽ vỗ về hắn ăn ngon ngủ yên một khi đang tâm đào mả nhà người ta lên. Một mẩu *Buồn nôn* của Jean Paul Sartre chăng? Chịu. Đéo biết thế nào, mẹ kiếp!

Thôi, ta về thôi anh. Tám giờ rồi. Em có cái hẹn với Chủ Tịch Huyện... Ly Ly cũng đã chán cảnh ngồi diễn mãi trò con nai vàng ngơ ngác trước thông tuệ lịch lãm, cô kéo Hoàng đứng dậy. Hoàng thấy nhẹ cả người, như chú học trò dốt vừa thoát qua một giờ giảng tối tăm mù mịt trong khi thầy giáo có thể túm cổ lôi lên bảng bất cứ lúc nào. Anh phóng lên trước, leo lên thuyền trước, chọn ngay mui thuyền ngồi chóc ngóc trước mũi, ở đó lão Phó Chủ Tịch Văn Xã không có cơ hội lẻo mép.

Gió ban mai đang chạy dọc dòng sông. Con thuyền bập bềnh trôi giữa nắng dịu gió êm. Trời và sông cứ nhập nhòa lúc nhập vào nhau lúc tan ra như khói. Có thể đánh đổi một núi vàng để có những thời khắc thế này. Giá một mình thế này cho hết đời có phải tốt hơn không? Kể cũng lạ, người ta ai cũng sợ cô độc nhưng không thể thiếu vắng nó một khi đã quá mệt mỏi giữa đám người nhăng cuội.

Tại sao lại phải rời thuyền đến văn phòng Ủy ban huyện ngồi đực mặt nghe Ly Ly liến láu trong cuộc interview đã nhạt nhẽo lại giả dối giữa cô ta và lão Chủ Tịch Huyện nhỉ? Hoàng vừa nhấc đít lên lại đặt đít xuống. Anh có đi không, ơ kìa! Ly Ly đã lên bờ, cô quay lại khó chịu nhìn Hoàng. Chả biết ông hâm này có lên cơn không mà không chịu rời thuyền.

Em đi đi. Một mình em phỏng vấn cũng được, việc gì phải có anh? Nhưng anh ngồi đấy làm cái gì? Anh thích! Thích kiểu gì lạ đời thế hả trời! Tiếng Ly Ly rít như xé vải. Thật quá mệt với mấy ông đồ gàn!

Phó Chủ Tịch Văn Xã cười cười tiến về phía Hoàng, cặp nách anh nhẹ nhàng đưa anh rời thuyền. Về thôi anh, Ly Ly sắp khóc đó kìa! Hoàng tính cự lại, thế nào anh cứ để cho hắn cắp nách lôi đi. Hắn lôi rất khéo, cái cách kéo người đi khi có chuyện tâm tình khẩn thiết khiến người ta không thể cưỡng lại, chắc hắn đã rèn tập nhiều, khá là thành thục.

Và hắn lại nói, khốn nạn! Lần này Phó Chủ Tịch Văn Xã thủ thỉ về tuổi thơ của hắn, một tuổi thơ đói khổ gian lao đầy bất trắc Hoàng đã nghe chán tai từ những người thành đạt. Mấy lần Hoàng tính dứt khỏi cánh tay hắn chạy thoát lên trước, sợ hắn tự ái, lại thôi.

Cùi tay Phó Chủ Tịch Văn Xã khép hờ bên hông Hoàng vừa đủ để giữ chặt Hoàng trong câu chuyện vu vơ không đầu không cuối của hắn. Hoàng bức bối khó chịu. Không rõ khó chịu vì cái cùi tay lúc lúc lại thúc nhẹ bên hông hay câu chuyện cố tình bi thiết của hắn? Rất khó chịu.

Phó Chủ Tịch Văn Xã vẫn nói, vẫn thúc cùi tay vào hông Hoàng, câu chuyện đến độ cao trào khi hắn kể đến đoạn một mình hắn vác xác mẹ ra cồn cát chôn vùi. Mẹ tôi chết không hòm không chiếu anh ạ. Bom Napan thiêu rụi cả nhà, chẳng còn chi. Hắn nghẹn lại. Ô... hắn nghẹn lại thật kìa! A thằng cha này cũng biết thương người. Mắt Hoàng bỗng tối sầm, từ đáy ngực dội lên một tiếng hực.

Anh đang giở trò bẩn thỉu gì đấy hả? Hoàng nghiến răng túm cổ áo Phó Chủ Tịch Văn Xã. Anh nói gì? Hắn khựng lại ngơ ngác. À không... Hoàng buông cổ áo hắn, cười tên tò. Anh biết mình vừa thất thố. Ly Ly giật thột lo lắng. Ông Hoàng này điên rồi. Cô chạy a tới kéo tay Phó Chủ Tịch Văn Xã lôi đi. Đi anh! Phó Chủ Tịch Văn Xã vẫn không hết băn khoăn, ngoái cổ lén nhìn Hoàng. Anh Hoàng sao thế? Hắn hỏi nhỏ. Anh í thỉnh thoảng vẫn thế đó. Ly Ly vội đắp ngay bộ mặt chán ngán, cô thở dài thườn thượt. Đầu óc nghĩ chuyện đâu đâu rồi cứ tưởng người kể mình là đối thủ. Vậy a? Vâng.

Ly Ly kéo Phó Chủ Tịch Văn Xã đi thật nhanh. Cô bịa chuyện hồn nhiên, lối bịa chuyện thật giả bất phân cô học được từ lão Bốn. Em đây cũng đã mấy lần bị anh í cho ăn vài quả đấm. Vậy a? Phó Chủ Tịch Văn Xã thè lưỡi. Lạ thật! Vâng... Chưa chắc hắn đã tin, thôi kệ, biết làm thế nào, miễn sao tình hình đừng xấu đi là được.

Hoàng lững thững theo sau, rấm rứt mãi hành vi rồ dại của mình. Anh cảm thấy xấu hổ ghê gớm. Giá bây giờ biến thành con bò thì hay biết bao nhiêu. Chào anh Hoàng nhá! Phó Chủ Tịch Văn Xã nở nụ cười thật tươi, vẫy tay thân thiện và biến mất sau cánh cổng Ủy ban huyện. Hoàng "à vâng", anh mỉm cười chào đáp, cái cười nhăn nhở.

Ly Ly cũng cười, cũng đưa tay vẫy Phó Chủ Tịch Văn Xã với vẻ lưu luyến cao độ tưởng cô có thể đâm sầm tới ôm chầm lấy hắn. Khi hắn vừa khuất, cô quay lại quắc mắt vặc ngay Hoàng. Trời ơi, anh vừa làm gì đấy hả! Anh cũng không biết nữa. Hoàng đứng vò đầu bứt tai. Không hiểu sao anh lại nói thế. Mặt Hoàng như khỉ phải mắm tôm. Đây là bộ mặt thật nhất của Hoàng.

*

Hoàng muốn cho Ly Ly biết sự thật những bóng đen đã làm gì trong bãi tha ma hồi rạng sáng. Nói hết sẽ nhẹ người. Ly Ly sẽ mừng rơn, đây là chi tiết cực kì quan trọng cho cô kết thúc thiên phóng sự mệt mỏi này. Chỉ sợ mọi việc sẽ bây hồi. Khi biết nhà báo muốn chơi bài ngửa chúng càng giở trò gian manh. Lấp liếm tội trạng bằng bất kì giá nào đó là cách lũ giả danh lấy làm lẽ sống. Hy vọng chúng nó nhanh chóng hoàn lương chỉ là hi vọng hão.

Hôm nay chúng đào bới mồ mả của dân Thị Trấn, hôm sau sẽ đến lượt mồ mả của dân các xã quanh đây, sao cho đủ hài cốt thế vào hai ngàn ngôi mộ rỗng. Mình càng làm tới chúng càng phá phách. Một bài báo là cái gì đâu, tóm được dăm bảy thằng cũng không là gì cả, còn đấy hẳng hà sa số bọn bất lương, diệt làm sao cho hết? Thôi thì thà im đi, Nhà nước có mất cũng chỉ mất chừng mười bốn mười lăm tỉ. Nếu cứ tấn tới, chúng say máu làm càn, tiền bạc chẳng thu hồi được bao nhiêu mà mồ mả cha ông rồi đến kì mất sạch.

Hoàng muốn nói hết với Ly Ly như vậy. Anh biết Ly Ly đang say máu rất khó nghe anh. Hoàng bị mang tiếng là thiên sứ bàn lùi. Lão Bốn nói trời sai thằng Hoàng xuống tòa soạn mình để bàn lùi. Phàm cái gì gọi là "chống tiêu cực" anh đều gạt đi, cho đó là việc vớ vẩn không nên làm. Hoàng sợ lúc này nói ra Ly Ly sẽ không nghe anh.

Nhưng phải nói, nhất định phải nói.

Anh chị đi mô cũng có đôi như đôi cu cu rứa hè. Ghét gớm! Chủ Tịch Huyện tay lau bàn tay dọn sạch tài liệu ném vào hộc tủ, mặt mày hớn hở. Anh làm gì mà như dọn bàn ăn cỗ thế này? Ly Ly ngạc nhiên. Tụi em chỉ xin gặp anh phỏng vấn thôi mà... Chủ Tịch Huyện đang rỉ tai một cán bộ, bộ dạng dặn dò dọn cỗ đón khách sang. Chà, phỏng vấn phỏng veo chi hè. Lát, tui đưa cho Ly Ly bản báo cáo huyện ủy, cứ thế mà chế ra. Anh em nhà báo đến đây tui đều làm rứa cả. Rứa lại đâm hay chứ tui nói răng hay bằng báo cáo. Chủ Tịch Huyện cười khơ khơ...

Cỗ bàn chi mô. Nhâm nhi chút xíu thôi mà. Chủ Tịch Huyện xoa tay hai lần, liếm môi hai lượt. Nhân có con chồn hương anh em vừa kiếm được... Cứ phỉ phê vô, coi như buổi sáng ni tui đi công tác vắng. Thích thì lấn cả sang chiều. Làm ăn cả đời chớ có mấy khi anh em ngồi với nhau, phải không anh Hoàng?

Hoàng à vâng, cười xoẹt lấy lòng, bụng nghĩ sao ông này giống hệt Xê Trưởng thế chứ! Hồi mới gặp có thấy giống gì đâu, sao bây giờ thấy giống quá.

Xê Trưởng cũng thâm thấp đen đen, tai to miệng rộng môi dày, tướng của Trạng Lợn làm gì may nấy. Ông này chắc cũng như Xê Trưởng, những lúc vui vẻ vẫn bày ra hết gan ruột, không thèm giấu thứ gì. Nhưng đừng có tưởng bở mà lần khân, được đằng chân lân đằng đầu, có ngày thân bại danh liệt.

Hoàng nâng cốc rượu hòa tiết chồn hương chạm cốc Chủ Tịch Huyện. Hết! Hết đi! Anh Hoàng uống chi lạ rứa hè!

Chủ Tịch Huyện tu một hơi hết sạch ly rượu to, chùi mép khua tay thúc giục Hoàng.

Rượu ngon thật. Rượu Ninh Giang được tiếng là ngon lại được ngâm tẩm kì khu, nhấp ngụm nào lịm sườn ngụm đó. Chủ Tịch Huyện khà một tiếng rõ to, tay gắp miệng nói không cần ý tứ, cứ như lâu ngày mới được một bữa no. Răng rồi? Hai người đã thăm thú hết quê bây tui chưa? Chủ Tịch Huyện mắt hấp háy mũi khịt khịt, ông gắp cho Ly Ly một miếng thịt đùi. Ngó quê kiểng rứa đó chứ nhiều chỗ đẹp hết chê. Yêu đương mà vô đây là hết ý! Ông ngửa cổ cười khơ khơ khơ.

Mẹ khỉ, cả cái cười phởn chí cũng giống Xê Trưởng như hệt. Xê Trưởng đã cười như thế khi vừa gửi xong năm chục phuy dầu, leo lên xe rời khỏi Xóm Cát. Ngồi trong cabin, Xê Trưởng cười mãi, nói mãi. Cứ dứt một câu lại cười. Khơ khơ... xóm đó có mấy con bụ to gớm bay, không đứa mô đeo coóc sê cả nghe. Có đứa mô vọc được không bây? Không à? Dại rứa. Tranh tối tranh sáng cứ mần đến mần đại đi chơ, ai biết. À, cái ông trưởng xóm tên chi hè? Rúm à? Khơ khơ... tên chi lạ. Cái chi? Toàn rờ à? Cả xóm đều rờ à? Ừ hén, lạ hén. Rúm Rú Reng Ri... khơ khơ! Hết chữ hết nghĩa rồi răng mà đặt tên rứa hè! E điên!

Hoàng... mi răng rứa? Khóc à! Ua... cái thằng ni khóc bay tề. Chuyện chi rứa? Hay nhớ con mô? Có ba tiếng mà có con đeo rồi à? Thằng ni tài gớm. A, đúng rồi, tau nhớ rồi, khi xe chạy tau thấy có một con chạy đuổi theo kêu tên mi, đúng không? Khơ khơ... thằng ni giỏi. Mà giỏi chi, đẹp trai như mi tau đẻ cả trăm con. Đè được thì đè đi em ạ, đến khi tra rồi lại tiếc. Ua... thằng ni khóc thiệt à bay!

Hoàng đã nín khóc từ lâu, chỉ đôi mắt ướt nhèm là không giấu được. Anh ngồi dựa ngửa nghe Xê Trưởng nói, đầu óc âm u. Lởn vởn cái bóng Thùy Linh đang chạy đuổi theo anh. Vẫn nghe rõ ràng tiếng Xê Trưởng lúc lúc lại ré lên khơ khơ khơ. Lẫn trong tiếng cười sặc mùi thuốc lào là tiếng gọi khẩn thiết của Thùy Linh.

Quái quỉ, tại sao mình không dừng lại nhỉ? Cứ nhảy bừa xuống xe thì có sao nào? Chẳng nhẽ Xê Trưởng cứ cho xe chạy thẳng? Ít ra cũng phải biết tại sao Thùy Linh lại có mặt nơi Xóm Cát? Cô đi tìm mẹ cơ mà? Sao tự dưng đến cái nơi khô khốc heo hút này để mà sống?

Suốt một chặng đường dài từ Xóm Cát ra Hà Nội, Từ Hà Nội về Hà Tây nhận khí tài, một tháng sau nháo trở lại khu Bốn, đâm thẳng vào Đông Trường Sơn, với hàng chục giả thiết Hoàng vẫn không giải thích thật hợp lý vì sao Thùy Linh bỗng dưng bỏ tất cả để chạy về Xóm Cát.

Cứ nhớ đến dáng chạy sấp ngửa dưới trăng trên trảng cát của Thùy Linh là Hoàng không kìm được nước mắt. Không phải Hoàng muốn khóc, anh chỉ nghĩ đến nó như một kí ức khó quên, một chút gì bâng khuâng lưu luyến. Thời gian cho anh đủ bình tĩnh để không phải nghẹn ngào. Nhưng kì lạ mỗi lần nhớ đến là anh lại ròng ròng nước mắt, y như thứ nước mắt sống của người hỏng tuyến lệ.

Người ta bảo mỗi người có một ao nước mắt ở tiềm thức nằm sát vùng kí ức. Chỉ cần khẽ chao chân vùng kí ức là nước mắt trào ra, bất kể tâm trạng lúc đó thế nào. Nghe cũng có lý nhưng hình như không phải, có cái gì bí hiểm hơn chực sẵn ở cửa tuyến lệ khó lòng điều khiển được. Lắm khi Hoàng khóc thật vô duyên, hệt nước mắt cá sấu, thật chả ra làm sao.

Hoàng đã ướt sũng nước mắt trong khi Xê Trưởng nói cười hỉ hả, huyên thuyên những chuyện không đâu. Xê Trưởng đang vui, anh vừa tháo bỏ được một đống của nợ, nó chẳng có giá trị bao lăm nhưng dễ bị người ta qui kết mỗi khi vô cớ làm mất nó.

Xê Trưởng đã có quá nhiều đắng cay xung quanh chuyện bảo vệ khí tài. Một khẩu súng điếc, thực tế nó chỉ là một cục sắt rỉ, vứt xó nhà quanh năm chẳng ai thèm để ý. Đừng có tưởng bở, cứ làm mất nó đi xem nào, người ta chẳng cạo cho trắng xương ra. Thậm chí một đoạn dây cáp hỏng, một cái bóng điện tử hỏng chân hay chỉ là một cái bút thử điện gãy ngòi, nếu không kịp thời làm biên bản thanh lý, đụng sự mất mát coi như toi đời anh quản lý chúng, không ra tòa án binh cũng bị tước quân hàm oan uổng.

Năm chục phuy dầu cũng thế thôi, khi đơn vị mất khả năng chiến đấu, chúng trở thành thứ bỏ thì thương vương thì tội. Nếu kéo hết ra Hà Nội chẳng ai khen, có khi người ta còn cười cho là dại. Khi không lại ôm rơm rậm bụng, kéo củi về rừng. Nhưng gửi ở đâu, gửi cho ai? Thời buổi bom rơi đạn nổ ai dám nhận trông coi đồ dễ cháy?

Đã có lúc Xê Trưởng tính đào hố chôn quách một nơi nào đó, khi quay vào lại bới lên. Làm thế cũng dễ nguy lắm, nếu bom Mỹ khui trúng chỗ gọi là phúc tổ, chứ có kẻ lấy đi thì toi đời. Chồng cả mớ lý lịch ba đời ăn củ chuối cũng không cản được người ta qui cho là phản động.

Nhờ có Hoàng, Xê Trưởng đã gặp may. Chỉ có cái xóm trời ơi đất hỡi đó mới hồ hởi phấn khởi nhận trông coi đồ dễ cháy nguy hiểm chết người. Xê Trưởng đã nhẹ nợ. Nghĩ cũng hay hay, không biết trời xui đất khiến thế nào ông lại vớ được chú lính cu con, từ ngày có nó ông toàn gặp may, cứ y như thiên sứ nhà trời sai về hộ mệnh.

Xê Trưởng ngửa cổ cười khơ khơ khơ, véo đùi Hoàng một cái lại cười khơ khơ khơ. Thằng ni răng rứa hè, được ra Hà Nội sướng thấy mồ mà mặt mày y như thằng mất sổ gạo. Tươi tỉnh đi em, tiếc làm chi mấy con Xóm Cát, ra Hà Nội tha hồ. Không, chỉ cần ra tới Thanh Hóa thôi tụi bay đã tha hồ rồi. Gái Thanh Hóa như khóa Viro, sợ tụi bay không có sức thôi. Tau đã mần được một con rồi nghe, khơ khơ. Gớm, hắn sướng quá cắn tau tưởng đứt mũi. Ua cái thằng ni răng rứa hè?... Răng khóc, Hoàng!

*

Hoàng! Anh Hoàng! Ly Ly đập mạnh vào vai Hoàng mấy lần anh mới choàng tỉnh. Hoàng vội vàng quệt nước mắt, nâng ly rượu lên chực chạm cốc với mọi người. Không ai có ý định chạm cốc với anh cả. Hoàng đặt ly rượu xuống cười ngượng nghịu.

Anh Hoàng răng rứa hè? Răng khóc? Chủ Tịch Huyện nhìn Hoàng muốn rách mắt. Hoàng cười nhăn nhở, với lên chạm cốc với ông. Tu sạch cốc rượu, anh tự tay rót thêm rượu cho mình, bụng nghĩ: Không biết nãy giờ ông ấy nói chuyện gì nhỉ? Hoàng nhìn đồng hồ, chết chửa, gần một giờ chiều rồi.

Có khi anh Hoàng mệt rồi. Ta nghỉ thôi chị Ly Ly hè? Vâng ạ. Ly Ly kéo Hoàng đứng lên lập tức bị Chủ Tịch Huyện ấn vai ngồi xuống. Từ từ đã, chi mà vội. Hoàng mừng thầm. Bây giờ anh mới cảm thấy rượu ngon, uống rất vào. Hoàng uống rượu tì tì. Chủ Tịch Huyện chạy vào chạy ra, ông đang đợi ai đó. Ly Ly ngồi ngọ nguậy không yên, cô khó chịu với Hoàng. Cái ông này dở hơi, đến giờ người ta đuổi về còn ngồi ì ra đó, uống như thằng khát uống.

Đây rồi! Chủ Tịch Huyện vồ lấy hai gói quà cô văn thư vừa hộc tốc mang tới, ông ôm vào đặt trước mặt Ly Ly và Hoàng. Có ít mực khô, coi như quà của Ủy ban cung tiến anh chị. Ủy ban chu đáo quá. Ly Ly vui vẻ đỡ lấy gói quà, thầm nghĩ người ta đuổi khéo mình rồi đây, biết về khi nào mà quà với chả cáp?

Nhìn nhanh sang Hoàng, thấy anh chẳng thèm để tâm đến Chủ Tịch Huyện đang nói gì làm gì, mải mốt uống hết ly này sang ly khác, Ly Ly nổi cáu. Cô đặt gói quà vào bụng Hoàng. Đây quà của anh đây, cầm lấy, chuẩn bị mai về Hà Nội! Sao về? Cái mặt đực như ngỗng ỉa của Hoàng. Ly Ly sôi máu.

Thằng cha này thông minh chỉ để cho chó gặm thôi, khốn nạn. Người ta đuổi cho sát mặt cũng chẳng hiểu mô tê gì. Tức quá hóa buồn cười, Ly Ly cười phì. Anh này hỏi hay! Chủ Tịch Huyện đã đưa quà cung tiến rồi, còn ngồi đó làm gì! Những tiếng cuối cùng vói lên như gắt. Hoàng cười hậc, cái mặt cười của kẻ vừa làm một việc gì thất thố lắm, anh bèn lên đứng lên.

Ây ây... răng chị Ly Ly lại nói rứa! Đó là tui tưởng anh Hoàng mệt chớ ngồi uống thêm chút nữa càng vui, có chi mô. Chủ Tịch Huyện rối rít nằng nặc mời hai người ngồi lại. Mô có, chị Ly Ly nghĩ rứa là oan cho tui lắm. Chị là đại khách, anh Hoàng là vàng ngọc của huyện nhà. Phúc đức lắm mới được tiếp đón anh chị. Huyện nghèo mấy thì nghèo cũng thừa sức đón rước anh chị cả năm, đừng nói mấy ngày.

Hay quá, khơ khơ, hay quá, được chị Ly Ly cho uống tiếp, hay quá. Thôi, uống. Chủ Tịch Huyện xăng xái thêm rót rượu lấy thêm mồi, xem ra ông có vẻ thực lòng. Chị Ly Ly rứa mà hay, chiều anh Hoàng hết sức. Bà xã tui thì đừng hòng, mới được vài ly hết thúc sườn lại véo đùi đạp chân đòi về cho được. Ở hé! Đang yêu thì hay ho rứa đó, đến khi thành vợ thành chồng rồi mới biết tay nhau. Uống đi anh Hoàng, chà, đến mô hay đó, nghĩ ngợi chi cho mệt óc hè!

Hoàng hồ hởi dốc rượu đổ miệng cật lực. Công nhận rượu ngon, càng uống càng thèm uống. Anh thây kệ Chủ Tịch Huyện muốn nói gì thì nói, Ly Ly muốn lườm gì thì lườm.

Chẳng còn ai để ý đến Hoàng. Ly Ly và Chủ Tịch Huyện đang đôi co, ngọt nhạt mềm mỏng thôi, câu chuyện xem chừng đang vào hồi quyết liệt.

Ly Ly nói thẳng cô và Hoàng về đây vì có đơn thư tố giác chuyện làm khống hai ngàn mộ liệt sĩ để ăn tiền. Chủ Tịch Huyện ngớ ra. Có chuyện đó thiệt a? Không có chuyện tào lao đó mô. Không không không, đời mô huyện có chủ trương tầm bậy đó. Ly Ly cứ yên tâm đi, để tui kiểm tra lại, rồi sẽ báo cáo rõ ràng rành mạch, chuyện chi chứ chuyện ni tui quyết không bỏ qua. Chủ Tịch Huyện miệng nói tay xua với vẻ mặt rất chân thành.

Cũng với vẻ mặt rất chân thành Ly Ly nhỏ nhẹ với Chủ Tịch Huyện. Tụi em về đây chỉ để kiểm tra lại mà thôi chứ cũng không tin. Em nói thật, thiếu gì cách tham ô lại chui vào chốn linh thiêng đó! Đúng đúng đúng! Chủ Tịch Huyện vỗ tay đánh bốp. Ăn tham thì có ăn bẩn thì không mô. Tui ở đây mấy chục năm trời, lăn lộn với anh em tui biết chớ! Dạ, em cũng nghĩ vậy. Ly Ly nhã nhặn thật thà. Mà có ăn thua gì, có mười lăm tỉ chứ bao nhiêu. Chỉ cần một mùa bão lụt, các anh đã thu hoạch gấp năm gấp mười, cần gì phải làm thế.

Khơ khơ khơ. Chủ Tịch Huyện ngửa cổ cười. Ly Ly nói chi lạ rứa hè, ở mô kiếm chác nhờ bão lụt chứ ở đây không dám mô. Tui ngó rứa chứ nhát, cứ ăn không nói có là sợ chết khiếp. Ly Ly nghẹo đầu chun mũi. Anh nói đùa, không có chuyện đó sao Nha khí tượng báo tám giờ đêm bão mới vào mà từ năm giờ chiều các anh đã thống kê xong thiệt hại do bão lụt, cho cán bộ đi tàu nhanh ra thẳng Trung ương? Nhỡ bão không vào có phải tốn tiền tàu xe, công tác phí không? Oan! Oan! Oan! Chủ Tịch Huyện giơ thẳng hai tay lên trời. Oan Thị Kính quá Ly Ly ơi, chị nói rứa chết bầy tui. Khơ khơ... nhà báo tưởng tượng hay hung. Ăn chi lại ăn bão lụt, khơ khơ khơ...

Trời đất, sao tiếng cười Chủ Tịch Huyện lại giống Xê Trưởng đến thế.

*

Hoàng dốc nốt phần rượu cuối cùng dưới đáy chai làm một ngụm hết sạch. Say rồi. Mắt có bóng mây, tai ù đi. Nhọn nhạo những âm thanh vỡ vụn, tiếng thanh thanh lẫn với tiếng ồm ồm, khi lên cao vút láo nháo như cãi nhau, khi xuống tụt hẳn vo ve như tiếng ruồi bay. Say rồi. Say lắm rồi. Mình Hoàng uống hết chai *bảy lăm*. Chai *bảy lăm* chứ bao nhiêu, trước đây có đận Hoàng tương hết hai lít cơ mà. Ghê gớm cái thời trai trẻ, chả hiểu sao gan mật vẫn còn nguyên.

Đúng rồi, ngày đó ở núi Giàng. Một ngày yên tĩnh nguyên chất, lính tráng vẫn nói vậy khi bỗng đâu chiến tranh lặn mất tăm, yên tĩnh lạ thường. Thằng Béo bắn được con hoẵng cái, mổ ra còn nguyên xi cả cái bào thai, đem nấu cháo cho cả đại đội. Lâu quá rồi mới được một bữa cháo ngon.

Hoàng nhớ mình húp được sáu bát, bụng căng như có chửa. Xê Trưởng xách về hai can rượu đầy, tuyên bố cho khao quân. Cho tụi bay uống chết bỏ. Say cũng được nhưng đừng có đánh nhau. Khao gì vậy thủ trưởng ơi! Lý do lý trấu chi hè, có sẵn rượu thịt thì khao, rứa thôi. Lính tráng mấy khi được bữa no say, cứ đớp mạnh vào nghe chưa! Xê Trưởng ôm một đùi hoẵng lên biếu tiểu đoàn, ông cười khơ khơ. Tau nhậu với các thủ trưởng tiểu đoàn, tụi bay khỏi phải chờ.

Xê Trưởng đi rồi thằng Béo văng tục sau lưng ông. Đù mẹ Xê Trưởng đem thịt đi nịnh thối tiểu đoàn. Cả đại đội quát nó nhặng xị cả lên. Mày đừng có nhỏ nhen, Xê Trưởng làm thế cũng vì tụi mình cả thôi. Phải đó. Không biếu các lão, ngộ nhỡ các lão biết tụi mình đang ăn, điên lên các lão huýt còi báo động thì ăn cứt cả lũ. Đúng rồi. Đúng rồi...

Thằng Béo vừa ăn vừa ngẵn như chó. Cái thằng ghét gớm, vừa kiếm được một chút thịt đã vênh vang. Hoàng rót rượu đầy bát cho nó, nó cười nhạt, nâng bát rượu lên chạm cái cạch, uống một hơi hết sạch. Khéo không thằng này say nó làm chấn thương cả đại đội.

Cái thằng khỏe như trâu. Cả đại đội nấp rình nó hành gái, một giờ hai mươi phút không kể thời gian chép đề, bảo đảm cả sư đoàn không ai bì được. Người ta chỉ khéo xoay đi xoay lại, hết đổi kiểu này sang kiểu khác cốt để câu giờ, thằng Béo không thèm, cứ thế dập hùng hục. Một số thằng nằm đếm xem được bao nhiêu cái, đếm mỏi mồm vẫn thấy cái đít của nó nhoay nhoáy, thật khiếp quá.

Tiểu đoàn đã mấy lần đòi điều nó sang đại đội bệ. Xê Trưởng không cho, chửi loạn cả lên. Cả xê một (C1) toàn bọn cò hương, có mỗi con trâu đực nó gánh cho bao việc nặng lại điều đi. Điều chi ngu rứa mà điều! Không có thằng Béo tui trả đại đội cho tiểu đoàn. Xê Trưởng lúc nào cũng có mỗi bài rũ bỏ trách nhiệm mỗi khi hục hặc với cấp trên, thế mà mọi việc đều thành.

Có lần Xê Trưởng nói cả đại đội không lo ai chết, chỉ lo thằng Béo chết. Nó đào huyệt nhanh lắm, đất gan gà cứng rứa chỉ có nó mới trị được. Thằng Béo chết rồi lấy ai đào nửa giờ xong cái huyệt đây? Biết thế thằng Béo kiêu lắm chẳng coi ai ra gì.

Nó đang ngồi thù lu như con gấu, bốc một miếng thịt tợp một ngụm rượu, mắt lừ lừ nhìn mọi người. Cơ này nó phang cả đại đội. Ai bảo nó bắn được hoẵng chẳng khen nó thì thôi lại đua nhau té tát mắng nó.

Có ai đó bật radio, cái Orionton của Xê Trưởng. Đài nói oang oang hết tin chiến thắng miền Nam sang tin chiến thắng miền Bắc. Tắt đài đi! Thằng Béo lừ mắt quát. Để nghe cho vui, tắt làm gì. Một người một câu ỏm tỏi. Nghe đài nói cứ tưởng chiến trường sôi động lắm, có biết đâu lính tráng toàn nằm dài ruột chờ ăn. Hi hi thằng này nói chỉ có trúng. Thắng cứ như chẻ tre. Ừ, thắng dễ thế tụi mình về quê lâu rồi. Ha ha ha đúng đúng đúng. Nói nhỏ thôi tụi bay ơi! Có thằng vác mồm lên tâu với tiểu đoàn thì chết. Sợ đéo gì!

Tắt đài đi! Thằng Béo trừng mắt quát. Cái đài đang eo éo một điệu chầu văn cải biên vẫn không chịu tắt, chừng như còn được mở to hơn. Thằng Béo ném bát rượu, đứng bật dậy. Cái đài tắt tiếng ngay tức khắc. Ai cũng tưởng thằng Béo lại ngồi xuống nhưng không, nó khệnh khạng tiến về cái Orionton. Mọi người nín thở. Có khi thằng này điên rồi, nó định ném cái đài của Xê Trưởng. Hoàng chạy tới ôm lấy cái đài.

Đưa đây! Thằng Béo giằng lấy cái đài trong tay Hoàng, hai mép nó giật giật, xem ra thằng này đang lên cơn. Đài của Xê Trưởng! Hoàng ôm chặt cái đài. Cả đại đội được mỗi cái đài, mày định làm gì? Thì cứ đưa đây tao! Không!

Thằng Béo thúc đầu gối vào bụng Hoàng, anh ngã lăn ra, vẫn cố giữ lấy cái đài. Một vài thằng chạy đến ôm lấy thằng Béo, nó đánh tay mấy phát đứa trúng ngực đứa trúng mặt ngã quay lơ.

Hoàng ôm đài bỏ chạy, thằng Béo đuổi theo. Anh vừa tụt xuống suối, tính giấu cái đài vào hốc đá. Thằng Béo kịp đến. Nó cầm cổ áo Hoàng nhấc lên như nhấc một con ếch, ném xuống suối. Hoàng vấp phải tảng đá chìm đánh cộc một tiếng đau điếng. Anh lặng người đi, chừng vài phút sau mới ngẩng lên được.

Thằng Béo đang ôm cái đài khóc rưng rức, nước mắt nước mũi nhỏ giọt xuống cái đài ướt nhèm. Hoàng bò lên bờ ngồi nhìn nó khóc. Mày sao thế? Thằng Béo hết gục đầu xuống gối lại ngửa mặt lên trời khóc ti tỉ, hết gọi mẹ ơi lại gọi em ơi. Nhà mày làm sao à? Chết hết rồi! Bom thả trúng hầm chết hết rồi. Ai báo mà mày biết? Đài! Hoàng bật cười. Ngu ơi, đài nào lại đưa tin nhà mày!

Mày ngu thì có, thằng chó! Thằng Béo lại nắm cổ áo Hoàng nhấc lên ném anh xuống suối. Nó ngồi trên bờ, dóng mỏ xuống suối rủa ong ỏng. Tao nghe đài nói rõ ràng, máy bay Mỹ bỏ bom B52 chết ráo cả làng, đài nhắc tên vài gia đình, có tên nhà tao. Nhà tao chín người chết tám, mỗi em gái ba tuổi còn sống. Đù mẹ tao nói mấy thằng thủ trưởng chẳng thằng chó nào tin, còn cười tao mê ngủ. Tiểu đoàn trưởng nói có thư, điện báo thì cho về liền. Đù mẹ chết ráo cả, lấy ai mà thư điện!

Thằng Béo khóc rống lên, nó nhảy đại xuống suối, đè cổ Hoàng dập liên tục, vừa dập vừa khóc như bò rống. Thằng Béo đột ngột buông Hoàng, bò lên bờ, ôm cái đài lẳng lặng đi. Nó không phải về đơn vị. Ô... có khi thằng này đào ngũ cũng nên, sao cứ đè hướng miền xuôi mà tấn tới?

Mày đi đâu? Hoàng chạy đuổi theo, túm lấy áo thằng Béo. Tao đéo đánh nhau nữa, tao về! Thằng Béo đã dịu giọng, nó ngồi bệt xuống gạt nước mắt, thẫn thờ nhìn xuống dưới xuôi. Mày không về được đâu. Về, thế nào người ta cũng bắt trở lại. Bắt cặc tao. Tao về nuôi em tao, bắt sao mà bắt.

Hoàng hết nói. Một khi thằng Béo đổ lì ra rồi, trời thua. Hoàng móc túi còn ba đồng, đưa cho nó. Cầm lấy! Thằng Béo gạt đi, nghĩ sao nó lại cầm. Mày nói Xê Trưởng tao mượn cái đài, mai mốt hòa bình tao trả gấp đôi. Tao cần tiền làm cái lều cho em tao ở. Thằng Béo đứng dậy ôm đài cúi mặt đi, không thèm chào Hoàng. Được vài bước nó vùng chạy. Thằng Béo chạy như trâu cản, chỉ thoáng chốc mất hút.

Hoàng ngồi yên lòng rỗng không, không thương không ghét không gì hết.

Rừng đang chiều, oi nắng. Ở đâu đó có tiếng gì rin rít. Xa lắm có ai đó đang kêu, nghe như tiếng mắc họng. À... tiếng chim, không phải tiếng người. "Đi... soạn cho hết!" Ngóc ngách nào của cuộc chiến cũng có tiếng chim ấy nhắn nhủ. Tiếng nhắn nhủ vu vơ lại dễ làm mềm lòng những người lính xa nhà.

Hoàng nằm ra dưới tán cây gì rất to, to lắm, cỡ ba người ôm chứ chẳng chơi. Một cây này xẻ ra làm được vài cái nhà. Giá nhổ được cây này về cắm trước mặt thằng Béo nhỉ. Cái Orionton chỉ đổi được gạo ăn, làm sao đủ để dựng nhà. Thằng Béo hoang đường rồi.

Nó về tới đâu rồi nhỉ? Chạy kiểu đó chắc ra đến bìa rừng. Có khi bị người ta tóm cổ rồi cũng nên. Ngu lắm. Nó không biết tòa án binh xử tội đào ngũ thế nào đâu. Tước xong quân tịch người ta lột hết áo quần, cho mặc mỗi quần đùi điệu đi cuối làng đến đầu làng, lại tráo ngược lại, từ đầu làng đến cuối làng. Đói rét còn chịu được chứ nhục nhã nào có ai kham nổi đâu.

"Đi... soạn cho hết!"

A, chim ở trên tàng cây. Chim gì kì quặc, chỉ nghe nó kêu không thấy bóng nó bao giờ.

"Đi... soạn cho hết!"

Nó bay về xuôi đấy. Hoàng háo hức lần theo, mặt vác lên những tán cây rừng cứ thế mà đi, đi mãi.

Tiếng chim dắt mũi Hoàng sấp ngửa bám theo nó.

Tắt tiếng chim kia trời vừa sẩm tối. Cánh rừng tím sẫm, bóng đêm từ các khe núi liếm dần lên đến ngọn núi cao. Một khoảng sáng mờ đang dần rỗng ra trước mặt. Ôi thôi bỏ mẹ, cửa rừng! Mình đi kiểu gì mà càn hết gần hai chục cây số.

Hoàng đứng trước bìa rừng, phân vân không biết tiến hay lùi. Đêm sập xuống rồi, bây giờ đi ngược trở lại quá là đày ải, không chừng hổ vồ trăn cuốn toi mạng. Nếu không quay lại thì đi đâu? Xê Trưởng nghĩ gì khi bỗng dưng Hoàng vắng doanh trại một đêm đúng lúc thằng Béo đào ngũ?

Đành vậy, chết sống cũng phải quay lại thôi, biết làm thế nào! Hoàng thất thểu leo ngược đường rừng. Nhằm chóp núi Sĩ Cào mà tiến, dù thế nào cũng phải về doanh trại trước lúc nửa đêm. Mệt mỏi đã ngấm, mồ hôi rịn ướt toàn thân, hai đầu gối lỏng ra tựa hồ có thể vặt cẳng chân vứt đi dễ dàng.

Hoàng bước trật trệu chừng vài mươi bước nữa, gặp một khoảng trống có tảng đá to án ngữ anh sụp xuống đấy, lăn ra. Chẳng có cái ngu nào giống cái ngu nào, không dưng lại lần theo một tiếng chim vớ vẩn để ra nông nỗi này. Rõ điên khùng, mộng du giữa ban ngày! Nếu có cốc sữa, không, chỉ cần cốc nước đường thôi, Hoàng sẽ càn một hơi hết hai chục cây số đường rừng trở về đơn vị.

Ừ nhỉ, giá có nước đường. Chẳng cần sang đến thế, chỉ cần gặp suối nước mát, nằm ngâm mình xuống đấy chừng nửa tiếng chắc chắn sẽ hồi sức. Kiếm đâu ra suối. Cả cánh rừng phía Đông Trường Sơn này chỉ có một con suối đầy nước ở gần doanh trại, còn lại toàn suối cạn suối chết vắt vẻo ngang dọc toen hoẻn giữa đại ngàn.

Có tiếng ai nói? Không phải, tiếng đài nói, có cả nhạc hiệu nữa kìa. Nhạc hiệu sáu giờ! A, bây giờ mới sáu giờ tối thôi ư! Ở đây làm gì có dân, chắc ai đó đi săn mang đài đi theo. Ngu, đi săn lại mang đài! Ô kìa, sao giống tiếng Orionton của Xê Trưởng, nó thỉnh thoảng vẫn khọt khẹt, vói lên dăm bảy tiếng rồi lạc tiếng, nói như kẻ hụt hơi. Thằng Béo! Hoàng chồm dậy, tất tả chạy về phía có tiếng đài.

Cái Orionton của Xê Trưởng nằm nghiêng giữa suối cạn, một mình nói hát vô tư trong khi chủ nó là thằng Béo không biết biến đi đằng nào. Hoàng nhặt cái đài lên, cẩn thận vặn volume tắt tiếng. Anh ngồi ôm cái đài, ngơ ngáo giữa suối. Cái đài đây, thằng Béo đâu? Không lý gì nó vứt cái đài đi, chắc chắn nó gặp chuyện gì rồi. Có khi Xê Trưởng cho anh em đuổi theo bắt nó, nó vứt đài chống cự, chạy thoát. Thế thì tại sao nó không quay lại lấy cái đài? Hoặc giả Xê Trưởng bắt được nó rồi thì cũng phải tìm cái đài chứ. Đài kêu oang oang thế này, ai mà không nghe? Vô lý nhỉ!

Ba trăm đồng một cái Orionton không có mà mua, đâu phải một hai hào mà người ta ném nó đi như ném một cục đá. Hay là thằng Béo chạy thoát được? Sở dĩ cái đài bật tiếng nói oang oang là vì khi nó ném xuống suối cạn, volume trượt lên đá, bật lên. Có thể, rất có thể. Vậy thì không tắt đài, nhất định thằng Béo sẽ quay lại tìm. Không có đài, nó lấy đâu tiền làm nhà cho em nó?

Hoàng vặn volume hết cỡ. Đài đang kể chuyện cảnh giác. À, hôm nay thứ bảy có chương trình *Kể chuyện cảnh giác*, mới đó đã bảy giờ tối rồi a? Thôi kệ mẹ, nằm nghe chuyện cảnh giác đã, đến đâu thì đến. Nhất định thằng Béo sẽ mò tới. Nhất định thế rồi. Không có cái đài nó chẳng tính chuyện đào ngũ.

Hoàng nằm lơ mơ mắt ngủ mắt thức. Lởn vởn bóng thằng Béo ôm cái đài lúi cúi đi về xóm nhà dân. Ba trăm đồng nó mới bán, nhất định rồi, nó biết giá mà. Ba trăm đồng rẻ chán, chỉ sợ không có tiền chứ ai chẳng thích mua. Thằng Béo chắc chắn chưa bao giờ mơ đến số tiền đó. Mình cũng thế, khác gì nó đâu. Nói chung cả đại đội chưa ai từng cầm ba trăm đồng, kể cả Xê Trưởng.

Thằng Béo cầm ba trăm đồng xộc vào quán bún cá, chỉ một loáng quét sạch tám tô bún, hết hai đồng tư. Nó mua sáu hào rượu, tu một hơi hết ba hào. Ba hào rượu còn lại cho vào chai xách đi. Đấy là thuốc chống sợ để có thể vượt qua ba trăm cây số trong thế bị rượt đuổi. Còn hai trăm chín bảy đồng nó làm gì nhỉ? Làm gì nhỉ? Hoàng chìm nghỉm vào giấc ngủ sâu trên suối cạn.

Có cái gì rần rần ngưa ngứa vắt qua ngực, Hoàng mở mắt. Sáng rồi a? Sáng tự bao giờ nhỉ? Một đàn kiến lửa nối đuôi nhau bò qua ngực trần của Hoàng, không hiểu anh cởi áo từ lúc nào. Hoàng bò dậy. Kiến ở đâu ra lắm thế này? Kiến lửa, kiến hôi, nườm nượp nối nhau từng đoàn từng đoàn đi như mở hội. Chúng háo hức tiến về bờ suối. Một cái đầu hớt cua nhô ra khỏi đám dây nhợ lằng nhằng, như đang cố chuối xuống suối.

Thằng Béo! Hoàng vụt lên nhào tới. Thằng Béo nằm sấp, vắt lên mép bờ suối cạn, cái đầu rủ xuống, hai tay buông xuôi. Kiến đen kiến đỏ bám đầy thân nó. Hoàng chạy tới, lật mình thằng Béo lên. Anh giật mình kinh hãi thấy mặt nó sưng vù to như cái mâm, đen tím tái. Một thứ chất nhờn trăng trắng chảy ra từ hai hốc mắt trắng nhởn bò lây lan khắp mặt nó.

Thằng Béo chết rồi. Có lẽ chết từ đầu hôm. Kiến bu đầy hai lỗ mũi lỗ tai thằng Béo. Kiến chia nhau đến là đều, cứ một lỗ mũi kiến đỏ lại một lỗ mũi kiến đen, đông nhung nhúc. Thằng Béo bị rắn cắn, có lẽ rắn lục nằm vắt trên cành cây mổ vào trán nó. Đây này, một vệt máu nhỏ tí đen sì đọng trên trán, vết rắn cắn chứ đâu. Chỉ có rắn lục mới mổ trúng trán. Thôi rồi, thằng Béo không đội mũ. Cái mũ cối xịn nhất đại đội của nó vẫn treo ở doanh trại. Thì nó có tính đào ngũ đâu, chỉ là chứng điên đột xuất lính tráng sống lâu ngày trong cuộc chiến vẫn thường mắc phải.

Có lẽ trước khi chết, thằng Béo đã cố gắng vặn hết cỡ volume cái đài, hy vọng có người nghe được. Hoàng kéo thằng Béo xuống suối, moi kiến ra khỏi lỗ mũi, lỗ tai cho nó. Không moi hết được, nhiều con đã chui tọt vào cuống họng, Hoàng ôm đầu nó ngồi im không biết làm gì.

Làm gì nhỉ? Làm gì!

Thằng Béo chết rồi! Hoàng gào lên. Và khóc. Anh siết cái đầu thằng Béo vào ngực thét gào thê thảm. Thằng Béo chết rồi!... Tiếng thét gào đau xé giữa ban mai yên tĩnh chốn rừng hoang mới thê thiết làm sao.

Một cái véo ngang sườn. Hoàng bừng tỉnh. Ly Ly đang nhọn mắt nhìn. Mình vừa dứt cơn mê. Mẹ khỉ!... Hoàng bò dậy, ngồi thừ. Ly Ly ấn nhẹ Hoàng nằm xuống. Chiêm bao kinh quá... Hoàng lầm bầm mấy tiếng, quay người kẹp lấy Ly Ly. Em sợ lắm à? Hoàng thiếp đi ngay sau câu hỏi, thở phì phì, phun ra thứ mùi ghê như mùi rắm.

Chịu không nổi, Ly Ly tụt xuống sàn nhà. Cô nằm mắt mở vô hồn nhìn trần nhà. Chiều hôm qua là một buổi chiều kinh khủng. Hoàng có biết đâu anh đã làm một trận đại náo văn phòng Ủy ban huyện. Người bảo anh say, kẻ bảo anh điên tiết vì một chuyện gì đó xảy ra trong cuộc rượu. Ly Ly cực kỳ bối rối, cô chỉ biết nói đi nói lại không phải đâu... không phải đâu.

Tội nghiệp Chủ Tịch Huyện, ông ngẩn ngơ kinh ngạc hết sức. Anh Hoàng răng rứa hè? Say kiểu chi lạ, đời tui chưa thấy ai say như rứa.

Thì rõ rồi, thế gian mấy ai chứng kiến cái say điên dại của Hoàng.

Khi đó Chủ Tịch Huyện đang luyên thuyên với Ly Ly, thỉnh thoảng ông liếc mắt sang Hoàng vẫn thấy anh ngồi uống rượu tì tì. Loa phóng thanh Thị Trấn đến giờ phát, chương trình ca nhạc réo rắt ỏm tỏi. Mặt Hoàng bỗng đóng băng, cứng ngắc. Thật bất ngờ, Hoàng chạy tới chụp lấy hai tay Chủ Tịch Huyện. Đưa đây! Chủ Tịch Huyện lúng ta lúng túng, rặn ra cười hề hề. Anh Hoàng muốn cái chi? Rượu à? Rượu còn đây nì. Nhiều lắm, vừa uống vừa tắm cũng không hết. Thì cứ đưa đây tao! Hoàng trợn mắt quát.

Ly Ly giật nảy. Trời ơi, Hoàng! Sao thế, sao lại tao mày ở đây? Hoàng không nói, ôm chặt khư Chủ Tịch Huyện. Anh Hoàng, ơ kìa, có buông ra ngay không! Ly Ly vội chạy tới kéo Hoàng ra, cô biết anh đang vào cơn mê... Cái đài của Xê Trưởng. Hoàng giận dữ dí sát mặt Chủ Tịch Huyện. Cả đại đội được mỗi cái đài, mày lấy làm gì! Anh Hoàng! Anh làm cái gì thế? Ly Ly ôm lấy Hoàng. Tránh ra! Hoàng đẩy Ly Ly rơi xuống ghế.

Chủ Tịch Huyện loay hoay không biết xử thế nào với Hoàng. Ôi thôi chết cha, anh Hoàng say rồi. Hè hè... đài mô nơi tui, anh Hoàng. Cái cười của Chủ Tịch Huyện móp lại thật thảm hại. Ông cố gỡ Hoàng ra nhưng không được, Hoàng ôm quá chặt, ra sức đè ngửa ông ra. Anh Hoàng! Ly Ly túm cổ áo Hoàng. Anh có buông ngay ra không! Một cú đẩy cực mạnh, Hoàng té ngửa. Anh vùng ngay dậy vồ lấy cái cặp Chủ Tịch Huyện chạy ù ra cửa.

Cả Ly Ly lẫn Chủ Tịch Huyện sững sờ, ngơ ngác nhìn nhau. Hoàng đã chạy vọt ra sân, cái cặp kẹp trước bụng vừa chạy vừa ngoái lại lấm la lấm lét trông hệt thằng thộn đi ăn cắp. Ly Ly nhào ra, Chủ Tịch Huyện cũng nhào ra theo, lần lượt các cán bộ Ủy ban huyện đều nhào ra hết. Ly Ly chụp lấy tay Hoàng, ra sức kéo lại. Vào đi! Vào ngay đi, anh Hoàng. Kìa, người ta đang nhìn đó kìa! Có vào ngay không!

Có buông ra không hả! Hoàng đạp vào bụng Ly Ly, cô ngã quay lơ, hơn mười giây không tìm thấy hơi thở. Mọi người xô đến, kẻ đỡ Ly Ly, người ôm lấy Hoàng. Hoàng điên cuồng vùng vẫy, gào thét. Buông ra! Buông tao ra! Tao đéo đánh nhau nữa, tao về!

Một cuộc hỗn chiến giữa sân Ủy ban huyện. Hoàng hết đạp lại đá vào bất kì ai muốn đến gần, trong khi mọi người cứ chạy vòng quanh, không ai dám mạnh tay với anh. Bắt cặc tao! Tao về nuôi em tao, bắt sao mà bắt.

Ly Ly đứng khóc giữa sân Ủy ban huyện.

Hơn chục thanh niên ghì chặt lấy Hoàng, đẩy đi. Anh vẫn không thôi gào thét. Ba trăm đồng tao mới bán. Orionton đâu phải chuyện đùa. Đây lấy tiền, không đổi gạo đổi chó như mọi lần đâu nhé! Mày về nói Xê Trưởng tao mượn cái đài, mai mốt hòa bình tao trả gấp đôi. Tao cần tiền làm cái lều cho em tao. Nhà tao chết hết rồi, tao phải về nuôi em tao chứ. Bắt cặc tao!

Hoàng bị đè sấp xuống giường. Anh nằm im như chết. Không ai dám ra về, chỉ sợ anh lại vùng dậy. Ly Ly biết thế là ổn, Hoàng đã thực sự chìm vào cõi mê. Cô mệt mỏi ngồi tựa tường cố nghĩ một điều gì đó thật rành mạch. Chịu. Tất cả vừa diễn ra như một giấc chiêm bao, một giấc chiêm kinh hãi nhớp nhúa bệnh hoạn đã làm biến dạng chân dung Hoàng trước mắt mọi người.

*

Tình trạng hoang mê của Hoàng ngày một gia tăng kể từ khi vào đây. Cứ thế này, chỉ ít hôm nữa Hoàng sẽ bị vùi sâu hoàn toàn xuống dưới tầng tầng kí ức ngổn ngang không đầu không cuối, thứ kí ức hình như chỉ có anh là đau đáu còn tất cả thì không. Chỉ có cách là phải nhổ Hoàng ra khỏi nơi này càng sớm càng tốt. Nhưng đâu có thể muốn là được, phóng sự chưa xong chưa thể về. Bỏ về nửa chừng biết ăn nói thế nào với tòa soạn.

Không về, phải ở lại làm đến cùng. Phải nhanh, thật nhanh. Ly Ly sôi sục đi đi lại lại, chỉ mong mau sáng để lao vào việc. Chiều hôm qua Ly Ly đã nói thẳng ra mục đích cô về đây và yêu cầu Chủ Tịch Huyện trả lời chất vấn. Cuộc chất vấn nửa đùa nửa thật bên bàn rượu chẳng thu lượm được thông tin nào. Chủ Tịch Huyện vẫn giả ngây giả ngô, ra cái vẻ ta đây vô can với mọi sự ở đời.

Rất có thể hai ngàn nấm mộ giả kia là hậu quả của một chủ trương tập thể, chính ông ta là kẻ cầm đầu. Vậy tay Phó Chủ Tịch Văn Xã, nhà đại trí thức huyện Tuy, là thế nào đây? Anh ta chẳng qua là một kẻ xu thời, biết đến tận đáy mọi nhẽ ở đời, chỉ nhẫn nhục làm theo lệnh trên để giữ lấy cái ghế còm hay là kẻ núp sau màn trướng bày đặt mưu mô?

Đời vẫn có lắm kẻ mới nhác qua cứ tưởng thuộc hạng vô tích sự, thực tế đấy là những Lão Phật Gia ẩn mình. Cứ xem lão Phó Tổng nhà mình thì rõ. Phó Tổng nép mình trong danh phận trời thí cho, thủ phận cung cúc tận tụy với mọi người, nói cười nhàn nhạt, chưa khi nào có được một câu có cánh. Cứ như Phó Tổng đang cố ý tránh xa mọi canh bạc được thua to nhỏ ở đời. Kì thực lão là một tay quyền biến, vừa giúp vừa phá người, thổi phồng người ta lên rồi lẳng lặng đâm thủng cho xẹp lép khi cần.

Ngay cả Tổng Biên Tập cũng kiêng lão, tự biết mình chẳng qua cũng do một tay Phó Tổng sắp đặt cả. Rõ là một tay cao thủ, chỉ cần cái lợi thiết thực, không bao giờ màng tới hư danh. Phó Tổng nhún mình nhường hết hư danh cho kẻ khác, tự giác và thật lòng đến nỗi có thể nhầm đó là một thái độ sống.

Ly Ly nhớ có lần Thủ tướng đến thăm tòa soạn, một trăm phần trăm phóng viên biên tập kể cả Ly Ly, tất nhiên, từ con ngố đến thằng hoắng, ai cũng làm ra vẻ cóc cần Thủ tướng quan tâm nhưng ai cũng khéo léo nhô lên một chút phấp phỏng mong sao Thủ tướng để mắt tới. Phó Tổng thì không. Lão khúm núm đứng khuất sau cùng hàng các sếp của tòa soạn, cố ý trốn các cú nháy camera, cả việc chìa tay ra đón lấy tay Thủ tướng, cơ hội có một tấm ảnh phóng to treo ở phòng khách nhà mình lão cũng bấm bụng khước từ.

Xưa nay đều vậy cả, bậc cao thủ chính là kẻ ẩn mình, biết vô danh hóa bản thân để thủ lợi. Thu nhập của Phó Tổng bằng năm bằng mười Tổng Biên Tập nhưng bao giờ lão cũng khe khẽ ké vào các quán bia hơi với đám phóng viên, nem nép ngồi nghe họ cao đàm khoát luận. Lúc đó lão có bộ mặt tám chữ: Háo-hức-hầu-chuyện-kính-nể-kiêng-dè, nói như lão Bốn, đó là cái mặt thánh thần vừa thoát cơn táo bón.

Phó Chủ Tịch Văn Xã cũng có cái mặt như thế khi hầu chuyện Hoàng và Ly Ly, với ai lão cũng phơi cái mặt đó. Thằng cha này có giống như lão Phó Tổng không nhỉ? Một bồ dao găm hay chỉ một vài thứ dao cùn trong bụng hắn? Chịu. Ai mà biết được. Nhân giả nhân dã, nghĩa giả nghi dã, rốt cuộc ở đời chẳng mấy ai được như thế?

Chán anh lắm rồi phải không? Hoàng đứng sau lưng Ly Ly từ lúc nào, ôm cô âu yếm. Ly Ly nhẹ nhàng thoát khỏi vòng tay Hoàng. Em mệt. Hoàng không chịu, anh riết chặt hơn, ghé mồm sát tai cô cười gằn, cái kiểu cười rất khó chịu mỗi khi Hoàng bức bối một điều gì. Gì mà giả giã nhân nhân thế hả? Kệ em, hỏi làm gì! Hoàng hôn đánh chụt vào gáy Ly Ly, chuồi cả hai tay xuống mân mê vòng một. Ly Ly lật người, ấy Hoàng ra. Thôi mà!...

Hoàng không cố thêm nữa, anh ngồi xuống giường lấy thuốc hút. Có chuyện này anh cần nói với em. Chuyện gì? Hoàng ngồi trầm ngâm, rít thêm mấy hơi thuốc nữa. Em biết tối hôm kia xảy ra chuyện gì không? À cái tối Hoàng đã làm Ly Ly sợ rụng cuống tim. Em không biết. Ly Ly vểnh tai lên.

Hoàng bắt đầu nói. Nói đi nói lại về những bóng đen trên bãi tha ma. Chúng nó đấy, ma đâu mà ma. Chúng nó bới mộ dân lành lấy hài cốt lắp vào các ngôi mộ giả. Có lẽ chúng mới làm, chắc đó là tối đầu tiên. Rồi sẽ có nhiều tối như thế nữa. Hết bãi tha ma, đến lượt các nghĩa địa. Hết mồ mả của Thị Trấn đến mồ mả các xã kề bên. Hai ngàn mộ cơ mà, đâu phải chuyện đùa! Kiểu này rồi mồ mả cha ông bị đào bới hết, đào bới hết!

Ly Ly mở to mắt nhìn Hoàng. Anh cũng trương mắt nhìn lại. Họ nhìn nhau, cố đọc ý nghĩ của nhau.

Thôi dẹp! Dẹp hết phóng sự phóng seo đi. Hoàng ngước mặt lên, cái nhìn van xin khẩn thiết. Dẹp đi em ạ. Mình làm phúc phải tội. Nếu không có tụi mình về đây, chắc gì người ta đã phá phách mồ mả của dân lành. Anh nói hay chưa. Ly Ly nhíu mày nhếch mép. Thế anh tưởng cả nước chỉ có mỗi báo mình, chỉ mỗi em chống tiêu cực thôi chắc? Mình không làm thì báo khác nó làm. Chúng nó thôi không đào mồ mả đợt này thì sẽ đào mồ mả đợt khác. Vấn đề là phải làm sao chặn đứng chúng nó lại chứ không phải nhắm mắt làm ngơ.

Hoàng xoa đầu Ly Ly. Em ngây thơ lắm em ơi! Em tưởng nhờ mấy cái phóng sự của em mà cuộc đời tươi sáng lên sao? Em biết thừa quét sạch tiêu cực hoặc là một khẩu hiệu trống rỗng hoặc là ngọn cờ của phe phái nào đó được phất lên để đè bẹp một phe phái khác. Quét làm sao khi nguồn gốc của nó vẫn nguyên xi? Hả, em nói anh nghe, quét làm sao!

Ly Ly chẳng còn hứng thú gì để tranh cãi với Hoàng. Cô biết Hoàng vốn không thiết tha với những vụ tiêu cực, nếu không muốn nói là chán ngấy. Có lẽ trời sinh ra anh để viết văn, những gì nổi lềnh phềnh trên bề mặt bể dâu chẳng làm anh động lòng. Nhà văn ai cũng thế, mưu toan chui xuống tận đáy cuộc đời để tìm ra câu hỏi lớn, rốt cuộc chết chìm bởi câu hỏi đó, chết chìm hết thảy. Luôn lo sợ kẻ khác lòe mình, để trốn chạy sự lòe bịp của kẻ khác, họ nấp vào sự lòe bịp của chính họ. Và dương dương tự đắc, ngực vỗ mặt vênh rằng đã quơ được cả càn khôn bỏ túi.

Giao du hầu hết đàn ông gọi là kẻ sĩ ở Hà Thành, Ly Ly thấy chỉ có Hoàng là phức tạp nhất. Có lẽ chỉ vì cô đánh giá Hoàng quá cao, tự thổi phồng Hoàng rồi chui vào đấy, rồi lên không tìm được lối ra. Mẹ khỉ, có khi thế thật.

Có thể Hoàng tự tách mình ra khỏi những cuộc chơi đã vô bổ lại nguy hiểm, lối tính toán tầm thường bất kì ai đến cái tuổi gọi là tri túc. Thế thôi. Hoàng chỉ thế thôi, cho dù sau này người ta có đúc tượng phong thánh cho anh thì rốt cuộc anh vẫn là một gã đàn ông ươn hèn, ích kỉ.

Nói đi chứ! Nói gì thì nói đi chứ, cứ lừ lừ nhìn nhau thế này a? Cái mặt điên tiết của Hoàng trông thật buồn cười, nó chành bành ra hai bên mang và đùn lên ở giữa. Hệt cái l. trâu chửa, ví von của lão Bốn thật tởm nhưng mà đúng. Nếu thích, anh cứ về Hà Nội trước. Em phải khui cho được vụ này. Ly Ly buông một câu hờ hững, cô cũng chẳng biết mình nói thật hay chỉ dỗi một câu cho xong.

Để làm gì? Cái mặt l. trâu chửa nghếch lên. Để kiếm thêm tiền phải không? Vâng, tiền. Mặc ai cần cái tâm, em chỉ cần tiền. Mặt Ly Ly cũng sưng lên chẳng khác gì mặt Hoàng. Cô thì lúc nào cũng tiền! Hoàng cười dài chua chát. Vừa dứt tiếng cười anh nhận ra ngay mình rõ vô duyên.

Mình sai rồi, Ly Ly luôn luôn đúng, mẹ kiếp. Thôi, cút cha chốn này đi, ở lại thêm ngứa mắt Ly Ly.

Thôi. Anh về đây! Hoàng bật dậy thu dọn quần áo.

Có nên về không nhỉ?

Về thôi. Ở đây làm gì, chỉ tổ làm rách việc Ly Ly, được cái đếch gì đâu!

Hoàng biết cặp mắt Ly Ly đang thăm dò sau gáy mình. Kệ mẹ, về quách cho xong, cô ta chán mình rồi. Nếu tiếp tục ở đây, không chừng cô ta sẽ biến mình thành cọng rác ném vào hố rác tình ngổn ngang đám kẻ sĩ nửa mùa cô ta thu gom từ hồi mười sáu tuổi. Mình là cái thá gì đâu, cút đi cho rảnh mắt ả.

Còn quên cái gì nữa không nhỉ? Có cái quái gì mà quên.

Thôi, anh đi đây. Chúc em ở lại chống tham nhũng thắng lợi. Ly Ly chống cằm lạnh lẽo nhìn. Hoàng có đi thật hay không cô cũng không thèm biết. Đi hay không thật ra cũng có vấn đề gì đâu, chỉ là một cuộc chia tay tạm bợ, mắc mớ gì mà níu kéo. Xem cung cách soạn đồ trễ nải của Hoàng cũng đủ biết anh sẽ quay lại trong vòng ba mươi phút. Nhưng biết đâu đấy cái tính khùng điên của Hoàng...

Anh không ra huyện chào người ta một tiếng sao? Đã xách túi ra đến cửa, nghe Ly Ly hỏi Hoàng bỗng nổi điên. Thì ra cô này kĩ lưỡng đến thế cơ à? Thì ra cô này đem mình về đây chỉ để dùng như một miếng mồi quan hệ, mẹ kiếp! Hoàng nuốt nước bọt đánh ực. Anh đéo chào thằng nào con nào!.... Anh đi đây.

Hoàng thủng thẳng bước ra cửa.

Về về về. Cút cút cút.

Đ. mẹ thằng nào quay lại!

8

Bình tĩnh lại thấy Hoàng có lý. Hoàng chỉ sống cho những gì đã mất. Mình không thích nhưng mình cũng chẳng có quyền ngăn cấm hắn. Không ai có quyền ngăn cấm và lên án Hoàng chỉ vì hắn sống cho quá vãng.

Tóm lại Hoàng không bệnh tật gì sất. Tại sao phải chia động từ ra ba thì mới gọi là sống? Mình đang sống còn Hoàng thì đã sống, khác gì nhau nào, ai điên ai tỉnh đây?

Mình sẽ không chán ghét Hoàng nữa, không bao giờ. Tất nhiên mình cũng hết yêu hắn. Mình sẽ không coi những ai chỉ biết chia động từ một thì là điên, thậm chí còn khâm phục họ, nhưng thú thật mình chẳng dại gì làm vợ họ.

Tóm lại mình ngưỡng mộ Hoàng, suốt đời tự nguyện làm fan của hắn. Nhưng vì mình chỉ là hạng đái không qua ngọn cỏ, loại đàn bà chỉ thích làm vợ những gã đàn ông tầm thường biết chia động từ đủ cả ba thì, mình quyết định cancel Hoàng.

Xong!

*

Hoàng lóc cóc đi dọc đường cái quan. Nắng ngày đã vãn, giờ này bến đò Vôi đang đợi chuyến cuối cùng. Qua sông đi bộ chừng dăm cây số là đến ga Minh, tám giờ tối mới có tàu Bắc Nam, kịp chán.

Mới đó đã sáu ngày. Sáu ngày nhởn nhơ trên đất quê không một bóng người thân, chỉ nửa giờ trước mộ ba là có ý nghĩa, còn lại toàn những việc ngớ ngẩn, vô nghĩa. À mà tại sao không quay lên nghĩa địa Thị Trấn, viếng lại lần cuối mộ ba trước lúc ra đi? Phải đấy, dù gì cũng hai mươi năm mới trở lại, ngồi với ba ít phút trước lúc ra đi là việc nên làm. Biết đâu mình không còn cơ hội trở về, hoặc hai mươi năm sau mới trở về thì sao? Ừ, biết đâu đấy, dâu bể khó lường...

Như ngày xưa ấy, từ hòn đá *Trịnh - Nguyễn phân tranh* Hoàng không ngờ mình có thể qua sông, bỏ quê đi thẳng một mạch cho đến bây giờ. Như khi Hoàng tìm được thằng Béo chết tím ngắt bên suối cạn, chôn cất nó xong, ma đưa lối quỉ dẫn đường thế nào anh ôm cái Orionton của Xê Trưởng, bỏ đơn vị đi thẳng một mạch về Xóm Cát, không một lời giải thích.

Hoàng chôn cất thằng Béo xong đã bốn giờ chiều. Chỉ có hoa rừng, không có một thẻ nhang. Anh đứng trước nấm mồ của thằng Béo băn khoăn không cách gì kiếm được thẻ nhang. Có ai đó bảo: "Thôi, về!" Thế là Hoàng cúi mặt đi theo người đó, đi mãi... Khi ngước lên Hoàng đã thấy mình đang đứng trước bến Son. Thật không khác gì chuyện cổ tích.

Đêm tối mịt, đen ngòm. Một ngọn đèn pin hạt đỗ dọi thẳng vào mắt Hoàng. Đồng chí đi mô? Tiếng con gái non choẹt nhưng cái bóng thì to đùng. Hoàng quay mặt tránh ánh đèn. Đây là đâu? Bến Son. Anh ở mô về à? Vâng. Răng lại vâng? Tui hỏi anh ở mô về?

Hoàng ớ ra một lúc mới hiểu. Đây là bến sông Son, cách núi Sĩ Cào, nơi đơn vị anh đóng quân không dưới năm mươi cây số. Lạ nhỉ. Mình đã đi bộ năm chục cây số rồi a? Nhanh thế, đi hay chạy mà nhanh thế. Bây giờ mới tám giờ tối chứ bao nhiêu. Mà sao mình lại đi về đây? Quái quỷ!

Anh ni hay! Hỏi đi mô không nói, ở mô về không nói. Cô gái chừng mười sáu tuổi trắng trẻo phốp pháp đứng chắn ngang mặt Hoàng. Tiếng còi ô tô đâu đó bỗng vang lên. Tiếp sau là tiếng ầm ì của đoàn xe tải. Cô gái bỏ Hoàng chạy đi. Hoàng một mình trên bến sông, không biết lùi hay tiến. Bây giờ anh mới thấy đói, đói rã rời. Các khớp xương như đang sưng lên, bụng dưới đau thắt.

Hoàng ngồi sụp, kẹp cái đài vào bụng nhìn quanh quất dọc bến sông. Một vài ánh đèn pin hạt đỗ lia ngang dọc. Đoàn xe tải đang xuống ngầm phà. Tiếng con gái hét léo nhéo lẫn tiếng ầm ào của đoàn xe tải. Một pha đèn ô tô bật sáng. Hoàng nhìn rõ hai hàng đùi con gái trắng sáng đều tăm tắp kéo dọc ngầm phà nối từ bờ này sang đến tận bờ kia. Thì ra cả một đại đội nữ Thanh niên xung phong kéo quần lên tận bẹn làm cọc tiêu dẫn đường cho đoàn xe tải.

Tắt pha đèn đi, muốn chết à! Tiếng con gái ồm ồm như tiếng chị Nụ. Lạ, đàn bà chỉ huy hết thảy đều có giọng đàn ông. Không thấy gì hết em ơi! Người lái xe vừa bật pha đèn không phải để nhìn đường, cốt để nhìn cho hết bốn năm chục cặp đùi thanh nữ đang phơi trần trên sông. Tắt ngay! Đừng có giỡn! Thích nhìn, qua sông đây cởi hết cho nhìn!

Một vài tiếng cười khả ố có nghịch ngợm có vang lên từ các cabin xe tải. Hứa rồi đó nghe, không rồi lại chối! Ừ hứa... tắt đi! Đèn pha tắt thật, hai hàng đùi con gái biến mất trong đêm. Hoàng chép miệng tiếc rẻ. Không mấy khi được chiêm ngưỡng bao nhiêu cặp đùi non lồ lộ thế kia.

Tháng trước đại đội của Hoàng cũng được một bữa no mắt. Đàn đàn lũ lũ con gái tiểu đoàn nữ Thanh niên xung phong đóng quân dưới chân núi Sĩ Cào mò về suối Giàng tắm tiên. Xê Trưởng là người phát hiện ra cái khúc suối Giàng trong vắt, nằm khuất dưới những tàng cây cổ thụ, chính là bể tắm tiên của con gái khắp vùng này, cả lính tráng lẫn dân quê.

Chiều ni tau chiêu đãi tụi bay một bữa gái tơ, ngon lắm. Không mấy khi Xê Trưởng hào hứng. Cả đại đội đứa nào cũng sáng mắt lên. Đám gái tơ mà Xê Trưởng định chiêu đãi phải ngon lành lắm ông mới hào hứng đến thế. Chắc chắn Xê Trưởng phát hiện ra cái mỏ gái khỏa thân này đã lâu rồi, sau khi chiêu đãi hết lượt cán bộ tiểu đoàn, giờ mới đến lượt lính tráng trong đại đội.

Ba chục thằng ém mình trên bờ suối, sau những lùm cây chạc chìu mắt mở mồm há nhìn xuống suối. Có hơn hai trăm cô gái khỏa thân đang ngụp lặn trước mắt họ. Những thân hình trắng nõn nà uốn lượn chỉ cách mũi họ chỗ xa nhất không đầy hai chục mét. Tất cả đang phồng lên óng ánh, dập dềnh những đường cong trắng mềm, đến Phật cũng muốn tụt quần nhảy ào xuống suối.

Một vài ba cô đùa nghịch cách chỗ Hoàng nằm không đến mấy bước chân. Họ sờ mó nắn bóp nhau như trai gái làm tình, cười rúc rích, tiếng cười sực nức mùi dâm nghe thật thèm.

Một cô nhảy đại lên tảng đá, dạng háng vỗ bem bép. Đàn ông mô cả rồi bay!... Chết hết cả rồi há! Hai trăm cô gái cười ré vang động cả cánh rừng, nghe như dàn kèn đồng đột khởi vang rền. Ngay sau đó có đến mấy chục cô thi nhau nhảy lên các tảng đá giữa suối, dạng háng vỗ bem bép, vỗ và hú hét và cười ré. Đàn ông mô cả rồi bay!... Chết hết cả rồi há! Mấy thằng nằm cạnh Hoàng điên cuồng dập suông, phóng ướt cả quần. Của Hoàng cương lên quá cỡ, tưởng có thể nứt ra được.

Ơ tê! Anh ni vẫn ngồi đây à? Cô gái lúc nãy quay trở lại. Ngọn đèn pin hạt đỗ lướt qua mặt Hoàng. Hoàng nhìn rõ cặp đùi trắng nõn, thon dài, múp máp chỉ cách anh không đầy một cánh tay. Ánh đèn pin rọi xuống bàn chân cô gái, từ từ lướt dần lên, hiện rõ một hai mảng bắp vế tròn lẳn hồng tươi đang ép dần lên đến tận bẹn.

Ở mô tới đây mà không nói chi cả hè? Câu hỏi vu vơ không ăn nhập gì với ánh đèn làm như vô tình dẫn dụ Hoàng mơn trớn những gì anh vừa nom thấy. Hoàng đang cương lên, buốt đến tận xương sống. Tai ù mắt hoa, anh nhào tới ôm ghì lấy cặp đùi non. Hoàng dúi mặt vào hai mảng bắp vế hồng tươi như đang chuồi ra khỏi bộ quân phục dày cộp ướt sũng. Cô gái không hề phản ứng, cả cái giật mình thảng thốt cũng không. Chỉ một tiếng "ôi" rung nhẹ trong đêm.

Cô gái vội vã tắt đèn, đứng yên mặc kệ cho Hoàng hí hoáy nơi hõm tiên. Cô quị xuống, mềm đi trong vòng tay riết mạnh của Hoàng. Cái hõm tươi nguyên ướt lạnh nước sông Son dần dần nóng ấm hẳn lên. Một chút gì nong nóng dần ướt nhòe, rin rín mặt Hoàng.

Hoàng chồm lên mạnh mẽ như chó tranh mồi. Mặc kệ đời mặc kệ đạn bom mặc kệ đói khát. Cô gái luống cuống vừa chống đỡ Hoàng vừa đẩy quần xuống quá bẹn cho Hoàng úp mặt lên đấy nhưng kiên quyết khép chặt đùi, không cho anh dấn sâu thêm nữa. Hoàng lồng lộn xé cặp đùi ra. Chịu. Không cách gì có thể được. Anh phóng phụt, rướn lên úp mặt vào bộ ngực đang vun lên, tràn ra ngoài khuy áo.

*

Lương mô? Con Lương mô rồi hè? Cô gái đẩy Hoàng lật nghiêng, vội vã kéo quần le te chạy. Em đây! Lương đây! Một đoàn ô tô khác đang đến, nhìn rõ mấy khối lù lù đang lò dò xuống bến. Ánh đèn pha kéo thành vệt đỏ độc dọc ngầm sông.

Tắt đèn! Vút lên một tiếng hét thất thanh. Một loạt bốn quả rốc két phóng xuống bến sông. Tiếng rốc két rền vang, vùn vụt những quầng sáng chói mắt hắt ngược lên, chốc lát vụt tắt. Lặng ngắt trong khoảng vài mươi giây, bến sông như chết đứng.

Vỡ òa tiếng máy bay rung bến sông, tiếng rít ghê răng. Bom! Bom rải một dọc dài bờ sông. Hoàng ôm cái Orionton nằm sấp mặc cho bùn cát vùi dập. Dứt loạt bom Hoàng đội bùn cát nhấc mình lên, ôm cái đài vọt chạy. Anh lao ra dòng sông, chạy thục mạng. Khi nước ngập ngang bụng Hoàng mới biết mình ngu, lội qua sông lúc này chẳng khác gì lao vào chỗ chết. Anh sấp ngửa nháo trở lại.

Một chiếc F4H sà rất thấp, nghe tiếng rít thì biết, tưởng như nó đang đâm thẳng vào gáy Hoàng. Hoàng ngã sấp xuống mép sông. Anh liều chết vọt thẳng lên bờ, cứ hướng Tây mà chạy. Cách bờ chừng trăm mét, có ai đó ôm choàng lấy chân Hoàng, anh ngã dúi. Vòng tay siết lại cứng ngắc, chặt đến nỗi Hoàng không tài nào rút chân ra được.

Máy bay lủi đâu mất, bất ngờ như khi chúng xuất hiện. Bến sông im lặng rờn rợn. Hoàng lổm cổm bò dậy, thình lình đụng phải đầu tóc dài sũng nước. Thôi chết, một cô gái! Hoàng lật mặt cô gái, cái mặt trì xuống, như cố chúi sâu vào lòng đất. Hoàng cố hết sức lật ngửa cô gái ra, mãi mới được.

Có sao không? Cô gái vẫn nằm im. Hoàng rút chân ra khỏi vòng tay cứng ngắc của cô gái, chợt đụng phải cây đèn pin. Anh bấm đèn pin rọi và giật mình thấy mặt cô gái chỉ còn một đám thịt đỏ lòm. Hình như là cô gái Hoàng vừa gặp? Thôi đúng rồi, đôi chân trần vẫn chưa kịp giấu đây này. Có lẽ cô gái quay lại tìm Hoàng, trúng luôn loạt bom vừa nãy. Hoàng bước vào vòng tay cô gái đúng lúc cô giãy chết.

Có phải không nhỉ, có phải không?...

Có người chết! Hoàng hét to. Không ai trả lời cũng không có ai chạy lại. Có người chết! Hoàng hét đến lạc giọng. Không ai trả lời cũng không ai chạy lại. Tiếng ô tô đồng loạt nổ máy. Một pha đèn bật sáng rồi vụt tắt lẹ làng như chớp. Hoàng nhìn rõ phía ngầm phà, đoàn xe tải đang bò sang bên kia sông. Hai hàng đùi con gái vẫn chôn chặt xuống lòng sông kéo dài tăm tắp. Tiếng ồm ồm của cô gái chỉ huy vẫn đều đặn vang lên, như là không có gì xảy ra.

Máy bay vòng trở lại, lần này chúng kéo cả bầy, bốn phương tám hướng đều có tiếng rít. Bốn quả pháo sáng nở bung. Cả bến sông trắng rợn, có thể nhìn thấy mấy khúc củi khô nổi lềnh phềnh trên sông. Đoàn xe tải mất dạng như lặn xuống đáy sông, cả hai hàng đùi con gái cũng không còn. Bây giờ chỉ còn Hoàng và cô gái nằm phơi trên bến. Cái áo cô gái bị bung ra tơi tả nhầu nát, lấm láp bùn và máu. Lồ lộ bộ ngực non, vun lên sáng ngời dưới ánh sáng trắng bốn ngọn pháo sáng cháy rừng rực giữa trời.

Máy bay quần đảo chừng hai mươi phút, đèn pháo sáng tắt chúng cũng lủi rất nhanh. Từ các hốc tối của bến sông, người ta ào ra chạy rần rật, la hét, gọi nhau ầm ĩ. Một người túm cổ áo Hoàng nhấc lên, đó là một cô gái to đùng, lùn tịt. Chưa chết à? Cô gái buông Hoàng vồ tới cô gái đã chết. Con Lương chết rồi bay ơi!

Có hơn chục cô gái cùng chạy tới. Người khóc lóc, kẻ lay gọi nhí nhéo, rối mù. Hoàng ôm cái đài lừ lừ nhìn các cô Thanh niên xung phong đang ôm xác cô Lương đi về phía bến phà ngầm.

Răng anh ni lại nằm đây? Cô gái lùn tịt cất tiếng ồm ồm. Qua ánh đèn pin hạt đỗ, lộ ra ánh mắt khả nghi. Tôi thấy cô đó chết, tôi gọi nhưng không ai nghe. Lái xe hay phụ xe? Hoàng cứng họng. Đi mau lên! Xe đang đợi đó kìa! Hoàng chẳng hiểu đầu cua tai nheo gì cả! Đi đi! Bỏ xe chạy té khói, còn ngồi đó hả! Cô gái lùn tịt, chắc chắn là chỉ huy rọi đèn thẳng mặt Hoàng. Đưa ông này về xe mau!

Ba bốn cô gái túm cổ áo lôi Hoàng dậy, họ vừa đẩy vừa xốc nách anh, mau chóng nhét anh vào cabin xe tải đang nằm trơ lại một mình bên này sông, dưới tán cây gì như cây cửa. Hoàng ngồi lọt thỏm trong cabin không người lái, không biết nên nhảy đại xuống chạy biến đi hay cứ đổ lỳ, muốn ra sao thì ra.

Nổ máy cho xe chạy đi, ô anh này lạ chưa! Các cô gái đập cửa xe thình thình. Mau lên! Máy bay tới đó tề! Tôi không phải lái xe! Hoàng suýt thú nhận cho xong rồi nhảy ra khỏi cabin, anh chưa kịp mở mồm bỗng có tiếng đàn ông phía đuôi xe. Đây đây! Tôi đây! Tiếng đàn ông hồ hởi.

Cánh cửa xe mở toang, người lái xe nhảy vào cabin lập tức nổ máy cho xe lao xuống ngầm. Chiếc xe tải trầy trật mãi rồi cũng qua được bờ bên kia. Lúc này người lái xe mới nhìn thấy Hoàng. Đi đâu mà ngồi đây? Em về nhà. Phép hả? Vâng... Hoàng trả lời như cái máy, thây kệ hậu quả sẽ ra sao.

Cậu Hoàng! Đi mô ri cậu? Chị Giặt Chiếu chắn ngang lối đi. Sau lưng chị là ngôi nhà tranh hai gian một chái, có lẽ là nhà chị. Đây là xóm Trầu! Thế quái nào mình lại lạc lối vô đây? Em đến thăm chị đây. Hoàng buột miệng nói như không. Anh bỗng nảy ra ý muốn vào thăm nhà Chị Giặt Chiếu. Ý muốn không cưỡng được, như có ai kiên quyết đẩy lưng Hoàng bước qua cánh cổng tre cũ nát mọc đầy hoa giấy.

Rứa à, mời cậu vô nhà. Chị Giặt Chiếu tủm tỉm, có vẻ chị không tin lắm. Rồng đến nhà tôm! Rồng đến nhà tôm! Oa chà... Chị Giặt Chiếu vội vàng tùa hết cốc chén bát đũa ngổn ngang trên chiếc chõng tre. Nhà tui không có khách, Tết cũng không có ai vô, cậu Hoàng thông cảm.

Chị Giặt Chiếu phủ tấm chiếu hoa còn mới lên chõng tre. Oa chà, nhà văn Huy Hoàng đến nhà con gái ông Mẹt Lân... thiệt vinh dự... Mời cậu ngồi. Chị cứ mặc em. Hoàng ngó quanh nhà. Không có gì gọi là tài sản, ti vi không có, xe đạp cũng không nốt.

Khung ảnh treo trên vách có tấm ảnh một người lính nom hao hao giống Xê Trưởng. Xê Trưởng thật, tấm ảnh chụp lúc ông đeo lon hạ sĩ trẻ măng như chú thiếu sinh quân. Cái mặt Trạng Lợn không lẫn vào đâu được.

Đây là anh Xuyến có phải không chị? Dạ, chồng tui đó cậu. Hoàng lặng người. Sao đời lắm chuyện éo le đến thế này?

Uống nước đi đã cậu, chuyện đời dài lắm. Chị Giặt Chiếu đặt bát nước chè xanh vào tay Hoàng. Anh Xuyến quê Nghệ An, gặp chị ở đâu? Dạ ở đây. Tim Hoàng đập mạnh. Xê Trưởng về đây... làm gì ạ? Dạ về đây tìm cậu đó. Hoàng cúi gầm mặt không dám hỏi gì thêm nữa. Anh Xuyến tìm cậu không ra lại tìm thấy tui. Chị Giặt Chiếu hớn hở. Số trời run rủi mà cậu. Chị cười hi hi. Cuối năm *bảy hai* tụi tui làm đám cưới...

Thế là đã rõ, cuộc đào ngũ bất ngờ của thằng Béo và sau đó là Hoàng đã buộc Xê Trưởng lặn lội về đến tận đây. Việc truy nã Hoàng bất thành. Thằng Béo đã chết, Hoàng trốn đi đâu không dấu tích. Cuối năm 1972 Xê Trưởng được lệnh lùng sục Hoàng, ông về tận Thị Trấn Ninh Giang. Ba Hoàng đã mất, Xê Trưởng không biết hỏi ai. Không hoàn thành nhiệm vụ truy nã Hoàng, bù lại Xê Trưởng đã lấy được vợ.

Vì lấy vợ sinh con Xê Trưởng đã ở lại đây hay là vì lệnh truy nã hãy còn nguyên giá trị? Đối với Xê Trưởng mệnh lệnh cấp trên là bất khả biến, anh chưa bao giờ từ bỏ một việc gì trừ khi cấp trên ra lệnh từ bỏ.

Có thể bây giờ Xê Trưởng vẫn chờ Hoàng, mới nghĩ thế anh đã sởn gáy.

*

Hoàng rời khỏi nhà Chị Giặt Chiếu lên bến đò Vôi qua sông Ninh. Như đạo chích vừa thuổng đồ, anh vừa đi vừa chạy vừa ngoái lại một mạch thẳng tới ga Minh.

Ga xép vắng hoe, chỉ mình Hoàng đợi tàu. Còn hai giờ nữa tàu mới về, Hoàng chui vào bụi chàng nàng tránh nắng, áy náy mãi việc anh bỏ chạy khỏi nhà Chị Giặt Chiếu không biết đã kịp chào chị lấy một câu hay không.

Hoàng không sợ phải đối diện với lệnh truy nã, thà thế một lần cho xong còn hơn ôm lấy nỗi hổ thẹn mấy chục năm trời. Anh sợ bắt gặp cái nhìn vừa khinh bỉ vừa thương hại của Xê Trưởng.

Hai mươi ba năm trước ở bến Son, nếu không bị các cô gái Thanh niên xung phong bất ngờ đẩy lên cabin xe tải, rất có thể Hoàng sẽ ôm cái đài Orionton của Xê Trưởng quay trở về đơn vị. Nếu vậy sẽ chẳng có gì xảy ra hết. Không có lệnh truy nã tồn đọng hơn hai chục năm, Xê Trưởng không lấy vợ sinh con ở quê Hoàng, buộc anh phải vội vàng bỏ chạy khỏi nhà Chị Giặt Chiếu... Sự đời thật lắm nỗi éo le.

Hai mươi ba năm trước Hoàng đã gặp may. Người lái xe có vẻ dễ tính, anh ta thích có người ngồi cùng cho đỡ buồn ngủ. Hoàng mừng quá. Thôi kệ, về nhà mấy ngày thì đã sao. Mình đâu phải lính trong biên chế, giả có đào ngũ chắc cũng chẳng việc gì. Về mấy ngày rồi trở lại, cùng lắm Xê Trưởng cặc lọ vung vít chứ chẳng đụng đến đâu. Cứ nói phét chạy đuổi theo thằng Béo bị lạc. May có dân chỉ đường mới trở lại được. Lính tráng lạc rừng là chuyện cơm bữa, Xê Trưởng không tin cũng buộc phải tin.

Hoàng dựa hẳn vào ghế, lim dim mắt nghe người lái xe luyên thuyên đủ chuyện trên trời dưới đất. Anh ta nói chẳng có nội dung gì, chủ yếu cho qua cơn buồn ngủ.

Chạy sáu ngày chưa được một giấc cho ra hồn đây. Tao quê Hà Tây, mày quê đâu?... Tao tên Chiến. Cái nước mình lạ lắm, có cả trăm ngàn thằng tên Chiến, chán mớ đời. Các cụ nhà mình máu me lắm cơ, cứ chiến rồi chiến, làm như đéo chiến đéo ra hồn người hay sao ấy. Bực cả mình.

Lính tên lửa à? Sướng bỏ mẹ còn kêu gì nữa! Tao nghe nói lính tên lửa sướng nhất làng, cá thịt đớp thối mồm thì thôi, đúng không? Cánh lái tụi tao cực như chó, suốt ngày chạy rông, mòn đít sụn lưng được cái gì đâu. Được cái gái gẫm ê hề, ăn uống thoải mái. Chỉ có thiếu ngủ mày à. Bây giờ dừng xe là tao ngủ liền. Hay mày ngồi vào đây tao tập cho, lái giùm tao một chút? Ngồi vào đây, dễ thôi mà. Thằng này sao thế nhỉ! Tao tưởng thanh niên thì đứa nào cũng máu lái xe chứ. Ngồi vào đây đi, ơ kìa!...

Hoàng thiếp đi từ lúc nào. Tiếng người lái xe nheo nhéo bên tai đã kéo cụp mí mắt anh ríp lại. Đói, ừ đói. Mùi thịt chó thơm lừng. Chỉ có thịt chó Cu Le mới sực nức mùi lá sả thế chứ. Buổi chiều mình tới nhà Cu Le có thấy thịt chó không nhỉ? Không. Quán dẹp lâu rồi, ông Cu Le ngồi dúm dó ở ngạch cửa. Thùy Linh bỏ nhà ra đi bốn ngày trước khi mình trở lại. Tưởng đi đâu ai dè mò về Xóm Cát.

Phải rồi, về Xóm Cát! Chuyến này về ngay Xóm Cát. Chắc chắn Thùy Linh đang ở đấy. Thế mà mình không nghĩ ra! Mình sẽ về Xóm Cát sống với Thùy Linh, sống như vợ chồng. Sống như vợ chồng... a ha ha thật tuyệt vời!

Cái thằng này sao thế? Anh Chiến quay mặt hỏi. Em chiêm bao thấy thịt chó. May rồi! Anh Chiến đập đùi đánh đét và lại luyên thuyên. Thấy thịt chó là may đó em ạ. Chuyến này chắc chẳng việc gì. Hầy, nếu xe cộ không cà rật cà tàng khoảng hai ngày nữa sẽ về tới Thanh. Ở Thanh tao dấm sẵn một con ngon lắm. Con gì à?... ha ha ha...Thằng này ngu. Đàn bà chứ con gì. Nạ dòng thôi nhưng ngon lắm, trắng như trứng gà bóc, mông vú đề huề, mới hai chín tuổi thôi nhá, ngon cực!...

Mày làm một đêm được mấy cái? Tao quất được chín cái, thật đấy. Được rồi, khi nào về Thanh tao quất cho mày xem. Chim chóc mày thế nào, khả dĩ không? Xem mổ!... Hề hề, được một mẩu thế này thì làm ăn cái gì em, gái nó tát cho vỡ mặt.

Đây là đâu hả anh? Hoàng nhóng cổ qua cửa. Trời tối quá, chỉ thấy những đụn cát lờ mờ như đã vào đất của huyện Tuy. Còn ba cây nữa tới đèo Ngốt. Thôi chết rồi! Cái gì? Quá rồi! Cho em xuống đây.

Hoàng nhảy đại xuống, suýt nữa thì quên cái đài. Anh Chiến ném cái Orionton cho Hoàng. Té ra mày đi phép thật à? Phép tắc gì mà không mang vác gì cả, chỉ độc mỗi cái đài?... Hay là đào ngũ hả em?... Ừ thôi, đào ngũ quách đi mày ạ. Mày yếu chảy nước ra thế kia, đánh đấm cái gì!

Em đi đây! Hoàng ôm đài chạy ngược trở lại. Có lẽ đã quá nửa đêm. Tối quá, không nhìn thấy gì cả. Ba cây phi lao men đường, nơi từ đó Xê Trưởng đã dẫn đoàn xe rẽ vào Xóm Cát, không biết ở đâu? Có khi bom phạt trụi rồi cũng nên. Chẳng thấy quái gì cả. Phải nằm chờ đến sáng, cứ lọ mọ đi kiểu này hết đêm cũng chẳng tìm ra, vừa mất công vừa tốn sức. Hoàng tụt xuống vệ đường tìm một đám cỏ mượt, nằm kê đầu lên cái đài đánh một giấc.

Hoàng nhắm mắt chừng mươi phút. Khó ngủ quá, cứ chập chà chập chờn hệt như đang ngủ ngồi trên xe. Đói quá không ngủ được, mùi cơm nếp sực lên từ cái dạ dày rỗng rất khó chịu. Ngủ đại qua đêm, sáng mai thế nào cũng kiếm được cái ăn, còn mấy tiếng nữa chứ bao nhiêu. Mai vào nhà dân, gạ bán cái đài, chí ít cũng được ba trăm đồng, tha hồ ăn. Có khi phải sắm vài bộ cánh thật oách cho Thùy Linh lác mắt. Mua cho Thùy Linh cái gì nhỉ? Chẳng biết mua gì, ừ thôi, mua gì chẳng được, ngủ đi, ngủ đi đã....

Có tiếng máy bay, chúng đang thả pháo sáng. Kệ chó nó, không việc gì đến mình. Hoàng không thèm mở mắt, không thèm nhổm dậy ngay cả khi có tiếng rốc két nổ rất đanh và tiếng máy bay rít chói tai. Chắc bọn bay đêm thả bừa bom đạn cho nhẹ gánh. Mỹ cũng như ta thôi, lính tráng giống nhau tất, giờ này chẳng đứa nào thiết đánh nhau. Yên rồi. Biết ngay mà, chỉ một quả rốc két và biến. Bây giờ chắc chắn ngủ được đây. Ừ, yên tĩnh quá nhỉ! Mát nữa, giờ này gió biển đang lên. Ai bảo màn trời chiếu đất là cơ cực nào?

Mau lên! Cả một xe mì chính! Hoàng ngóc đầu dậy. Trên đường có năm sáu đàn ông đang chạy, họ mang cả đòn càn gióng gánh. Hai người khiêng một bao tải chạy ngược lại. Phía trước một quầng lửa đỏ ối đang bốc lên. Xe cháy! Xe của anh Chiến cháy rồi. Ngọn lửa liếm sáng cả một khoảng trời đen.

Mau lên, không máy bay quật trở lại! Mấy người đàn bà léo nhéo. Hoàng vọt lên đường cái quan, anh chạy thục mạng về phía có quầng lửa. Chiếc xe tải cụt đầu, cái đầu máy rời ra bốc cháy ngùn ngụt. Có đến mấy chục người dân đang bu bám trên thùng xe, họ tranh cướp nhau từng bao mì chính, ném xuống đất cho người nhà. Được bao nào lập tức có người bốc chạy đi ngay.

Lái xe đâu? Hoàng túm tay một thanh niên hỏi như quát. Biết mô. Anh thanh niên giật phắt khỏi tay Hoàng, nhảy đại lên thùng xe. Hoàng chạy về phía đầu xe đang bốc cháy. Người đàn ông dang tay chặn Hoàng. Đừng! Xe sắp nổ, mất mạng chừ! Lái xe đâu? Biết mô. Chắc chết cháy rồi! Đó cà! Một người kêu lên. Người đàn ông tụt xuống vệ đường. Hoàng nhìn thấy rõ ràng cặp chân bị phạt đến tận háng nằm chỏng chơ trên đám đất cày ven đường.

Cụt đến tận háng, sống làm răng được! Người đàn ông ôm cặp chân lên ném xuống trước mặt Hoàng, ông lật đật quay lại đỡ lấy một bao tải mì chính, hăm hở vác chạy ù đi. Hoàng ngồi yên trước cặp chân, máu rỉ đen, vón cục ở chỗ bị phạt. Anh Chiến chắc chết thật rồi. Nửa phần thân thể còn lại của anh đã cháy rụi cùng cái đầu xe.

Chạy đi! Máy bay quật lại rồi! Đám người táo tác. Máy bay quật trở lại thật. Người trên thùng xe tranh nhau nhảy xuống, chạy rần rật. Hoàng ôm cặp chân anh Chiến, cặp nách cái đài bỏ chạy theo đám người. Được một quãng Hoàng đứng lại thở, không biết nên ném cái đài hay bỏ lại cặp chân cho đỡ vướng. Máy bay chỉ bay qua, chắc chúng thừa biết ở đây chẳng còn gì. Đám người chạy đâu hết cả, không biết họ rẽ vào đâu mà mất dạng nhanh thế.

A, ba cây phi lao! Ba cây phi lao chỗ rẽ vào Xóm Cát vẫn còn, chúng như mọc ngay lên trước mặt Hoàng. Anh chạy đến, thả cả cặp chân và cái đài, ngồi tựa gốc phi lao nhìn về Xóm Cát. Không thấy gì, chỉ thấy một đốm đen lờ mờ nổi lên trên trảng cát. Cây đa! Chắc đó là cây đa. Rõ là cây đa, từ đây đến đó chỉ chừng năm cây số cát chứ bao lăm.

Hoàng nhớ khi đó chừng ba giờ sáng. Anh đào hố chôn đôi chân của anh Chiến rồi ôm cái Orionton đi thẳng về Xóm Cát, chính thức trở thành kẻ đào ngũ.

Chẳng ai biết chuyện này, mãi tận bây giờ cũng chẳng ai biết trừ Xê Trưởng và đồng đội của Hoàng. Những người lính C1- D3 của Hoàng ngày ấy giờ đây kẻ còn người mất. Những ai sống sót qua cuộc chiến ít bận tâm tới việc Hoàng có đào ngũ hay không. Gặp nhau ôm nhau mừng cho nhau đã thoát chết, chẳng ai muốn nhắc lại chuyện cũ làm gì. Tất nhiên Xê Trưởng sẽ không như vậy. Rất khó để cho Xê Trưởng bỏ qua cái tội ghê tởm nhất, đáng khinh bỉ nhất của người lính ấy là tội đào ngũ.

Tàu đến! Tàu đến! Bảo vệ ga tuýt còi. Mấy chục người tay xách nách mang chạy ra chầu chực ngay lối tàu về. Hoàng chui ra khỏi bụi chàng nàng hăm hở chạy tới. Tàu xình xịch vào ga. Ủa, sao tàu vào Nam? Hoàng túm lấy cô gác ghi hỏi. Cô nhìn Hoàng như nhìn một thằng ngu, tuy vậy vẫn trả lời tử tế. Tàu S4 chạy vào Nam, hai giờ chiều mới có tàu S3 chạy ra Bắc, anh vào xem bảng giờ tàu.

Hoàng ngớ người. Hóa ra anh đã ngủ một giấc từ trưa hôm qua đến sáng hôm nay. Lỡ một chuyến tàu, có đợi chuyến khác không đây? Mẹ khỉ, tức thế không biết!

9

Phóng sự bốn kì coi như kết thúc ở đây, bây giờ chỉ việc ngồi viết. Hai tối là xong.

Cần mấy cái ảnh cho phóng sự. Không có ảnh thì phóng sự chẳng có giá trị gì. Ngồi ở Hà Nội cũng viết được chẳng cần lặn lội về đây.

Đến lúc mình cần tới Hoàng. May quá Hoàng quay trở lại.

Hoàng muôn năm!

*

Ủa, em tưởng giờ này anh đã ra tận Thanh Hóa rồi? Ly Ly làm bộ ngạc nhiên khi Hoàng xách túi đẩy cửa bước vào. Cô kìm một tiếng cười ré. Hoàng không đáp, rơi phịch xuống giường. Anh định giải thích việc hủy chuyến đi là anh cần ở lại để gặp Xê Trưởng nhưng thấy không cần thiết.

Để yên anh ngủ nhé! Hoàng lấy khăn trùm mặt. OK. Chúc anh ngủ ngon. Ly Ly đứng soi gương. Cô thấy cái mặt phởn của mình thật đáng ghét, hệt chó gặp chủ. Hắn quay lại có gì mà mừng? Rõ đàn bà là cái giống không ra gì. Ly Ly xách túi ra ngoài. Đợi em về, sẽ đãi anh một trận thịt chó Cu Le. Chẳng thấy Hoàng ư hử, chắc hắn đã ngủ.

Ly Ly cần phải gặp Chủ Tịch Huyện. Cái phóng sự đang đến hồi kết. Mọi việc đã rõ ràng, số liệu và nhân chứng đã có đủ, chỉ cần rình chụp chúng nó đang bốc mả dân chúng, lấy hài cốt nhét vào hai ngàn nấm mộ giả là xong. Cú nốc ao tuyệt hảo không thể không làm. Kẹt vì việc này chúng thường làm đêm, Ly Ly là chúa sợ ma, cô không thể một mình ngoài bãi tha ma nửa đêm khuya khoắt được. May quá Hoàng đã quay trở lại.

Ly Ly đã đoán trúng. Bốn buổi làm việc với Chủ Tịch Huyện cho thấy ông không phải kẻ chủ mưu. Ông cũng chẳng muốn che giấu vụ này. Cái sự "lãnh đạo tập thể" buộc ông vào thế khốn.

Cộc cộc cộc.

Buổi thứ hai làm việc hoàn toàn trái ngược với buổi thứ nhất. Chủ Tịch Huyện đón Ly Ly bằng cái mặt cười buồn nhăn nhúm. Ông bắt đầu rỉ rả kể, kể như người ta kể chuyện tiếu lâm.

Mẹ khỉ... chuyện như đùa.

Chủ Tịch Huyện đi thăm huyện Khế thấy cái nghĩa trang liệt sĩ của người ta to quá, hoành tráng quá. Huyện chúng nó được cái cóc khô chi mà nghĩa trang to rứa bay? Chủ Tịch

Huyện cằn nhằn với đám trợ lý. Thời chiến tranh, huyện đó chỉ hứng chừng vài chục quả bom, cóc bắn rớt được chiếc máy bay mô, toàn dân đen chết, liệt sĩ ở mô ra mà làm cái nghĩa trang to rứa? Nó muốn khoe à? Khơ khơ... khoe chi lại khoe liệt sĩ!

Thủ trưởng nói sai rồi. Đám trợ lý nhao nhao. Ngày nay nghĩa trang là bộ mặt của huyện đó thủ trưởng ơi. Khách khứa ai người ta quan tâm đến mình làm ăn ra sao. Chỉ cần thấy cái nghĩa trang là người ta đoán được huyện mình giỏi giang hay kém nát, giàu có hay nghèo nàn. Khơ khơ... Nói chi lạ rứa bay. Khoe chi lại đi khoe cái nghĩa trang. Gớm chết.

Ôi thủ trưởng ơi, thủ trưởng không biết thời này người ta đua nhau sửa sang mồ mả à. Cứ nhìn vào mồ mả ông bà biết ngay nhà đó có ăn ra làm nên hay không. Thủ trưởng cứ xây cái nghĩa trang hoành tráng đi, nhất định thủ trưởng sẽ lên đời. Người ta nhìn thủ trưởng khác ngay lập tức, vừa giỏi giang vừa giàu lòng nhân ái. Thủ trưởng có biết vì sao cấp trên hay ghé qua huyện Khế không? Vì nó có cái nghĩa trang hoành tráng nhất tỉnh đó.

Ua chầu chầu... rứa à bay! Dạ dạ! Thủ trưởng biết thừa, cấp trên nào không muốn có một phút trầm ngâm mặc tưởng trên ti vi trong nghĩa trang liệt sĩ. Quay mãi cảnh họp hành, bắt tay bắt chân, chạm ly chạm chén, cao đàm khoát luận... dân người ta ngứa mắt lắm. Cấp trên đã bớt mấy cái vụ đó rồi. Bây giờ là vùng sâu vùng xa, bão lụt, mất mùa đói kém, xuất hiện mấy chỗ đó mới ăn. Thủ trưởng không thấy hễ có lụt bão là y như thấy cấp trên mang tơi đội nón suốt ngày trên ti vi đó sao. Khơ khơ... tau có mù mô mà không thấy! Dạ dạ! Còn thêm mốt trầm ngâm bên nghĩa trang, tặng quà các bà mẹ, xoa đầu các em thơ. Ha ha ha... Đúng rồi!... đúng rồi! Đám trợ lý cười vang.

Thôi thôi không nói chuyện đó nữa, nói lại chuyện nghĩa trang tao nghe mồ. Có làm không? Làm hả. Dạ dạ! Ở làm thì làm, đất cát thiếu chi, làm cái thiệt to nghe. Dạ dạ! Mấy?... Chục tỉ a? Chục tỉ thì tao xin được. Đây là việc nghĩa mà, ông nào dám chối. Cứ đè trước kì bầu bán mà xin có mà chạy đằng trời, khơ khơ khơ.... Sau cái cười đắc chí, cũng ở cái thế ngửa cổ cười như thế, Chủ Tịch Huyện đánh một giấc dài, về tới nhà khi nào không biết.

Thì ra một chủ trương lớn lại bắt đầu từ những bốc đồng tào lao. Chuyện thật hả anh? Ly Ly khéo đắp bộ mặt ngây thơ thật cả tin dễ thương, hai mắt cô tròn xoe. Chuyện rứa đó chị, vớ vẩn rứa đó. Cái nhìn thú tội của Chủ Tịch Huyện cho biết ông sẽ nói hết, tuyệt không giấu một chuyện gì miễn Ly Ly hiểu ông, thông cảm cho ông. Ly Ly cũng đáp lại bằng cái nhìn tin cậy và thẳng thắn. Chẳng biết Chủ Tịch Huyện có tin không, chắc không. Nhà báo nào chẳng cố chứng tỏ mình là kẻ đáng tin, ông thừa biết.

*

Cộc cộc cộc.

Chủ Tịch Huyện vẫn hẹn làm việc lần thứ ba với Ly Ly. Cô chẳng buồn nghe câu chuyện của ông nữa, dây cà dây muống quá trời, tuy vẫn không thôi mắt trợn miệng há đầy háo hức. Sợ cái tật ngáp vặt lại giở chứng, Ly Ly phải luôn mồm "a thế à?", "ui thế a"...

Ừ, rứa đo chị. Chủ Tịch Huyện kể tiếp. Một tháng sau việc xây dựng nghĩa trang được đưa vào nghị quyết, chủ ban A là Phó Chủ Tịch Văn Xã. Xưa nay các công trình lớn bé, tui không dây. Mình biết múi mớ chi mà làm, lỡ nghe tụi nó rủ rê, nhúng vô cái chết liền. Thà để đứa khác ôm cả chùm khế ngọt, chúng nó vặt vài quả cho mình cũng đủ no, dại gì ôm lấy cả chùm đã mang tiếng lại dễ toi. Tui nói rứa có đúng không Ly Ly? Dạ.

Chỉ ba tháng cái nghĩa trang hai ngàn mộ đã xong, hoành tráng ngất trời. Công nhận cái thằng giỏi thiệt. Chủ Tịch Huyện xuýt xoa khen Phó Chủ Tịch Văn Xã. Làm hết 5 tỉ, quyết toán 10 tỉ không một tiếng vo ve phải không anh? Ly Ly chen ngang. Khơ khơ... Ly Ly khi mô cũng như đi guốc trong bụng người ta rứa hè. Đó là Ly Ly nói đó, không phải tui nói mô nghe. Không, em chỉ muốn nghe chuyện qui tập mộ liệt sĩ thôi. Chuyện bên A là chùm khế ngọt nhàm rồi. Ly Ly muốn nói đó là chuyện thường ngày ở huyện à? Dạ không, đó là chuyện thường ngày ở xứ Việt mình đó anh. Khơ khơ khơ... Ly Ly nói đó nghe, không phải tui nói mô nghe. Vâng, anh kể tiếp đi. Rồi. Để tui kể cho nghe. Uống với tui lon bia rồi tui kể cho nghe.

Chủ Tịch Huyện bóc lon bia uống ừng ực như kẻ khát cháy họng. Một khi trong lòng chất chứa những lo toan thường người ta vẫn khát như vậy, những cơn khát bất chợt bùng lên, uống bao nhiêu nước vẫn cứ thiếu. Tội nghiệp Chủ Tịch Huyện, ông đang rất lo.

Nghĩa trang xây xong, tui cũng quên luôn nó. Lo đắp đầy ruột nghĩa trang, qui tập hai ngàn mộ liệt sĩ là việc của Phó Chủ Tịch Văn Xã. Chúng nó kêu như cha chết. Liệt sĩ cả huyện chỉ hơn bốn trăm ông, kiếm đâu ra cho đủ hai ngàn ông đây. Liệt sĩ nằm trên rừng cả vạn, thiếu chi, lên đem về. Bộ gửi thông tư kiếm được một bộ hài cốt là hai triệu tư, tỉnh cho thêm một triệu là ba triệu tư, huyện quyết thêm sáu trăm ngàn nữa cho đầy bốn triệu, cộng với tiền xây cất mỗi mộ ba triệu rưỡi, cả thảy bảy triệu rưỡi. Rứa đó, tổ chức mà đi tìm. Kêu ca với ai đây? Người ta hy sinh xương máu, mình chỉ lên rừng đem người ta về còn kêu ca, lạ quá tinh thần các đồng chí. Rứa đó, lên dây cót tinh thần anh em đi. Làm xong rồi báo cáo, đừng có cứ chục ngày lại chạy lên kêu khổ, không xong với tui mô. Rứa nghe!

Chủ Tịch Huyện lại bóc bia uống ừng ực, bia chảy tràn ướt cổ. Đã đến lúc không cần giữ ý nữa, ông ném lon bia, lấy tay áo chùi miệng đầy bọt bia, tràn lên cả mũi. Lâu lâu không nghe Phó Chủ Tịch Văn Xã nói chi, tui nghĩ rứa là xong, ai dè xảy ra cơ sự ni, thật ngao ngán hết chỗ nói.

Ly Ly tin Chủ Tịch Huyện đã nói thật, không ai nói thật được như ông.

*

Không có hẹn buổi thư tư, Chủ Tịch Huyện đã quá mệt mỏi, ông không muốn nhắc đến chuyện đau đầu này nữa. Ly Ly vẫn cứ đến.

Cộc cộc cộc

Ly Ly nắm được lịch của Chủ Tịch Huyện, hôm nay ông làm việc tại văn phòng.

Chủ Tịch Huyện không mở cửa, Ly Ly tự đẩy cửa vào, thấy ông đã nghiêm ngắn ngồi trước bàn. Tui sắp đi họp. Chủ Tịch Huyện mệt mỏi nói, giọng khàn khàn. Tui có thể nói chuyện với Ly Ly chừng chục phút thôi. Vâng, thế thì thôi, xin anh buổi khác vậy. Em về đây. Ly Ly đi ra, vừa khép cửa bỗng nghe Chủ Tịch Huyện ho khan, tiếng ho khô và đục kéo dài không dứt, không còn kịp lấy hơi.

Ly Ly vội quay lại. Chủ Tịch Huyện ngừng ho, ông ngồi ôm ngực thở dốc. Anh có sao không? Chủ Tịch Huyện xua tay lắc đầu, ông ngồi dựa ngửa, mắt nhắm nghiền. Lát sau ông ngồi thẳng dậy, vuốt mặt mấy cái, khẽ cười khan một tiếng. Cái cười ngơ ngẩn của kẻ chẳng biết vì sao mình cười.

Nói tui có chấm mút vụ xây nghĩa trang thì tui nói có, không nhiều nhưng có. Thời buổi này ai bày ra cái chi mà nói không chấm mút được chút đỉnh là nói phét. Tui cũng rứa thôi, cũng là người đầu đen máu đỏ cả, dù không muốn cũng phải làm. Ngồi đó mà cần kiệm liêm chính, khóa sau chó nó bầu cho mình.

Chủ Tịch Huyện với tay lấy lon bia uống dở, Ly Ly ngăn lại. Thôi, anh không uống nữa. Đang ốm mà anh. Ly Ly dịu giọng. Chủ Tịch Huyện vẫn uống và nói, cả uống lẫn nói đều chậm chạp yếu ớt.

Như ba anh Hoàng ngày xưa đó, cần kiệm liêm chính cho lắm vào, không cho ai chấm mút chút chi cả, được vài năm người ta tống cổ về nhà ngồi, đổ bệnh tâm thần, ngồi một mình lảm nhảm cho đến chết. Chủ Tịch Huyện ngồi đần ra, chẳng biết mình có lỡ lời hay không, nên nói nữa hay nên thôi.. Ông quá mệt mỏi và buồn ngủ. Chỉ cần đẩy khẽ cái là ông lăn ra ngủ như chết.

Tui lôi hết gan ruột tui ra rồi đó. Mai mốt Ly Ly lôi lời tui lên báo thì tui chối nhưng giờ thì tui không dám giấu Ly Ly bất kì điều gì. Để khi khác ta nói chuyện này, được không anh? Ly Ly lấy lon bia khỏi tay Chủ Tịch Huyện. Ông lì lợm bóc lon khác, tay run run, cơ mặt giật liên hồi. Ông uống, lon bia run lẩy bẩy, bao nhiêu bia chảy tràn ra. Ly Ly thấy sờ sợ, cô muốn chào ông đi ra ngay khỏi phòng.

Khoan về, tui chỉ nói một câu nữa thôi. Chủ Tịch Huyện ngừng uống, mở mắt lờ đờ. Một câu nữa thôi. Vâng... Ly Ly chờ đợi. Chủ Tịch Huyện ngồi im thật lâu, bờ môi run run. Tui nói với Ly Ly rồi, ăn tham thì có, ăn bẩn thì không. Việc quỵt tiền tử tuất, tham ô hài cốt liệt sĩ thì không, hoàn toàn không. Nhà tui cũng có bốn liệt sĩ, trời ép thánh bắt tui cũng không dám làm việc thất đức đó mô, không dám mô. Tui nói sai trời đánh tui chết liền Ly Ly ơi!...

Chủ Tịch Huyện nghẹn giọng như sắp khóc. Mà khóc thật, hai mắt ông đỏ hoe.

*

Vắng Ly Ly, Hoàng nằm hút thuốc chán chê, đọc mấy tờ báo cũ, cố tìm được chuyện gì đó hay hay. Không có. Chán, anh dẹp hết, bỏ đi tắm. Phòng tắm nhỏ, nền ẩm mốc, vòi nước rỉ ra vài tia nước nhỏ chỉ đủ rửa ráy, không tắm được.

Thế này còn tốt chán so với thời chiến tranh, vào mùa khô gay gắt rất nhiều khi lính tráng phải "tắm gà": Đánh vật cho toát mồ hôi, ngồi kì hết đất ghét rồi lau khô, thế là xong một cuộc tắm. Gặp một trận mưa rào thật sướng hơn cha chết sống lại, hàng trăm thằng trần như nhộng chạy giữa trời hò hét chọc ghẹo ầm ĩ hệt đàn con nít được thả rông.

Hoàng nhớ tuổi bé con cùng Thùy Linh nhảy múa dưới mưa. Lớn lên chút nữa, dắt tay Thùy Linh chạy dưới mưa, tấp vào cây đa đầu làng ôm nhau run rẩy. Kí ức về những cơn mưa bất chợt nơi Xóm Cát với Thùy Linh khiến Hoàng đứng ngẩn tò te, không còn biết vòi nước đã tắt tự lúc nào.

Không gì sung sướng bằng được dầm mình dưới cơn mưa rào bất chợt đến trên trảng cát khô khốc. Đang khi nắng lửa đổ xuống như nướng chín da thịt, gió Lào bỏng rát thổi thốc vào mặt, cơn mưa rào chợt đến, trảng cát như cái chảo rang cháy xèo trong giây lát. Cả một không gian ướt lạnh, mát lịm thấm đến từng lỗ chân lông.

Thùy Linh chạy ra sân giữa cơn mưa xối xả. Mau lên anh! Cô nhảy choi choi ra trảng cát như trẻ con lên ba. Hoàng cũng choi choi nhảy ra. Chạy đâu đây?... Đó tê! Đó tê!... Họ nắm tay nhau tung tăng dưới mưa, ngoảnh lại đã thấy mình cách xa trảng cát gần một cây số.

Thích quá, cứ dắt nhau đi thế này thì thích quá. Ừ, thích hè thích hè! Em lạnh không? Mát chứ răng lại lạnh. Ừ, mát quá! Giá cứ mưa như ri suốt đời anh hè? Ừ. Hoàng ôm lấy Thùy Linh, ôm thật chặt. Không rõ nước mưa hay cơn khát tình đã bóc trần họ ra, bỗng chốc cả hai trần như nhộng.

Mưa vẫn trút ào ào. Trảng cát giờ này quyết không một bóng người. Ui, mát quá, mát quá a a a!... Chạy đi! Chờ em với. Đố đuổi theo kịp đấy. Không, chờ em với. Đã nói chờ em mà. Không thèm chơi với anh nữa! Hoàng quay lại, cõng Thùy Linh chạy ù ù. Chạy đi mô đây anh? Không biết, cứ chạy thế thôi. Ừ, cứ chạy rứa thôi anh hi? Ừ, chạy cho đến khi nào hết mưa thì thôi. Ừ!... Trời ơi răng mà thích rứa không biết! A ha ha...

Tuổi hai mươi trần như nhộng chạy dưới mưa trời! A ha ha...

Thùy Linh còn nhớ những cơn mưa rào trên trảng cát không? Hoàng tần ngần tự hỏi. Chắc có. Sao mà không nhớ được, một nghìn trận tình có thể quên nhưng những cuộc khỏa thân dưới mưa trên trảng cát không thể nào không nhớ. Nhớ và khóc, nhất định thế.

Anh khóc rồi đây. Em có khóc không, Thùy Linh?...

*

Cái đêm Hoàng một mình tìm về Xóm Cát, đi qua cây đa đầu xóm, anh không thấy ông Rúm. Ông ngồi thu lu trong hốc chạc ba rễ lớn cong vống, bành ra như những cái mai rùa. Ông Rúm cũng chẳng thấy Hoàng, ông bị bom đánh mù mắt. Chứng mù cho ông đôi tai thính lạ thường. Nghe tiếng chân bước gấp trên cát ông biết ngay đó là một người lính, một trong những người lính về Xóm Cát gửi năm chục phuy dầu năm trước. Linh tính báo ông điều đó, đúng hơn ông chờ điều đó đã từ lâu.

Ông Rúm còn biết Hoàng về Xóm Cát để làm gì. Về để cùng dân canh năm chục phuy dầu thì hẳn rồi, không lẽ quẳng cho dân cả đống của rồi bỏ đi tít mù không trở lại? Hoàng về với con gái nuôi của ông. Khi Thùy Linh chạy đuổi theo sáu chiếc xe tải xích tăng vừa khóc vừa gào thét, dân Xóm Cát ai mà không biết. Thùy Linh đã kể cho ông về Hoàng, kể rất nhiều, hễ động bất kì chuyện gì cô cũng chép miệng nói "Ngày xưa anh Hoàng..."

Hoàng ôm cái đài lóng ngóng đứng cửa nhà Thùy Linh, ông Rúm không hề lên tiếng, cũng chẳng chạy ra gọi Thùy Linh giúp anh. Mọi việc đã có chị Rá, người đàn bà luôn đón rước khách Xóm Cát bằng một khúc dân ca xứ cát, khúc ca độc nhất vô nhị của chị.

Chị Rá đang vung roi múa hát giữa sân. *Ơ hơ hơ... chơ em mới hỏi anh nì... trăm thứ dầu có dầu chi là dầu không thắp...* Thoạt nhìn cũng biết đó là người không thể hỏi. Hoàng liều kéo cánh cửa lá mía lên, cú kéo cửa liều lĩnh vì anh không thể biết đây là nhà ai, chẳng ngờ một phút sau anh đã có Thùy Linh trong vòng tay. Chỉ có Chúa mới biết vì sao Hoàng cứ đâm bổ đến nhà này, mở cửa và Thùy Linh hiện ra, nhào tới mềm nhũn trong tay anh.

Chiếc hôn dài nhất thế kỉ, Thùy Linh đã nói thế. Hoàng cũng không biết nữa, cú hôn mê sảng không một giây phút rời ra. Cả hai rơi xuống chõng tre, họ vẫn riết lấy nhau. Chưa kịp rời môi Thùy Linh, chưa kịp vén tấm vải mềm nóng ướt dưới khe đời, Hoàng đã trút hết trong cơn rùng mình cảm khoái không cách nào kìm giữ nổi.

Anh có dậy không? Hay là để em bế anh đi rửa mặt? Hoàng mở mắt thao láo, định thần mãi vẫn không biết mình đang ở đâu. Yêu em suốt đêm, mệt lắm phải không? Thùy Linh đẩy vai Hoàng dựng dậy. Anh nhìn ngó quanh quất. A, Xóm Cát!... Xóm Cát đây rồi!

Sau cửa sổ thấp thoáng mấy ngôi nhà lá mía, nối đuôi nhau kết thành một vòng elip chạy đến tận cây đa. Trước cửa nhà, chỉ cách chừng vài chục bước chân là suối Mật, nước chỉ ngang mắt cá sáng lấp lánh dưới ánh mặt trời. Phía sau nhà là bãi cây phi lao lùn tịt, mọc rậm rịt lẫn với những đám cây xương rồng.

Nhìn rất rõ núi Ngậm Ngùi, cả dãy núi Phượng Hoàng nữa, đang xếp chồng lên nhau, tầng tầng lớp lớp ở phía tây trắng cát, hừng lên một màu xanh cô ban mát và mịn, viền một chút màu tím sáng, vài vệt màu xanh lá cây chảy ngập ngừng từ ngọn xuống chân núi. Trên những ngọn núi xa mờ là những đám mây trắng xốp nửa như bám hờ vào những ngọn núi nửa như chực bay đi. Từ trong căn nhà nhỏ, phóng tầm nhìn qua cửa sổ, vượt qua những khoảng sáng hẹp chờn vờn giữa đám cây phi lao, những dãy núi kia đẹp ngỡ ngàng như tranh Hokusai ông đã vẽ trong những cơn mộng mị, đem đặt liên tiếp nhau trên nền trời bây giờ hệt tấm voan xanh.

Tối qua anh làm em mụ mẫm cả người. Ngày xưa không như rứa... Thùy Linh sà vào lòng Hoàng. Anh cứ nghĩ không bao giờ có được một lần với em như ngày xưa, không ngờ... Hoàng tì cằm cạ râu lên gáy Thùy Linh, cử chỉ biết ơn mỗi lần anh xúc động. Em cũng rứa... Thùy Linh dân dấn nước mắt, cô bấu chặt lấy gối Hoàng, bấu rất chặt. Trời Phật cũng có mắt!... Hoàng riết lấy Thùy Linh hôn ngấu hôn nghiến.

Mạ!... Mạ ơi! Bé Thùy Dương tròn xoe nhìn mẹ nó và Hoàng đang quấn lấy nhau trên chiếc chõng tre bề ngang không đầy tám tấc. Cô bé có gương mặt Đức Mẹ, đôi mắt trong veo, gò má trắng hồng, muốn cắn vào đấy một miếng ngon lành.

Sao con về sớm rứa?... Ngủ ngon không con?... Ông cho ăn sáng chưa?... Ăn chi?... Khoai với cá phải không? Những câu hỏi luống cuống che đậy ngượng ngập của

Thùy Linh không làm cô bé chú ý. Nó không trả lời, mím môi tròn mắt nhìn Hoàng. Chắc là nó đang hỏi ở đâu ra một người đàn ông lạ hoắc tự nhiên quấn lấy mẹ nó thế này.

Hoàng cũng vậy. Anh e dè nhìn Thùy Dương. Cô bé này là ai? Sao lại gọi Thùy Linh bằng mẹ? Trông kìa, nó giống Thùy Linh như lột. Hay Thùy Linh đã có con?

Con em. Thùy Linh kéo bé Thùy Dương vào lòng. Nó là sai lầm của em... nhưng là con em. Gắng mãi Thùy Linh cũng nói được.

Cha nó đâu? Nó không có cha. À... chết rồi. Anh cứ coi như cha nó chết rồi. Thùy Linh nhìn thẳng vào mắt Hoàng. Không phải! Bé Thùy Dương mếu máo day áo mẹ nó. Ba chưa chết...

Thùy Linh vội ôm lấy con. Ừ, ba chưa chết...

Một khối đen ngòm từ mái hiên nhà rơi sụp xuống, dần nở phình to, tràn lên ngạch cửa, vươn tới trùm lấp lấy căn nhà tranh cũ nát. Hoàng mở căng mắt. Không thấy gì hết. Có tiếng gì ong ong trong óc, ù ù bên thái dương. Anh cảm thấy nghẹt thở, tựa hồ như đang rơi vào một hố sâu ma quái vừa thiếu khí vừa thiếu sáng. Hoàng hậc to một tiếng, anh lao ra khỏi nhà.

Hoàng! Hoàng ơi!... Dừng lại, dừng lại đi! Để em kể!... Tiếng kêu rụng rời tuyệt vọng của Thùy Linh.

Hoàng chạy bất tử ra trảng cát sau xóm. Thùy Linh không còn của riêng anh nữa, cô đã có con với người khác.

Cuộc trở về tan nát. Hoàng đã bỏ trốn đơn vị, vượt qua hơn trăm cây số đầy bom đạn chết chóc về đây. Nhưng về đây để làm gì? Vô nghĩa, vô nghĩa hết sức!...

Hoàng! Hoàng ơi!....

Vô nghĩa, vô nghĩa hết sức!...

10

Mình cảm thấy có gì đó không ổn. Rất có thể mình sẽ gặp nguy hiểm, không phải chuyện đùa. Biết Hoàng "vô can" trong vụ này chúng nó sẽ buông Hoàng, bám mình.

Đây là lúc mình cần Hoàng hơn lúc nào hết. Sở dĩ chúng chưa động đến mình vì còn nể Hoàng. Cũng có thể chúng chưa thấy Hoàng giở võ nên chưa dám ra đòn. Đối với chúng Hoàng là một bí mật. Vậy hãy để Hoàng bí mật cho đến khi chuồn khỏi nơi đây.

Hoàng lại nhìn mình rất lạ, như đang yêu. Hay hắn yêu mình thật?

Ối giời... đã bảo cancel là cancel, lại còn tiếc.

Nhưng cancel để làm gì, phí của giời?

Tiên sư lập trường của con ranh!

He he!

*

Quá trưa Ly Ly mới quay về. Cô ngao ngán thấy Hoàng trần truồng đứng chết giấc giữa sân nhà khách Ủy ban huyện. Ly Ly vừa lay vừa gọi năm bảy lần Hoàng mới tỉnh.

Anh đứng đây từ khi nào? Ly Ly ghìm giọng, cô muốn réo thật to mới hả. Anh cũng không biết nữa, anh nhớ là anh đang tắm.

Cái mặt thộn của Hoàng.

Giời ạ! Vào nhà mặc áo quần đi... Ly Ly thở hắt. Nín nhịn cho xong, đằng nào Hoàng vậy rồi, cằn nhằn chẳng ích gì.

Ly Ly mở túi bốc ra gói lá chuối. Nhậu!... Thịt chó Cu Le của anh đây. Hoàng vồ lấy gói lá chuối ngửi ngửi. Thơm quá nhỉ! Sao không ra quán, mua về làm gì? Ra quán... say lên anh văng tục chửi bậy thì sao? Tốt. Biết bảo vệ chồng như vậy là tốt. Hoàng bốc một miếng nhai ngồm ngoàm. Chồng nào? Cái lườm sém mặt của Ly Ly. Hoàng tỉnh bơ, vớ lấy chai rượu rót ra hai cốc. Không cãi nhau nữa. Uống.

Ly Ly tu sạch cốc rượu, lại tu sạch một cốc nữa. Hoàng trợn tròn mắt. Em trở thành sâu rượu từ khi nào thế? Ly Ly gắp thịt chó bỏ miệng Hoàng. Ăn đi! Nhớ ai mà mặt đực như ngỗng ỉa thế hả? Hoàng gặng hỏi. Ly Ly vẫn không mở miệng, cô không muốn cho Hoàng biết cô vừa qua một trận võ mồm có mày không tao với Phó Chủ Tịch Văn Xã. Chưa khi nào Hoàng chịu chia sẻ những chuyện liên quan đến phóng sự phóng séo của cô.

Phó Chủ Tịch Văn Xã gặp Ly Ly ở cổng Ủy ban huyện vào lúc cô vừa rời phòng Chủ Tịch Huyện. Khi nào Ly Ly về? Anh đuổi em à? Khiếp, anh có quyền to thế à? Phó Chủ Tịch Văn Xã nhẹ nhàng khoác nhẹ vai Ly Ly. Nếu có quyền thì anh đã tống cổ tụi em ra khỏi khu vực anh trị vì từ lâu rồi, phải không? Mặt Ly Ly vểnh lên. Phó Chủ tịch Văn Xã lắc đầu nhăn mũi, lấy cái kính cận ra lau. Con gái Hà Thành sắc sảo quá, tôi chịu.

Ly Ly xốc nách hắn vào quán cà phê. Em muốn nói chuyện với anh. Nhưng đừng vặn vẹo tôi chuyện mồ mả nữa nghe. Không, nếu anh không muốn em sẽ không đả động gì đến chuyện đó. Thật chứ? Mắt rắn hấp háy dưới cặp kính bốn diop. Thật mà. Miệng Ly Ly cong vều rất hấp dẫn.

Cà phê phố huyện ở đâu cũng chỉ thứ bột ngũ cốc tẩm hương liệu cà phê thơm điếc mũi, nhấp một ngụm thấy nhạt hoét. Thôi kệ, không quan trọng. Mắt Ly Ly lóng lánh. Anh đẹp trai thật đấy. Em rất thích típ đàn ông như anh. Chết chết... tôi gầy như con nhện nước, đẹp cái gì. Em thích thế, cứ gầy gầy là em thích, nhất là những ông cận thị. Phó Chủ Tịch Văn Xã cười cười lắc đầu. Cô quái lắm Ly Ly à. Ly Ly hiểu hắn biết cái câu gầy gầy thầy đ., cô biết hai tai mình đang đỏ tím.

Phó Chủ Tịch Văn Xã chẳng đẹp trai chút nào, tất nhiên. Hắn thuộc típ đàn bà con gái không muốn cặp nách đi sóng đôi nhưng rất thích ngủ cùng. Nếu không vì cái phóng sự bốn kì, biết đâu Ly Ly đã nhấc lão lên giường... Ngày mai em ra Hà Nội à? Phó Chủ Tịch Văn Xã chẳng biết hỏi gì hơn. Sao anh cứ nôn nao chuyện em đi hay ở thế? Không, tiện mồm thì hỏi thế thôi. Em thấy anh đã ba bốn lần "tiện mồm" rồi.

Phó Chủ Tịch Văn Xã vẻ khó chịu, hắn lại lấy cái kính ra lau. Em đừng nghĩ anh ghét em đến nỗi muốn đuổi em đi. Vụ hai nghìn mộ giả, nếu em thấy đúng cứ làm, không sao đâu. Nhưng nói trước là anh sẽ cãi lại và cãi thắng. Thế a? Ly Ly dướn mày khiêu khích. Anh nói thật mà. Phó Chủ Tịch Văn Xã hạ giọng. Anh chẳng muốn hơn thua với em đâu, ai lại muốn hơn thua với người đẹp, nhưng phàm là sự thật thì phải bảo vệ. Đúng không em? Vâng. Ly Ly đổi giọng ngoan hiền. Anh cũng đừng nghĩ em bẻ hành bẻ tỏi, có bé xé ra to. Thật lòng em rất muốn anh đúng...

Màn diễn trữ tình của cả hai rất đạt, cứ như họ sắp yêu nhau. Phó Chủ Tịch Văn Xã chưa biết Ly Ly đã đủ bằng chứng lão cầm trịch vụ này, mọi tội vạ đều do lão mà ra cả.

*

Thoạt kì thủy Phó Chủ Tịch Văn Xã không quan tâm gì lắm việc đi tìm hài cốt liệt sĩ đưa từ Trường Sơn về đặt cho hết cái nghĩa trang to đùng một phút cao hứng Chủ Tịch Huyện đã làm ra nó. Có gì đâu, lập vài đội đi tìm kiếm hài cốt, một bộ hài cốt đưa về tận nghĩa trang phải chi bốn triệu đồng, cứ đếm mộ ăn tiền, giao cho phòng Thương binh Xã hội là xong, khỏe re.

Ròng rã một năm trời, cả ba đội đi tìm, đào bới khắp Trường Sơn cũng chỉ được vài mươi bộ hài cốt, toàn những liệt sĩ vô danh. Kiểu này đến chục năm cũng không xong, nghĩa trang chứa được hai ngàn mộ chứ ít đâu. Danh sách liệt sĩ của huyện nhà kể từ thời chống Pháp đến giờ hơn bốn trăm người, thực tế qui tập được có tám chục mộ thôi, tất cả còn lại không biết họ ở phương trời nào mà tìm.

Nếu không qui tập chí ít được một nửa, thể nào dân cũng ta thán. Đó, bày đặt ra làm cả cái nghĩa trang chục tỉ bạc rồi bỏ không, liệt sĩ cái gì, tham nhũng thì có. Phó Chủ Tịch Văn Xã thấy lo lo, dù gì đây cũng là phần việc của hắn, kì đại hội sắp đến rồi, khéo không vì việc này người ta cho hắn ra rìa thì nguy.

Trưởng Phòng Thương binh Xã hội là tay láu cá, nó biết lãnh đạo đang nghĩ gì. Một ngày đẹp trời nó a lô đã tìm được thêm ba trăm bộ hài cốt nữa. Phó Chủ Tịch Văn Xã sướng rêm, cho tổ chức thật rầm rộ, cờ xí rợp trời, diễn văn trào nước mắt.

Ba trăm bộ hài cốt là một tỉ hai, vừa kí duyệt xong, bỏ vào túi tiền lại quả được hơn trăm triệu, Phó Chủ Tịch Văn Xã giật mình tự hỏi: quái lạ, mới hơn một tháng tìm kiếm đã có ba trăm bộ hài cốt là thế nào? Sao dễ thế được? Liệt sĩ hy sinh rải rác khắp Trường Sơn khó tìm vô cùng. Những ai dễ tìm người ta đã đưa về hết rồi, bây giờ chỉ là những người hy sinh ở những nơi không ai biết, hoặc có biết cũng lơ mơ mù mờ không đích xác. Một tháng tìm được ba trăm bộ hài cốt đó là điều không thể.

Hắn chụp cổ Trưởng Phòng Thương binh Xã hội cật vấn. Thằng này chối quanh. Đang đêm khua khoắt không ai biết, hắn lôi cổ Trưởng Phòng Thương binh Xã hội ra nghĩa trang, bắt bới một mộ xem sao. Trời đất thiên địa ơi, toàn xương cốt trâu bò lợn gà, một mẩu xương người cũng không có đừng nói là hài cốt liệt sĩ.

Trưởng Phòng Thương binh Xã hội quì sụp xuống. Tụi em bí quá làm liều! Phó Chủ Tịch Văn Xã chết điếng. Việc này nếu bung ra thì ăn cứt cả lũ. Người Á đông xưa nay vẫn trọng cái phần hồn, nghe nói tham ô vài chục tỉ người ta chỉ ghét chứ không căm, với việc bất lương vô đạo này tất hết thảy nổi khùng, trước sau gì hắn cũng tan xác pháo.

Bây giờ biết làm thế nào? Im thôi chứ biết làm thế nào! Phó Chủ Tịch Văn Xã cầm trăm triệu Trưởng Phòng Thương binh Xã hội đưa thêm, nghiêm giọng đe nẹt. Tụi bay làm gì tao không biết đâu nghe. Nếu việc này bung ra tụi bay chịu lấy nhé, đừng có kêu tao đó. Lối đe nẹt nửa nạc nửa mỡ, khác nào tín hiệu đèn xanh.

Đã trót thì trét, một bộ hài cốt giả mạo cũng chết, hai nghìn bộ cũng chết, thà kiếm đủ hai nghìn bộ rồi chết có phải khỏe hơn không. Cái lý cùn mấy anh đầu chày đít thớt đã là biến nghĩa trang liệt sĩ uy nghiêm thành bãi thải xương động vật trong vòng 9 tháng. Hơn hai nghìn mộ đã qui tập xong, Phó Chủ Tịch Văn Xã trúng số phiếu cao thứ hai sau Bí Thư Huyện Ủy. Hết khóa này Bí Thư Huyện Ủy về hưu, cái ghế ấy hắn cầm chắc xí chỗ. Chẳng ngờ có đứa nào nó tâu lên, bung bét tất cả. Chó thế không biết.

Phó Chủ Tịch Văn Xã vẫn cứ phải diễn vở đắng cay oan ức. Suy đoán tai hại quá, tôi không hiểu sao người ta lại suy đoán đến nước đó. Cặp kính bốn diop ươn ướt nước mắt, hắn lại lột kính ra lau. Ly Ly nghĩ xem, tụi tôi là người, dù bẩn thỉu đến đâu cũng là người, nỡ nào làm việc đó?

Vâng... Ly Ly nhếch mép cười lạnh lẽo.

Không tin, tôi đào lên một vài mộ cho Ly Ly xem, có thể bị nhầm hài cốt của người thường chứ dứt khoát không có xương cốt động vật. Có họa mù mới nhầm xương súc vật với xương người. Đây không phải là nhầm anh ạ. Nếu tìm kiếm ở Trường Sơn có thể nhầm, cái nhầm ấy dễ được bỏ qua. Đằng này... Thế cô bảo ở đâu, ở đây ạ?

Lại "cô" rồi! Ly Ly cười thầm.

Hắn ngẩng phắt lên, hai tròng mắt muốn nổ. Cô bảo chúng tôi nhặt xương trâu bò ở đây nhét vào mộ liệt sĩ ạ? Vâng. Ly Ly vẫn không nao núng. Còn hơn thế nữa. Các anh còn cho đào mồ mả các nghĩa địa quanh đây để lấy hài cốt trộn lẫn với xương trâu bò cho ra vẻ nhầm lẫn.

Láo! Phó Chủ Tịch Văn Xã đập bàn cái rầm, đổ cả hai ly cà phê. Ly Ly từ tốn nhặt hai ly cà phê, tự nhủ không được "chạy theo lối đá của đối phương". Em rất tiếc đó là sự thật. Sự thật nào mà ghê tởm thế? Phó Chủ Tịch Văn Xã rít lên. Đừng nghĩ chúng tôi quá xấu xa, chúng tôi là người, là người Ly Ly ạ, không phải chó má đâu!

Chừng như thấy mình diễn trò nóng nảy hơi quá đà, Phó Chủ Tịch Văn Xã ngồi im buồn bã, hồi lâu xuống giọng tâm tình. Ly Ly đang nghĩ tụi tôi mặt Phật tâm xà phải không? Mà thôi, Ly Ly muốn nghĩ thế nào thì nghĩ, muốn thế nào cũng được hết, chỉ cần Ly Ly chấp nhận chúng tôi không làm cái việc thối tha kia là được.

Có gì ẩn ý trong hai tiếng "chỉ cần" nhỉ? Có phải hắn muốn nói chỉ cần mình không đưa cái việc thất nhân tâm kia lên báo thì, muốn gì hắn cũng chiều? Mặc cả chăng? Không rõ, cái sự ú ớ khôn khéo kia thật khó đoán.

Bắt gặp mắt rắn của Phó Chủ Tịch Văn Xã lóe lên một tia sáng sắc lạnh, ngay sau đó là nụ cười hiền lành mộc mạc. Hắn đang tính nước cờ nào đây? Ly Ly băn khoăn mãi.

*

Rượu thịt no say, Hoàng đánh một giấc tới năm giờ chiều. Tỉnh dậy không biết Ly Ly chạy đi đâu.

Chắc cô đang dò la xem tối nay người ta sẽ đào bới ở nghĩa địa nào. Phóng sự đang tới hồi kết. Để phóng sự của mình không bị liệt vào loại nghe hơi nồi chõ, Ly Ly quyết chụp cảnh đào bới mổ mả lấy trộm hài cốt đặt vào các nấm mộ trống tại nghĩa trang liệt sĩ. Hoàng đã hứa sẽ theo Ly Ly "đuổi ma" cho cô, giúp cô kết thúc phần việc cuối cùng, mau chóng cút khỏi nơi đây.

Còn một việc cực quan trọng Hoàng phải làm, đấy là gặp cho bằng được Xê Trưởng. Nghĩ đến gặp Xê Trưởng là Hoàng thấy ớn. Với Xê Trưởng tội đào ngũ ngang với tội phản quốc, công khó truy nã hai mươi năm, không dễ gì ông tha bổng cho anh. Có điều hơi lạ, Xê Trưởng thừa biết Hoàng về đây đã một tuần rồi, thể nào Chị Giặt Chiếu cũng đã cho ông biết, tại sao ông không ra tay chộp cổ anh, nhanh chóng đưa anh ra ánh sáng?

Cũng có thể lệnh truy nã kẻ đào ngũ đã chấm dứt, mọi tội lỗi của người lính trong chiến tranh đều được tha bổng, chỉ còn lại sự khinh bỉ Hoàng vẫn ứ đầy khiến Xê Trưởng không muốn gặp anh chăng? Dù thế nào Hoàng vẫn phải gặp Xê Trưởng, ông là người duy nhất có thể biết chút gì tung tích Xóm Cát và Thùy Linh.

Gặp hay không gặp? Hoàng tắc lưỡi vọt ra khỏi ngõ. Gặp hay không gặp? Hoàng đi như chạy trên đường cái quan, anh sợ nếu lừng khừng sẽ làm mình quay gót. Thoáng chốc Hoàng đã đứng cửa nhà Chị Giặt Chiếu. Ngôi nhà cửa đóng then cài. Hoàng tính tháo lui. Có tiếng đàn cò cất lên ở đâu đó. Tiếng đàn cò của ông Rúm!

Ngực Hoàng rung lên.

Đúng là tiếng đàn cò ông Rúm. Điệu *Nam ai* quen thuộc vẫn nỉ non cùng ông Rúm bên gốc đa già lúc nửa đêm về sáng. Năm ngón tay già nua lúc bấm lúc buông, lúc nắm lúc vuốt run rẩy trên cần đàn. Ngón vuốt ngón nhấn ngón láy ngón chuyền... cùng với ngón cái đẩy cung vĩ làm bằng gỗ cây mưng mắc lông đuôi ngựa lên lên xuống xuống, cung liền tới cung ngắt, cung rời tới cung rung... ngọt mềm quyến rũ.

Hoàng nhận ra tiếng đàn ông Rúm không chỉ vì chừng đó, chính là hai dây đàn của ông. Hai dây tơ dùng lâu ngày đã đứt, không kiếm đâu ra dây tơ, ông thay bằng một dây đồng và một dây gai. Tiếng đàn ông Rúm khác thường cũng vì thế. Dây gai trầm và ngọt, dây đồng cao và thanh, như đôi tình nhân than thở trước giờ ly biệt, dây gai khóc nghẹn ngào dây đồng cười chua chát; dây gai buồn như khóc, dây đồng đau như thét... cứ thế cuốn quít lấy nhau trọn đêm thâu.

Nhớ. Lại nhớ rồi.

*

Ông Rúm sống thui thủi một mình cùng với cây đàn cò và con Mực. Đêm xuống trăng lên, Xóm Cát ngủ yên giữa mênh mông ánh trăng. Không ngủ được, ông ra ngồi tựa gốc cây đa, một mình ngửa mặt nhìn trăng, một mình vẩy lên thứ âm thanh thoạt nghe tưởng buồn não ruột, ngẫm kĩ lại thấy vui. Thứ niềm vui lẻ loi đơn chiếc cất lên da diết trong đêm vắng.

Một ông, một cây đa, một con chó, một vầng trăng, một cây đàn. Thế cũng đủ xôm trò. Tiếng đàn cò nỉ non kể lể dông dài chuyện gì đó không ai hiểu. Trong xóm chỉ có một người hiểu được đó là chị Rá tâm thần. Chị đang ngủ vùi sau hồi nhà chợt vùng dậy ngơ ngác như ai vừa gọi mình. Không ai cả, chỉ có tiếng đàn cò của ông Rúm. Tiếng đàn cò bao giờ cũng làm chị bừng thức.

Chị ngồi tựa vào vách đờ đẫn nhìn bốn xung quanh. Rồi chị bê nồi khoai môn luộc lững thững đi về phía cây đa. Ngồi bệt trước mặt ông Rúm, chị lẩn mẩn bóc vỏ khoai bỏ miệng chậm rãi nhai, mắt không thôi nhìn vào cái cần đàn của ông Rúm đang day qua day lại. Tiếng đàn kể lể nguồn cơn gì đó. Chị Rá mắt rưng rưng đầu lắc lư theo nhịp đàn của ông Rúm.

Ông Rúm không phải là trưởng xóm. Ông mạo nhận là để độp vào mặt Xê Trưởng vào lúc sôi gan trước câu hỏi xược. Sống gần mới biết ông Rúm rất lành, tháng năm một tiếng, tháng Mười một tiếng. Không vợ con không họ hàng thân thích, mười một nóc nhà Xóm Cát chẳng nhà nào họ hàng với nhà nào, một mình ông lủi thủi vào ra.

Từ ngày Thùy Linh mang con về Xóm Cát nhận ông làm cha, ông có một con và một cháu, gọi là một gia đình. Ông cất cho mẹ con Thùy Linh một túp lều ra ở riêng. Chẳng phải sợ thiên hạ dị nghị, chỉ vì ông thích sống một mình. Bé Thùy Dương lớn chừng ba tuổi, thỉnh thoảng ông đón con bé về ngủ chung với ông. Chứng mất ngủ có phần được cứu vãn nhờ có con bé đáng yêu này.

Nằm lọt thỏm giữa lòng ông, nó bi bô nói những chuyện linh tinh. Ông ơi răng mắt ông không chớp được? Ông bị mù. Răng ông bị mù? Bom bắn. Con xòe tay ra ông có thấy chi không? Không. Rứa ông không thấy chi cả à? Ừ. Một tí ti cũng không à? Ừ, ngủ đi con. Không, ông kể chuyện con khỉ. Kể mãi rồi mà. Kể nữa đi ông! Ngày xửa ngày xưa có một con khỉ sống một mình trên cây. Không phải, sống một mình trong hang đá. Ừ, sống một mình trong hang đá, ông quên. Khi nào ông cũng quên!...

Nó ngủ rồi, ông ôm nó vào lòng, chỉ cần ngửi mùi tóc cháy của con bé, nghe tiếng thở đều và mảnh của nó là mắt ông ríu lại, thiếp đi trong giấc mơ thơm mềm con trẻ. Hơn giờ sau ông đã tỉnh. Con Mực đang ngồi ngước mặt chờ. Ông sờ soạng tìm lu nước uống cạn một gáo dừa. Con Mực ngậm cây đàn cò chạy thẳng ra cây đa già. Nửa giờ sau tiếng đàn cò nỉ non hết điệu *Nam ai* sang điệu *Nam xuân*. Con Mực ngồi im như đúc, thè lưỡi hết cỡ chừng như muốn liếm hết tiếng đàn tri âm của chủ nó.

Điệu *Nam ai* ba lần điệu *Nam xuân* bảy lượt, ông Rúm chuyển sang hát xẩm chợ *Tiễn chân anh khóa xuống tàu*, chỉ một bài không có bài thứ hai. *Anh khóa ơi! Em tiễn chân anh xuống tận bến tàu/ Đôi tay em đỡ cái khăn trầu, em lấy đưa anh/ Tay cầm trầu giọt lệ chạy quanh...* Ông hát đi hát lại cho đến khi con Mực sủa to ba tiếng đầy cảm khoái và ngút ngoắt đuôi chạy vòng quanh ông, ấy là lúc gà gáy sang canh ba.

Canh ba là thời điểm nhà ông Rinh thức giấc. Tiếng điếu cày réo vang như một tiếng còi thổi gắt. Tiếp sau là cơn ho kéo dài, lúc hực lên lúc nghẽn lại tưởng có thể chết vì tắc thở. Ông vẫn hút, thêm một điếu nữa và ho, cơn ho kéo dài có khi năm, bảy phút. Lúc này bà Rinh mới lồm cồm bò dậy. Bà ngáp một tiếng rõ dài, nhỏ to nhịp nhàng theo hơi thở và kết thúc bằng tiếng rên thê thảm "Hờ-ôi... mạ ơi!" Đầu tiếng ngáp nghe như tiếng than của một kẻ chán đời, cuối tiếng ngáp lại như tiếng rên của đàn bà đang giữa cơn động cỡn.

Liền sau tiếng ngáp rền rĩ của bà Rinh là tiếng quát gọi con của anh Ranh: "Dậy... hua bay!" Thằng Rim, thằng Rú, con Rì nhất loạt vùng dậy. Chúng lục tục đỏ lửa nấu cơm, soạn sửa đồ lề chuẩn bị lên rừng lấy củi. Mười một nóc nhà Xóm Cát lần lượt sáng đèn đỏ lửa. Tiếng đàn cò ông Rúm tắt ngúm. Chị Rá cũng đã no khoai, bê nồi khoai đi qua hết nhà này đến nhà khác, nhà nào cũng chìa nồi ra hỏi: "Ăn không?". Không ai trả lời, chị lại lui cui bê nồi về nhà, ngồi bệt giữa sân, cắm cúi ăn cho bằng hết.

Đoàn người đi lên rừng lấy củi lên đường. Dẫn đầu là anh Ranh, sau anh Ranh là ông Ro, rồi chị Rí anh Rùng con Reng thằng Rú thằng Rim con Rì... rồng rắn lầm lũi hướng núi Ngậm Ngùi mà tiến.

Thế đấy. Cuộc sống ở nơi đây bắt đầu bằng tiếng rít điếu cày của ông Rinh và kết thúc bằng dăm bảy tiếng sủa hờ của con Mực nhà ông Rúm vào lúc mười giờ tối.

*

Mười giờ tối ông Rúm sang đón bé Thùy Dương. Chào chú đi con. Ông Rúm nhắc. Nó không chào Hoàng, vừa đi vừa ngoái lại xét nét nhìn anh. Tuổi lên ba đủ cho con bé biết yêu chú bộ đội, cũng đủ mẫn cảm để không thích gã đàn ông nào gần mẹ nó. Thùy Dương ghét Hoàng ra mặt, chỉ vì anh luôn quấn quít bên Thùy Linh.

Hoàng nhớ con bé vô cùng. Nhớ nhất những khi nó dẩn dỗi với anh. Chú không được ngồi gần mẹ cháu! Hoàng lập tức tuân lệnh, vội vàng dịch ra. Chú ngồi đây được chưa? Chưa! Hoàng chạy ra sân ngồi. Ngồi đây được chưa? Chưa! Thế ngồi ở đâu mới được? Con bé cúi gầm mặt không nói, bất ngờ ngẩng phắt lên trợn trừng với Hoàng. Chú đi đi!

Thùy Linh vội vàng a tới, bập hai tay lên má con. Đừng nói rứa con, răng đuổi chú đi? Rứa chú về đây mần chi? Chú về đây để canh bãi dầu cho xóm mình, chú là bộ đội mà. Con không yêu chú bộ đội à? Con bé vẫn không chịu, cái mặt phụng phịu của nó đến là yêu. Răng chú không ở nhà khác? Chú là bạn học của mạ, không ở đây thì ở mô! Mắt con bé ươn ướt. Rứa ba về... ba ở mô? Đến lượt Thùy Linh bối rối, cô dở cười dở mếu.

Những lúc như vậy Hoàng thường bỏ nhà đi ra trảng cát phía sau xóm, chọn lấy một đụn cát cao nằm dài ở đấy, đợi đến đêm mới mò về. Hoàng còn bối rối gấp bội. Anh không biết mình phải làm gì, bỏ đi chẳng được ở lại không xong. Hoàng đã nói dối với Thùy Linh và Xóm Cát anh được đơn vị cử về đây để "cùng dân canh giữ bãi dầu". Thế thì còn đi đâu? Nhưng ở lại để làm gì, để ôm ấp một người đàn bà đã thuộc về kẻ khác ư? Rõ vô duyên. Tàn nhẫn nữa. Hoàng không muốn chất đầy thêm nỗi buồn khổ cho một đứa bé vô tội.

Nửa đêm Thùy Linh đi tìm Hoàng, cô biết anh đang ở đâu. Anh đừng giận con bé. Thùy Linh rủ rỉ. Tội nghiệp con bé mong ba nó về từng ngày... nhưng ba nó có đâu mà về. Sao em không cho ba nó gặp con? Hoàng buột miệng, anh nhận ra sai lầm ngay sau câu hỏi ấy. Anh đã thề sẽ không bao giờ chạm đến cõi riêng của Thùy Linh. Em đã chạy trốn khỏi hắn... Thùy Linh buồn rầu đáp. Cô không muốn kể hết nguồn cơn cho Hoàng, vả, Hoàng cũng sợ cô nhắc tên của gã đàn ông đã cướp đoạt tình yêu của anh.

Hắn là Bí thư Đoàn huyện Tuy, ấy là do ông Rúm kể lại. Chẳng phải Thùy Linh kể cho ông Rúm, chính ông Cu Le cho ông biết. Một lần ông Rúm về chợ Thị Trấn mua dầu đúng lúc máy bay Mỹ oanh tạc. Mắt mù chân chậm chẳng biết hầm hố ở đâu, ông Rúm lớ ngớ chạy ngược lộn xuôi giữa chợ tao tác, ầm ĩ tiếng máy bay tiếng bom tiếng người la hét. Bỗng có người lôi tuột ông Rúm xuống hầm, đó là ông Cu Le.

Xong đợt oanh tạc, họ mới hỏi thăm nhau. Thịt chó Cu Le nổi tiếng khắp huyện Tuy, lần đầu ông Rúm xáp mặt chủ quán. Họ vui vẻ nói chuyện như thân quen từ lâu lắm, say sưa đến nỗi không nhớ máy bay đã cút khi nào, đến chiều tối họ mới chui ra khỏi hầm. Nhờ ông Rúm mà ông Cu Le biết Thùy Linh đang ở Xóm Cát. Ông Cu Le đưa ông Rúm về quán đãi ông một bữa rượu thịt chó no say.

Bây giờ ông Rúm mới biết mẹ Thùy Linh chết vì tình, ba cô chết trận. Ông Cu Le nhận Thùy Linh làm con nuôi, họ sống với nhau ở cái quán này. Một chiều Thùy Linh nằm khóc trong buồng, hỏi mãi mới chịu nói cô đã có chửa với thằng Bí Thư Huyện Đoàn. Thôi chết rồi, ai chứ thằng này thì xong phim. Đời nào nó cưới cho. Vợ nó cưới hỏi đàng hoàng, lại là con một người quyền thế, còn bị nó lập mưu tống cổ ra khỏi nhà, nữa là... Thằng này rất lắm trò đểu. Không chừng nó giở trò đểu với ông cũng nên. Nó đã giở trò ra với ai thì người đó chỉ có cách học máu mà chết chứ không làm được gì tốt. Hãi lắm.

Điều ông Cu Le đoán quả không sai. Khi Thùy Linh vừa sinh con, Bí Thư Huyện Đoàn chủ động đưa tin và nói luôn mọi người chắc chắn đang nghi hắn. Nghi là đúng, mấy vụ gái gú Bí Thư Huyện Đoàn quá nhiều tiền án tiền sự, ai mà không nghi. Nhưng tại sao không nghĩ đứa con trong bụng Thùy Linh là con của Cu Le nhỉ? Xưa nay đàn ông chết vợ sống với con gái chưa chồng trong ngôi nhà vắng người có ai tránh được chuyện đó đâu!

Hắn nói đúng quá, không cãi được, không có lí gì cãi được. Chỉ còn cách đâm cho hắn một nhát rồi muốn ra sao thì ra. Ông Cu Le cầm con dao phay sắc ngọt, vũ khí ông đã tiêu diệt hơn ba ngàn con chó, lội ngược trảng cát lên thẳng làng Yên Khê, nơi cơ quan huyện sơ tán. Một nhát cho hắn, một nhát cho ông. Xong, khỏi phải nghĩ ngợi gì nhiều, mệt.

Ông đã sống quá nửa đời người, chẳng còn gì mà ham hố nữa. Đâm một nhát, xong một đời chó. Một nhát nữa, xong một đời người. Thế là đủ hả hê xuống âm ti cho Diêm Vương hặc tội. Ông sát sinh nhiều như thế còn lâu mới được lên Thiên Đường. Âm ti thì Âm ti, có khốn nạn cũng chẳng khốn nạn hơn những gì ông đã từng khốn nạn giữa dương gian, đếch sợ.

Ông Cu Le cầm dao phay xộc thẳng vào phòng làm việc Bí Thư Huyện Đoàn. May đời cho hắn, vào lúc ông đang rực lửa sát nhân hắn biến đi đằng nào. Ông lượn vòng quanh phòng ốc lẳng nhẳng các cơ quan huyện. A, hắn đang trên hội trường. Bí Thư Huyện Đoàn đang nói cái gì đó hăng lắm. Hội trường mấy trăm con người đang im thin thít.

Bỗng vỗ tay rào rào. Gớm chết, người ta đang hoan hô hắn. Bây giờ xông vào, chẳng giết được hắn có khi còn bị mấy trăm con người kia xé xác phanh thây. Vỗ tay, lại vỗ tay rào rào. Hắn đang nói tội ác trời không dung đất không tha của Đế Quốc Mỹ. Đúng quá rồi, có mà cãi đằng trời. Hắn đang nói sức mạnh vô bờ bến của nhân dân và vai trò của người cán bộ đầu tàu. Lại đúng nữa. Mả cha cái thằng toàn nói đúng. Toàn những vấn đề nghiêm trọng và toàn đúng. Còn ông chẳng qua là vấn đề tự ái nhà quê và cái lý cùn là con dao phay trong tay ông đây. Chưa giết được hắn đâu, hắn nói đúng thế, giết thế quái nào được.

Ông Cu Le cầm dao phay lủi thủi quay lui, tự thấy bẽ bàng quá. Lửa rơm cháy hết, chỉ còn đám tàn tro tan tác trước gió lào, đấy là tư cách Cu Le. Ngượng chết đi được. Ông không biết sẽ nói năng với Thùy Linh ra sao đây. Tội nghiệp con bé, mười sáu tuổi đầu đã phải bưng cái mặt mo. Nó có chịu được không miệng lưỡi thế gian? Khắp Thị Trấn này có ai dám trơ gan cùng nhật nguyệt? Bốc phét hết. Văn thơ ra vẻ thế thôi, hễ ngộ sự ai nấy đều cụp đuôi rụt cổ trốn vào chốn không người. Tất thế. Ông chửa hoang ông cũng trốn mất tăm. Thánh thần chửa hoang chắc cũng thế...

"Con lạy bác, con đi".

Thùy Linh đi rồi, biết ngay mà. Ông Cu Le ngẩn ngơ cầm mảnh giấy gài trước cửa ngồi bệt xuống đất. Ông ngồi im như chết cho đến khi mặt trời lặn, không một lần đứng lên.

Gặp được ông Rúm, ông Cu Le mừng như cha chết sống lại, thế là mẹ con Thùy Linh đã có chốn nương thân. Ông hứa với ông Rúm sẽ không tìm về Xóm Cát để Thùy Linh yên tâm không ai biết cô đang trốn ở đấy.

Buổi chiều thịt chó no say, ông Cu Le và ông Rúm ôm nhau khóc như mưa, khóc đến sưng húp mắt cả hai chẳng biết họ đang khóc vì nỗi gì.

*

Hoàng bừng tỉnh, ngạc nhiên thấy mình đang nằm trên chõng tre nhà Chị Giặt Chiếu. Tiếng đàn cò ông Rúm đã đưa Hoàng vào cơn mê. Ai đưa anh vào đây nhỉ?

Hoàng không buồn dậy. Chắc Chị Giặt Chiếu đưa anh vào đây ngủ rồi đi chợ. Thế thì làm thêm giấc nữa đợi chị về. Nhập nhòa cái mặt thằng Bí Thư Huyện Đoàn. Mặt hắn thế nào Hoàng không biết, chỉ thấy những cái mặt nạ xanh đỏ bay qua lượn lại trước mặt anh.

Ông Rúm kể đi kể lại mãi Hoàng vẫn không biết hắn là ai. Làm sao anh biết Bí Thư Huyện Đoàn là thằng nào. Biết hỏi ai bây giờ. Thằng này làm bí thư đoàn huyện Tuy từ 1966 đến năm 1972 vẫn bí thư đoàn huyện Tuy, thời này đường hoạn lộ gọi là tối mò, thời chiến chuyện đó chẳng có gì lạ. Bây giờ hắn lên chức gì rồi? Chắc mải vơ vét gái gú quá khó kiếm được cái ghế nào cao hơn. Thôi kệ mẹ nó, nghĩ ngợi làm gì thêm mệt.

Cậu Hoàng tỉnh rồi à? Chị Giặt Chiếu bê rổ khoai lang đi vào. Ôi chị về khi nào? Hoàng vui vẻ ngồi dậy. Em nhớ em đang đứng trước ngõ, không biết vào đây khi nào? Tui đưa cậu vô nhà đó... Chị Giặt Chiếu rót nước mời Hoàng. Cậu Hoàng có cơn chết giấc lạ quá hè, ai nói chi cũng không biết. Hoàng cười ngượng, anh biết dân Thị Trấn đã biết những cơn "chết giấc" kì quặc của anh, kể từ sau buổi chiều kinh động tại Ủy ban huyện.

Anh đâu rồi chị? Hoàng không sao nhớ được tên thật của Xê Trưởng. Đi rồi. Chị Giặt Chiếu chép miệng. Gặp cậu ảnh mừng lắm, hét vang trời mà cậu chẳng nghe. Đợi cả tiếng cậu vẫn không tỉnh... ảnh phải đi làm. Một mình anh quản lý cả nghĩa trang? Hoàng hỏi. Quản lý mô cậu, ảnh làm bảo vệ. Cả tổ ba người, ảnh là tổ trưởng. Hoàng không hỏi thêm nữa, anh thừa biết tinh thần trách nhiệm khủng khiếp của Xê Trưởng. Thôi được, để em ra nghĩa trang gặp anh Xuyến. A... nhớ được tên Xê Trưởng rồi!

Không được mô cậu. Chị Giặt Chiếu bỗng thất sắc. Có lệnh cấm người lạ vô nghĩa trang. Nhưng em là dân Thị Trấn, đâu phải người lạ? Hoàng vẫn không hiểu ý Chị Giặt Chiếu. Không được mô cậu ơi! Cậu mới là người lạ... Chị Giặt Chiếu hạ giọng thì thầm, mắt lấm lét như sợ có ai nghe trộm.

Tại sao thế nhỉ?

11

Quái lạ, khi mình quyết định cancel Hoàng, cũng chính là khi mình cảm thấy khó sống thiếu hắn. Thì ra mình quá cần hắn theo mọi nghĩa.

Những gì mình không có thì hắn lại quá nhiều. Những thứ mình mơ có được một lần thì hắn lại thừa thãi, thừa thãi một cách vô lý. Thế mới tức.

Có lẽ mình không cần Hoàng như cần một người tình, một người bạn. Mình cần Hoàng như cần một người anh, một người cha.

Hì hì cứ làm như mình là trẻ mồ côi.

Mình lại chảy nước đái thằn lằn rồi. Tức chết được.

Thôi éo khóc nữa, nghe chưa con ranh! Ai thương mày mà khóc.

*

Có thế mà cũng không hiểu! Ly Ly vui vẻ thụi bụng với Hoàng khi nghe anh kể thái độ của Chị Giặt Chiếu. Họ sợ tụi mình đột nhập vào nghĩa trang, bất ngờ khui ra cái gì đó mà họ không kịp che chắn. Cái đó thì anh hiểu. Nhưng mà... Hoàng ngửa mặt băn khoăn. Còn nhưng cái gì nữa, đi thôi.

Ly Ly kéo Hoàng ra khỏi khu nhà nghỉ Ủy ban huyện.

Đầu tiên tụi mình bắt xe vào Thị xã Trường Sơn. Để làm gì? Hoàng bị bất ngờ. Để chúng nó tin tụi mình đã vào tỉnh lị. Ly Ly lên giọng bà chủ. Anh nên nhớ ba hôm nay tụi mình đã bị mọc đuôi, nhất cử nhất động đều không qua mắt chúng nó. Thế a? Chứ sao! Nửa đêm tụi mình mới quay ra nhưng không về Thị Trấn, phải vượt qua Thị Trấn rồi mới vòng trở lại bí mật nằm phục chúng nó đào mồ. Nhiêu khê rắc rối quá! Hoàng chặc lưỡi. Em làm như hoạt động tình báo. Chứ sao! Ly Ly kéo tuột Hoàng ra đầu đường cái quan.

Xe U- oat chờ sẵn, đó là xe của Phó Chủ Tịch Văn Xã. A, Ly Ly đang cố làm cho Phó Chủ Tịch Văn Xã tin chắc tối nay cô và Hoàng đang hú hí ở tỉnh lị. Ghê chưa mưu mô của Ly Ly. Hoàng cười thầm.

Anh chị cứ nghỉ ngơi thoải mái, em đợi. Chú lái xe đẹp trai vui vẻ xởi lởi. Khuya mấy em cũng đợi, sếp đã dặn em rồi, anh chị cứ yên tâm. Lệnh bám sát của Phó Chủ Tịch Văn Xã, Ly Ly đánh mắt báo Hoàng.

Cảm ơn em. Ly Ly nói cười tươi tắn. Nhưng anh chị ngủ lại mai mới về. Thế thì em cũng ngủ lại. Chú lái xe hào hứng. Em chưa bao giờ ngủ lại ở Thị xã Trường Sơn cả. Ừ, nhưng khỏi cần đâu. Mai anh chị mượn xe tỉnh cũng được. Ây không. Cái lắc đầu rất dễ thương của chú lái xe. Em dứt khoát phải đưa anh chị đi tới nơi về tới chốn.

Hoàng bấm bụng cười. Đúng là bà già gặp kẻ cắp. Để xem Ly Ly phá cái bẫy này thế nào. Ngoài mặt nhởn nhơn thế kia chắc là đầu cô sắp nứt ra. Phá được cái bẫy Phó Chủ Tịch Văn Xã không phải đơn giản.

Ôi thế thì quí hóa quá! Ly Ly nói như reo. Chắc cô đã nghĩ ra mẹo gì đó rồi. Tối nay chị em mình ra biển Cửa Néo đập phá một chầu rượu đến rồi tính sau. Vâng. Nhưng em không biết uống rượu. Mẹo chuốc rượu bất thành, xong om mẹo cứt gà của Ly Ly. Hoàng giấu mặt cười khục khục.

Thằng cu lái xe thế mà khá, kiếm được một lái xe trung thành với chủ như nó không dễ chút nào. Hoàng gật gù thích thú. Cái liếc xéo rất nhanh của Ly Ly, ý như bảo: đang phởn cái gì đấy? Đây chưa thua thằng oắt con đâu nhé. Hoàng nhếch mép giễu cợt chọc tức Ly Ly. Mặc cho Ly Ly đang sôi sùng sục, Hoàng lim dim mắt, vẻ bất cần của kẻ chán đời.

Ly Ly đang sôi máu. Mồm miệng vẫn liến thoắng với chú lái xe, kỳ thực cô muốn chồm lên xé xác Hoàng. Đã không giúp gì được Ly Ly, anh còn tỏ ra coi thường những mưu mô cô sắp đặt. Rõ đáng ghét. Hoàng biết Ly Ly đang nghĩ gì. Nghĩ gì nữa, mưu mô rất chi là con nít. Có gì đâu, muốn có mấy tấm ảnh chụp cảnh chúng nó đào mồ mả chỉ cần ngủ khì đến ba giờ sáng rồi lẻn dậy mò ra nghĩa địa làng Pháp ém kín ở đấy, tha hồ chụp. Thằng Phó phòng Thương binh Xã hội đã mật báo cho rồi, cấm có sai.

May có thằng Phó phòng làm tay trong không thì còn lâu Ly Ly mới moi được chút gì ở đám quan quê láu cá ấy.

Cái thư nặc danh gửi về tòa soạn tố cáo việc tày đình này là của thằng Phó phòng. Thằng này cũng chẳng đau khổ bức xúc gì mấy vụ mộ liệt sĩ chứa xương súc vật, chẳng qua nó muốn hất cẳng thằng Trưởng Phòng Thương binh Xã hội. Xưa nay vẫn vậy, hất cẳng nhau báo hại nhau là chủ yếu chứ chống tiêu cực cái gì.

Tới rồi. Mình dừng xe ở đây! Ly Ly vỗ nhẹ thành xe. Hoàng như ngủ say không nhúc nhích. Xuống đi anh. Bãi biển Cửa Néo đây rồi, thích uống rượu đến thì xuống mau! Cái mặt lười biếng thờ ơ của Hoàng. Mình vào quách Đà Nẵng chơi đi, ở đây chán chết. Điên à!... Rồ à!... Ly Ly nổi cáu. Mình còn bao nhiêu việc bỏ đi chơi là thế nào? Việc của em chứ anh có việc gì đâu. Hoàng xách túi tụt xuống xe. Ơ cái anh này! Ly Ly ngơ ngác nhìn theo Hoàng đang xách túi đi về phía mấy ông xe ôm.

Nếu em không đi thì anh đi. Hoàng không thèm ngoái cổ. Anh vẫy ông xe ôm cạnh đấy. Anh không đùa chứ hả! Ly Ly mất hết bình tĩnh, cô chạy tới sấn sổ chắn ngang Hoàng. Anh ra ga nhảy tàu vào Đà Nẵng. Hoàng đáp nhẹ nhàng nhưng cương quyết, cho thấy anh chỉ làm theo ý muốn của anh thôi.

Ly Ly giận run. Không ngờ Hoàng cố tình làm hỏng kế hoạch của cô, không thể tin nổi. Mãi khi Hoàng nhảy lên xe ôm Ly Ly mới tin Hoàng không đùa chút nào. Khoan khoan! Ly Ly kêu to. Đi thì đi. Nhờ chú lái xe chở ra ga. Anh có nghe em nói không đấy! Ly Ly giậm chân tấm tức. Hoàng lầm lì rời xe ôm quay lại, chui vào ô tô. Xe chạy thẳng tuột ra ga. Em rồi cũng chết vì anh. Ly Ly lên cơn chì chiết. Anh là thằng trời đánh thánh vật, ích kỉ không thể tưởng tượng nổi. Sao lại đi Đà Nẵng hả? Sao thế ông điên! Anh phải biết em đang muốn gì chứ.

Ối giời ơi là giời!...

Hoàng ung dung châm lửa hút thuốc, coi như mình không nghe thấy gì. Tới ga Ly Ly vẫn không thôi đay nghiến Hoàng. Bình thản như không, Hoàng vui vẻ bắt tay cảm ơn chú lái xe rồi đi thẳng vào phòng vé. Lát sau anh cầm vé đi ra. Mau lên, tàu sắp chạy! Hoàng lôi Ly Ly vào ga, nhảy lên tàu. Ly Ly tấm tức khóc. Vẫn biết anh là thằng điên nhưng em không thể ngờ anh điên nặng đến vậy. Tàu chạy. Hoàng nhìn Ly Ly như trêu tức. Ly Ly ngơ ngác nhận ra tàu đang chạy ngược ra Bắc. Đi đâu thế này?

Hoàng chìa vé cho Ly Ly, vé tàu chợ ra ga Minh. Từ ga Minh đi bộ về Thị Trấn vừa đúng ba giờ sáng đấy. Hoàng tủm tỉm bẹo má Ly Ly.

Ly Ly hiểu ra mẹo giải thoát khỏi chú lái xe của Hoàng, cô sung sướng ôm chặt lấy cổ anh. Tuyệt cú mèo! Thế mà em cứ tưởng... Hoàng nheo mắt nhìn cô. Bây giờ đã hiểu vì sao đàn bà đái không qua ngọn cỏ chưa? Hiểu hiểu!... Hiểu lắm rồi! Ly Ly cười toe toét.

*

Nghĩa địa làng Pháp cuối rừng trâm bầu, chếch về phía Tây, cách Thị Trấn chừng năm cây số cát, giờ này tuyệt không ai vãng lai. Hơn ba giờ sáng Hoàng và Ly Ly mới tới nơi, đã thấy hơn chục cái bóng đang hí húi đào bới.

Cúi thấp xuống, thấp nữa! Hoàng thì thào. Anh kéo Ly Ly lần theo các bụi cây nhỏ áp sát nghĩa địa. Bò tới kia, nhanh! Họ tụt xuống một hố cát, bờ miệng hố có mấy bụi cây nhỏ. Chỉ là tay máy nghiệp dư Hoàng vẫn biết chọn chỗ nào để có góc máy đẹp nhất.

Trăng cuối tháng bị mấy đám mây che khuất, chỉ thấy lờ mờ, không dùng được đèn flash. Ly Ly nín thở chờ trăng chui qua mây trước khi đám đào bới kia tẩu tán. Hay mình chụp đèn mấy nhát rồi bỏ chạy? Ly Ly véo nhẹ Hoàng. Chạy đằng giời. Cứ nằm im đấy, thế nào trăng cũng ló. Nếu trăng không ló thì sao? Hoàng tịt câm.

Đám người đào bới khá thành thục, cứ ba người một mộ vừa đào bới vừa khỏa lấp thật nhanh gọn lẹ làng. Kiểu này chừng một tiếng nữa là xong việc. Trăng vẫn chưa ló. Hoàng hích tay Ly Ly. Nửa tiếng nữa trăng không ló, anh nhảy lên làm mấy nhát flash rồi bỏ chạy. Em cứ đứng đó cho chúng nó bắt, đừng sợ. Vâng, bắt thì bắt, tụi nó chẳng làm gì được em. Nhưng anh chạy thoát được không? Ly Ly lo lắng. Thoát thế nào được. Anh quyết giấu cho được máy ảnh rồi mới chịu cho chúng nó bắt. Vấn đề là mấy cái ảnh. Vâng...

Kìa! Hoàng bíu vai Ly Ly. Trăng bất ngờ chuồi ra khỏi đám mây. Trời đêm bừng thức, ánh trăng tràn ngập khắp cánh rừng trâm bầu, có thể lấy ảnh đám người rõ nét chúng đang làm gì. Trời thương mình rồi anh ơi! Ly Ly mừng quýnh. Nhanh lên! Hoàng quát khẽ. Ly Ly "bóp cò" liên tục. Toàn trung cảnh, có mấy cái cận thì hay quá. Ly Ly chép miệng tiếc rẻ.

Thôi về! Hoàng kéo Ly Ly rời khỏi hố nhỏ, bò về đám cây rậm rịch phía sau. Vừa bò tới nơi, Hoàng phát hiện một đường hào cát nhỏ hướng tới nghĩa địa. Đường hào dù rất cạn cũng đủ giấu mình. Trời lại thương mình rồi! Gì anh? Đưa máy ảnh cho anh! Hoàng giật lấy máy ảnh, nhảy xuống hào. Như một con rắn mối, anh lệ làng trườn về phía nghĩa địa.

Hoàng nín thở chụp từng cú máy chắc gọn. Nhát thứ nhất rõ mặt cả ba thằng đang đào mộ. Nhát thứ hai ba thằng ở cạnh đấy đang bốc hài cốt bỏ vào túi nilon. Ơn trời trăng sáng như ban ngày, ảnh sáng đẹp như mơ. Nhát cuối là đống túi nilon chứa hài cốt đang chồng cao. Biến. Đừng tham. Hoàng khóa máy quay lui.

Bò về hồi hộp gấp trăm lần bò đi, chờn chợn cái cuốc chim bổ xuống đầu bất cứ lúc nào.

Chuồi ra khỏi bờ hào, không thấy Ly Ly đâu. Chắc sợ ma quá cô nàng bò bám theo mình? Hoàng trèo lên cây trâm bầu cao nhất gần đấy quan sát, vẫn không thấy Ly Ly đâu. Đám người bốc mộ bắt đầu lục tục kéo nhau ra về.

Nghĩa địa vắng hoe.

Hoàng muốn gọi to một tiếng, sợ vẫn còn ai đó nấp rình bèn nín thinh. Anh tụt xuống gốc cây ngồi đợi. Có cái gì bất an đang nóng dần trong lồng ngực. Không lẽ Ly Ly bị bắt? Dân quân Thị Trấn đã dí súng vào mang tai Ly Ly buộc cô phải im lặng rồi bí mật dẫn cô về huyện? Nếu đúng vậy chắc chắn Hoàng đang bị bao vây.

Phải chôn ngay cái máy ảnh! Hoàng vội vã bới cát. Nhanh, thật nhanh, nếu không sẽ không kịp! Hoàng đặt máy ảnh xuống hố, vội vã khỏa lấp.

Một họng súng lạnh toát dí vào mang tai Hoàng.

Đứng dậy... đi! Động cựa tau bắn liền! Họng súng chọc vào mang tai Hoàng đẩy anh đi. Hoàng ngoan ngoãn đi theo chỉ dẫn của họng súng. Ai sau lưng mình, một người hay nhiều người? Tiếng chân trên cát cho biết chỉ một người. Tốt rồi. Hoàng nín thở chờ cơ hội.

Kia rồi, một cái hố cát nhỏ trước mắt.

Kẻ sau lưng anh có nhìn thấy không? Lạy trời mắt nó vẫn không rời họng súng. Một bước, hai bước, ba bước... bảy bước... Hoàng cố bước qua hố cát nhỏ thật tự nhiên... Họng súng dí sát tai Hoàng bỗng hất lên, kẻ sau lưng anh bước hụt vào hố, ngã dúi dụi. May quá súng không cướp cò.

Nhanh như cắt Hoàng quay ngoắt nhảy chồm lên anh ta, bóp chặt lấy cái cổ đè nghiến xuống. Kỳ lạ... anh ta không hề chống cự, cứ nằm im vùi mặt vào cát. Hoàng giật lấy súng, nhanh chóng khóa an toàn rồi túm cổ áo lôi anh ta dậy. Anh ta cố trì lại, Hoàng phải cố hết sức mới kéo ngược anh ta lên. Cái mặt dính đầy cát dưới ánh trăng hệt cái mặt ông địa. Xê Trưởng! Hoàng rung lên.

Họ nhìn nhau, những cái nhìn lặng ngắt.

*

Xê Trưởng già quá, chưa đầy năm chục tuổi tóc đã bạc má đã hóp. Răng rụng mất mấy chiếc, cái miệng móm dúm dó của ông lão bảy mươi. Anh đưa Ly Ly về huyện rồi. Xê Trưởng rầu rĩ nói. Ông không còn là Xê Trưởng ngày xưa nữa. Người lính ngang tàng quyết liệt năm xưa nay là ông nông dân dúm dó trước mắt Hoàng.

Em chạy đi, chạy đi để anh bắn mấy phát báo động. Xê Trưởng nhìn Hoàng. Cái nhìn khẩn thiết van xin, suốt mấy năm ròng sống bên ông chưa khi nào Hoàng thấy. Anh thế nào rồi? Hoàng bồi hồi nắm tay Xê Trưởng. Đi đi em, chuyện đời nói sau.

Nhưng sao anh lại ở đây? Hoàng hỏi. Lại hỏi thêm một lần nữa. Xê Trưởng quay mặt đi, nhìn vu vơ về phía nghĩa địa. Đời anh chưa khi mô nhúng tay vô việc vô đạo như ri... Giọng Xê Trưởng run run. Hoàng nắm chặt tay Xê Trưởng. Bao năm rồi anh em mới gặp nhau, không ngờ... Cổ họng Hoàng như có ai bóp chặt.

Em cứ tố cáo hết đi... Tố cáo cả anh nữa... Anh chỉ huy đám đào mộ đó... Anh đó! Xê Trưởng ngửa mặt thở dài, mặt ông chợt nở ra chợt dúm lại. Răng em không nói chi cả? Xê Trưởng ngửa mặt nhìn Hoàng.

Sao biết ghê tởm mà anh cứ làm? Cuối cùng Hoàng cũng nói được. Câu hỏi không ăn nhập gì điều anh đang nghĩ. Hoàng muốn kêu lên sao nghèo khổ thế này, Xê

Trưởng ơi! Tiếng kêu trong lồng ngực đã biến thành câu hỏi lạnh lẽo đầu môi.

Xê Trưởng cúi mặt run run. Lệnh trên mà em... Ừ nhỉ! Xê Trưởng nói đúng, ông sinh ra là để chấp hành lệnh trên. Mắt Xê Trưởng ướt nước, ông khóc. Em khinh anh phải không? Khinh anh cũng phải...

Lần đầu thấy Xê Trưởng khóc, Hoàng muốn khóc theo, khóc cho nhẹ lòng. Anh đừng nói thế... Có điều... bỏ ngay việc này đi anh, nguy hiểm lắm. Xê Trưởng ngồi hết ngửa mặt nhìn trời lại quay mặt nhìn về Thị Trấn. Bỏ thì biết làm việc chi? Xin xỏ ba năm mới được chân quản trang, mất cả con bò họ mới nhận cho...

Hoàng trào nước mắt.

Chạy đi... Người ta sắp tới rồi! Xê Trưởng đẩy mạnh lưng Hoàng. Chạy đi em! Hoàng chạy, được mươi bước anh quay ngoắt chạy nhanh tới Xê Trưởng. Xóm Cát và Thùy Linh! Giây phút gặp gỡ bất ngờ làm Hoàng quên biến không kịp hỏi Xê Trưởng.

Hoàng quỳ xuống bên Xê Trưởng. Anh có về Xóm Cát tìm em không? Có. Hai lần. Anh biết em chỉ có về với cô chi đó thôi. Anh có gặp cổ không? Không. Chết hết rồi. Sao chết? Mặt Hoàng cứng lại.

Anh không biết. Xê Trưởng nói như khóc. Khi anh về Xóm Cát không còn nữa, đã chết hết... cháy hết... Bãi dầu cũng cháy... Anh tưởng em cũng chết rồi. Có chắc Xóm Cát chết hết không? Chắc. Báo tỉnh đăng bom khui trúng bãi dầu cháy loang cả Xóm Cát. Dân quanh đó nói hôm sau B52 dập bom, đảo ngược cả xóm xuống đáy cát, mất tăm.

Ối trời ơi!

Hoàng nấc khan, tiếng nấc nhói buốt.

*

Ba phát súng đanh gọn đúng lúc Hoàng kịp moi cái máy ảnh. Anh ôm máy ảnh chạy thục mạng, thẳng hướng Xóm Cát mà chạy. Biết Xê Trưởng đang dẫn trung đội dân quân chạy về một hướng khác, Hoàng vẫn không chủ quan, phải nhanh chóng tách nghĩa địa làng Pháp càng xa càng tốt.

Hoàng chẳng sợ bị bắt. Bắt thì bắt, làm gì nhau nào? Anh sợ người ta tịch thu cái máy ảnh. Muốn tếch khỏi nơi đây nhất định phải bảo toàn chùm ảnh vừa chụp ở nghĩa địa làng Pháp. Không có chùm ảnh Ly Ly không chịu về Hà Nội. Con nghiện phóng sự Ly Ly đời nào chịu bỏ cuộc. Hoàng biết Ly Ly sẵn sàng đánh đổi tình yêu của cô, thậm chí cả mạng sống của cô để có chùm ảnh trong tay.

Làm báo để kiếm tiền, không kiếm được tiền chẳng ai đi làm báo. Lạ thay một khi dấn sâu vào nghề này rồi thì tiền là thứ nhảm nhí và vô nghĩa, nó chỉ là cứu cánh trên đầu môi chót lưỡi các nhà báo mỗi khi họ muốn để che đậy lẽ sống của họ mà thôi. Không làm báo không hiểu được chuyện này.

Hoàng ôm máy ảnh chạy trên trảng cát mênh mông. Được chừng năm cây số cát anh dừng lại thở. Trảng cát đang sáng dần lên, bốn phương tám hướng không một bóng người. Thôi không chạy nữa. Hoàng thong thả tìm chỗ nghỉ ngơi. Anh ngả mình trên cát ướt, hướng mặt về phía chân trời. Thư giãn chút đã. Cát đẫm sương đêm mát lịm. Sắp sáng, đằng đông đẹp nhất lúc rạng sáng.

Chân trời cát đang dần rựng sáng, vạch một đường đỏ quạch mảnh như sợi tơ chạy dài hút tầm mắt. Đằng đông đang dựng lên bức sơn dầu vĩ đại của Pollock. Những đám mây màu tím nâu dần tản ra, tõe hình nan quạt viền bởi những đường vàng sáng lóng lánh, phía trên là tầng tầng lớp lớp những vệt đen và tím đen, đỏ và nâu đỏ, vàng và vàng xanh rối rít giữa muôn vàn những vẩn sáng trắng nhỏ ngoẵn ngoèo quấn quít nhằng nhịt. Đúng là tranh sơn dầu của Pollock khi ông để mặc cho màu tuôn chảy vung vãi tràn ngập trên mặt tranh.

Một tiếng cú rúc lên giữa thinh không dựng Hoàng ngồi dậy. Con cú què Xóm Cát! Tiếng kêu chua và gắt của nó không lẫn vào đâu được. Xê Trưởng vừa bảo Xóm Cát chết hết rồi. Tội nghiệp, Xóm Cát chết hết rồi chỉ còn mình nó.... Con cú què còn sống thật không hay dư vang ký ức xa vời vẫn ám ảnh Hoàng? Không biết, biết được còn nói gì nữa.

Đêm tháng năm Hoàng ôm Thùy Linh ngủ mê mệt sau cú đúp tình. Tiếng kêu con cú què thổi gắt vào tai Hoàng. Nghe như tiếng chị Nụ? Không phải. Chị Nụ giọng đàn ông. Hay tiếng của Lý? Ừ, đúng. Tiếng kêu của Lý ở suối Voang. Hết ngủ mất rồi, Hoàng mở mắt thao láo. Tiếng kêu đang réo phía cây đa già. Con cú què! Đêm nay nó kêu nhiều hơn thường lệ, không biết có chuyện gì không?

Phía cây đa già ông Rúm đang hát xẩm chợ. *Anh khóa ơi... cái bước công danh ngoắt ngoéo đủ trăm đường...* Đã hai giờ sáng. Hoàng tụt khỏi giường lọ mọ đi ra cây đa già. Điệu xẩm chợ của ông Rúm vẫn không dứt, tiếng đàn cò như khóc. Hoàng ngồi bó gối bên ông Rúm. *Anh khóa ơi... còi tu tu tàu sắp kéo cầu/ Đường trần em sắp sửa gánh sầu từ đây...*

Tiếng đàn cò đột ngột tắt. Không ngủ được à? Ông Rúm ho húng hắng. Cú kêu nhiều quá bác ạ, không biết có chuyện gì không? Ông Rúm vểnh tai lên. Tôi cũng đang lo đây, tiếng cú nghe chừng hoảng hốt lắm. Không chừng bom đạn, chết chóc... Ông Rúm nói như rên.

Bom đạn xuống đây làm gì? Hoàng không tin lắm. Xóm Cát qua hai cuộc chiến tranh không vương một mảnh bom, lý gì bây giờ lại bom đạn. Ông Rúm không phân bua với Hoàng, hát chán ôm ngực ho, ho chán gân cổ hát. Hoàng rời cây đa quay về nhà đánh một giấc đến trưa. Ngủ no mắt vẫn thấy Xóm Cát yên tĩnh.

Chiều tối, thời khắc bình yên nhất của một ngày, nhà nào nhà nấy bày mâm cơm ra giữa sân, vừa ăn vừa hóng gió.

Trăng chưa lên tối om om, bữa cơm tối nhà nào cũng như bị bịt mắt. Có tiếng máy bay rì rì. Thùy Linh đang xới cơm. Giá nó thả mấy quả pháo sáng thì hay anh hè! Thùy Linh vừa dứt lời pháo sáng đã nở bung, trời đêm sáng trắng soi rõ đến từng hạt cát. Xóm Cát ồ to một tiếng. Mẹ con Thùy Linh cùng ổ theo dân Xóm Cát. Cả xóm chuyện trò rổn rảng.

Trẻ con trong xóm đua nhau chạy rần rật đi xem pháo sáng, ríu rít như vừa tìm thấy của lạ. Bốn quả pháo sáng mạ ơi! Bé Thùy Dương rời mâm cơm nhảy choi choi dưới ánh sáng lóa. Hoàng cũng vui lây. Em như Bụt, mơ được ước thấy. Hoàng tấm tắc khen Thùy Linh. Mắt cô cười lóng lánh.

Một tia chớp vụt lóe tiếp liền một tiếng nổ xé óc. Xóm Cát rung bần bật. Rốc két! Vói lên một tiếng. Bụi cát ào ào đổ ập. Tiếng máy bay rít quệt qua và mất hút. Bắn ở mô rứa bay? Sau xóm!... Trúng bãi dầu không? Không, may không trúng!... Xóm Cát nháo nhác hỏi nhau.

Huơ làng... có ai việc chi không?... Huơ làng... có ai việc chi không? Ông Rúm luống cuống quờ quạng, quay đi quay lại hỏi mỗi câu đó. Bữa cơm tối Xóm Cát râm ran quả Rốc két bất thường.

Chị Rá từ trảng cát phía sau xóm chạy về, cầm roi múa nhảy. Chết... lại chết nữa rồi ha hi ha!... Cái roi chị Rá quay tít. Cả xóm ngóng ra. Anh Rắc vác xác chị Rầm đã về đầu xóm. Mọi người xúm đến. Chị Rầm bị Rocket phạt cụt đầu. Anh Rắc vai vác thân chị Rầm, tay ôm đầu chị lầm lũi đi về.

Cả xóm xúm lại thi nhau hỏi. Anh Rắc bỏ ngoài tai hết thảy, không hề để ý đến một ai, kể cả ông Rúm, người mà anh luôn coi trọng hơn cha đẻ. Rồi mọi người cũng biết. Hôm nay là phiên gác bãi dầu của chị Rầm. Chị đang vun bồi thêm cát cho các phuy dầu lộ thiên vì gió cát. Quả Rốc két nổ cách chị không đầy mười mét. Đầu chị văng xa lọt thỏm vào đám bụi cây phi lao rậm rịt, anh Rắc tìm mãi mới ra.

Anh Rắc đưa chị Rầm về nhà. Đặt xác chị giữa sân, anh ngồi ôm đầu vợ lặng câm, hai mắt mở to vằn những tia máu. Mọi người tất tả lo khâm liệm cho chị Rầm. Anh Rắc không chịu, vẫn ôm đầu vợ chặt khư. Ông Rúm tới đỡ lấy đầu chị Rầm, anh giằng lại. Để bà con liệm Rắc ơi! Ông Rúm kêu xin. Anh Rắc ngồi yên như tượng. Ông Rúm ôm ngực ho, rên lên mấy tiếng van vỉ và ôm ngực ho, mặt anh Rắc không biến sắc.

Mọi người ngồi quanh ngước mặt hướng về anh Rắc chờ đợi. Dưới ánh trăng vừa ló mờ ảo những bóng người im phăng phắc. Một người ôm cái đầu đẫm máu đối diện với đám đông đang ngước mặt nhìn. Khoảnh khắc âm u rờn rợn của cõi chết chưa có họa sĩ nào vẽ được.

Quá nửa đêm anh Rắc vùng dậy đi thẳng ra sau chuồng lợn tìm cái xẻng, đạp hàng rào đi ra phía Động Ma. Người chết Xóm Cát đều chôn ở đấy. Rắc... Rắc ơi!... Để đó xóm làng lo! Ông Rúm chạy theo, túm cổ áo anh Rắc giật lại. Còn phải cúng vái, lễ lạt đã chớ! Chà! Anh hất tay ông Rúm, lầm lì vác xẻng đi, một mình đào huyệt chôn vợ, mặc mọi người xúm quanh ra sức can ngăn.

Răng rứa con? Răng rứa Rắc ơi là Rắc! Ông Rúm nhảy đại xuống huyệt, giữ lấy cái xẻng. Chết rồi hỏi chi lắm! Anh Rắc giật lấy cái xẻng. Bác lạy con... con ơi! Ông Rúm ôm lấy anh. Làm chi rứa? Rắc... làm chi rứa! Mọi người nhao nhao phản đối.

Anh Rắc ngẩng phắt lên, trợn trừng nhìn Hoàng. Răng không hỏi anh ni, hỏi chi tui! Anh Rắc ném thẳng một câu vào mặt Hoàng.

Hoàng cúi gầm mặt, cúi mãi không cách gì có thể ngẩng lên.

*

Hoàng biết mình không thể sống yên với xóm nhỏ này. Dân chúng không còn tin Hoàng về canh giữ bãi dầu nữa, họ đã biết Hoàng về đây vì Thùy Linh và chỉ vì Thùy Linh mà thôi. Họ còn biết chắc Hoàng là tên đào ngũ. Phép lính trong chiến tranh chỉ một đôi ngày, dài lắm một tuần, chẳng phép lính nào kéo dài gần ba tháng, cơ chừng còn kéo dài thêm nữa.

Hoàng có thể thú nhận với dân Xóm Cát anh đích thị là tên đào ngũ, được không nhỉ? Chắc cũng chẳng sao. Xóm nhỏ này hơn nửa thế kỉ sống biệt lập với xã hội thời bình lẫn thời chiến, đâu biết kỷ luật lính tráng là thế nào, họ chỉ biết đào ngũ như trốn lính, đâu có gì quan trọng.

Ngặt nỗi nếu Hoàng thú nhận mình đào ngũ, anh về đây chỉ vì Thùy Linh không phải về để canh giữ bãi dầu sẽ có ngay câu hỏi: Vậy năm chục phuy dầu là thế nào đây? Chúng đã bị bỏ quên, năm chục phuy dầu đã bị bỏ quên, trước sau gì Hoàng cũng phải thú nhận sự thật này. Đây mới là điều kinh khủng. Không phải chuyện lãng phí, những người dân hồn hậu chất phác ở nơi đây coi đó một trọng tội, tội lừa bịp dân chúng. Đã có một người dân chết vì bãi dầu rồi, sẽ có nhiều người chết nữa một khi bãi dầu đã bị máy bay Mỹ phát hiện.

Năm chục phuy dầu Xê Trưởng cho gửi ở đây đã bắt đầu gây họa. Quả Rốc két đầu tiên làm mất một mạng người. Đấy chỉ là quả đạn thăm dò. Chỉ cần chúng khui trúng một phuy dầu thôi, Xóm Cát sẽ biến thành tọa độ lửa, mười một nóc nhà nơi đây khó lòng sống sót.

Tại sao bộ đội không về lấy dầu? Hoàng luôn phải đối diện với câu hỏi ấy từ ngày về Xóm Cát. Câu hỏi rắp tâm bóc trần sự thật này: Hoàng đích thị là một tên đào ngũ và đơn vị tên lửa của anh chẳng ai còn nhớ đã gửi năm chục phuy dầu ở nơi đây, kể cả Xê Trưởng.

Gửi xong năm chục phuy dầu, tiểu đoàn tên lửa của Hoàng kéo ra Hà Nội nhận khí tài, chuyển loại SAM 2 sang SAM 3, sau đó nhập vào một sư đoàn mới lập. Kể từ đó tiểu đoàn của Hoàng có một cái tên mới, biên chế vào một trung đoàn mới, chạy dọc đường Trường Sơn vào phía Tây sông Đakrin nhận một nhiệm vụ mới, tuyệt không ai nhớ có năm chục phuy dầu đã gửi ở nơi đây.

Vả, có nhớ cũng chẳng ai quan tâm. Hoàng nhớ vì Xóm Cát có Thùy Linh. Xê Trưởng nhớ vì nhận lệnh "truy nã" Hoàng, ông nhìn rất rõ bóng Thùy Linh bời bời trên cát, vừa chạy vừa gọi tên Hoàng. Nếu không cả hai cũng không buồn nhớ tới bãi dầu và Xóm Cát. Hơi sức đâu đi nhớ thứ không còn liên quan tới mình nữa. Khó có thể nói ra sự thật này. Không ít lần Hoàng đã chực nói cho Thùy Linh và ông Rúm biết, anh đã không dám mở miệng.

Ba mươi sáu chước, chước chuồn là hơn. Chuồn thế nào đây để không bị lộ? Nếu bảo phải quay về đơn vị, tại sao đơn vị chưa cử người thay thế anh lại bỏ về? Cả chục ngày suy tính nát óc Hoàng vẫn không sao trả lời được câu hỏi đó. Đôi khi Hoàng tính nửa đêm bí mật trốn khỏi nơi này. Đừng tưởng bở, không ai cho anh trốn thoát dễ dàng đến vậy. Khi người ta đã nghi ngờ, thể nào cũng cắt cử người theo dõi. Ông Rúm thức suốt đêm, dù rón rén thế nào cũng khó lòng thoát khỏi đôi tai thính kì diệu ấy.

Những ngày gần đây Hoàng muốn nói chuyện với Thùy Linh, cứ xổ ra hết cho nhẹ lòng. Trước sau Thùy Linh vẫn tha thứ cho anh. Ngày nào cũng tính đợi tối hẳng nói, tối ở bên Thùy Linh nghe cô thủ thỉ những đâu đâu, Hoàng không biết bắt đầu thế nào.

Anh muốn nói chi với em à? Không. Nhìn mặt anh lạ lắm. Sao? Sao trăng chi hè... có cô nào rồi nói thật với em đi. Hoàng âu yếm vuốt ve Thùy Linh. Anh chỉ có mình em thôi. Thật không? Nụ hôn ngọt lừ nhấn sâu câu hỏi. Yêu và yêu, những cú đúp tình nóng rẫy...

Hết một đêm không nói được, lại phải chờ đêm khác.

Đêm tháng năm chưa nằm đã sáng, vừa chợp mắt đã gà gáy sang canh. Lẫn giữa tiếng gà là tiếng cú rúc, vẫn tiếng con cú què treo ngược cành đa. Đêm nay con cú què kêu nhiều hơn thường lệ, có chuyện gì không? Phải hỏi ông Rúm mới được. Hoàng lén dậy. Anh đi đâu đấy? Thùy Linh mở mắt. Cú kêu nhiều quá, anh ra hỏi ông Rúm xem sao. Không! Sao? Anh chưa yêu em...

Thùy Linh vít cổ Hoàng, cái vít riết róng hối hả. Như kẻ khát tình lâu ngày Thùy Linh nhanh chóng đưa Hoàng vào cuộc. Những chiếc hôn vùi dập Hoàng. Thùy Linh dẫn ngửa Hoàng, ra sức quất ngựa truy phong, giật và giật trong cơn rú rít hoang dại chưa bao giờ Hoàng biết tới. Lần đầu tiên Thùy Linh chủ động tấn công. Mạnh mẽ dữ dội quá. Hoàng thấy lạ. Và sợ.

Thùy Linh trút một tiếng "ôi" đứt hơi, cô ngã vật ra thở dốc, mồ hôi ướt đẫm toàn thân, mái tóc dày ướt sũng. Em sao thế? Hoàng ôm lấy Thùy Linh. Có việc gì không? Thùy Linh giấu mặt lên ngực Hoàng, nở nụ cười hạnh phúc. Em yêu anh... chưa khi mô em yêu anh như rứa.

Nhớ mãi trận tình cuối mùa hạ đắng cay Thùy Linh dành cho Hoàng, trời đã xui cô trút hết tình cho anh. Đến chết cũng không thể quên tiếng "ôi" đứt hơi của Thùy Linh.

Sao mà nhớ thế!

*

Chôn cất chị Rằm xong, anh Rắc về nhà sập cửa ngủ một giấc trọn một ngày đêm.

Ông Rúm bỏ kéo đàn cò, ra trảng cát sau xóm ngồi bó gối ngửa mặt nhìn trời hết đêm này sang đêm khác. Xóm Cát đột nhiên thay đổi nếp sống. Cuộc sống nơi đây không còn bắt đầu bằng tiếng rít điếu cày của ông Rinh và kết thúc bằng tiếng sủa hờ của con Mực nhà ông Rúm nữa. Mười đêm rồi mười một nóc nhà sập cửa im lìm cùng nhà anh Rắc. Tưởng như Xóm Cát đã khô kiệt niềm vui sống, cùng anh Rắc họ sập cửa ngủ ngon lành, an nhiên chờ cái chết.

Ông Rúm ra trảng cát sau làng ngồi ngóng trăng, bé Thùy Dương ở nhà ngủ với mẹ nó. Hoàng bị chiếm chỗ, đêm đêm anh phải ngủ trên tấm liếp nứa ở chái nhà. Anh cố nằm thật yên, tỏ cho Thùy Linh biết anh đã ngủ rất ngon. Bé Thùy Dương không chịu ngủ quay trở liên hồi. Nó nằm canh chừng mẹ nó. Con bé biết anh vờ ngủ, đợi nó ngủ say là vùng dậy bế mẹ nó đi.

Quá nửa đêm con bé vẫn mở mắt thao láo. Ngủ đi con. Mẹ nó năn nỉ. Con không ngủ. Sao không ngủ? Tại chú Hoàng không ngủ thì con không ngủ. Chú Hoàng ngủ lâu rồi. Thiệt không mạ? Thiệt. Con bé vùng dậy chạy về phía Hoàng, nó bắt mắt anh ra. Ngủ rồi mạ à. Ừ, để yên cho chú ngủ. Con bé rời Hoàng, được vài bước nó quay lại cù nách Hoàng. Chịu không nổi Hoàng cười. Vừa buồn vừa buồn cười Hoàng bỏ chạy ra ngoài.

Trảng cát sau làng ông Rúm vẫn ngồi ngóng trăng. Mười đêm rồi ông Rúm bỏ đàn rời cây đa già ra đấy ngồi. Ấy là khi ông có điều nan giải. Xóm Cát chẳng ai dám hỏi ông. Cũng có thể ai cũng biết cái điều nan giải ấy là gì nhưng chẳng ai muốn nói ra.

Hoàng ngồi ở đụn cát cách đụn cát ông Rúm ngồi không xa. Anh đoán được tâm sự thật của ông Rúm. Ông không biết đối xử với Hoàng thế nào. Nhiều lần anh muốn chạy tới quì sụp xuống trước mặt ông Rúm xin thú thực với ông. Anh đã không dám, cho đến tận bây giờ Hoàng vẫn không dám nói với ai.

Một đêm khuya khoắt như nhiều đêm khuya khoắt Hoàng bị bé Thùy Dương đuổi ra nằm ở đụn cát này, Thùy Linh đã lén con tìm đến với anh. Cô nằm ôm Hoàng khóc rưng rức, anh hỏi thế nào cô cũng không nói. Hoàng tưởng Thùy Linh khổ tâm khi bé Thùy Dương vẫn kiên trì giữ mẹ nó cho ba nó. Nhưng không. Em nói thiệt, anh đừng giận em mới dám nói, nghe? Ừ, em nói đi. Thùy Linh lại ôm anh khóc rưng rức.

Em nói đi, nói đi ơ kìa...

Cũng chẳng cần nói ra nữa. Nhiều khi nước mắt nói được nhiều hơn những gì cô muốn nói.

Rốt cuộc bé Thùy Dương đã nói ra.

Bữa cơm chiều con bé kiên quyết đẩy Hoàng ra khỏi mâm. Chú đi đi, không cho chú ăn. Hỗn con! Thùy Linh nghiêm mặt. Hoàng vẫn tươi tỉnh như không. Sao không cho chú ăn? Không cho! Con bé bặm môi chăm chăm nhìn Hoàng. Nói chú nghe nào, sao không cho? Hoàng béo má nó. Con bé gạt phắt tay Hoàng. Chú không phải bộ đội! Thế chú là ai? Chú là thằng hèn!

Đáng ra Thùy Linh phải hiểu không phải con bé nói, chính là dân Xóm Cát đã chỉ đích danh Hoàng là ai thông qua miệng một đứa bé ba tuổi. Tiếc thay cô đã không đủ tỉnh táo. Cô hét đến lạc giọng. Một cái bạt tai giáng vào mặt con bé. Nó đổ nhào vào mâm cơm, bát canh đổ ngang người.

Con bé không khóc. Nó lồm cồm bò dậy trân trố nhìn mẹ nó. Thùy Linh sững sờ, cô không thể tin nổi cô vừa làm gì. Mạ xin lỗi con. Thùy Linh ôm chầm lấy nó run rẩy. Đến lúc đó con bé vẫn không khóc, thật đáng sợ. Cái tát đau quá hóa tê dại, con bé không còn biết đau nữa. Đó không phải là cái tát, nó là nhát chém phạt ngang tâm hồn con bé, nơi nó không hề được chuẩn bị cho nỗi đau.

Một tuần sau đó Thùy Linh hãy còn choáng váng. Cái bạt tai duy nhất của Thùy Linh giáng xuống một người, không thể ngờ đó là con gái của cô. Mất rất nhiều nước mắt cô vẫn không thể hiểu được vì sao.

Thùy Linh không ngờ cô đã phải trả giá rất đau.

*

Hoàng quyết định rời nhà Thùy Linh ra sống ở cây đa già. Hoàng không muốn tới ở nhà ai khác, vì anh không tìm được một lý do thích đáng, cũng vì anh không muốn sống cùng ai trong Xóm Cát này. Chạc ba rễ cây đa tạo ra hốc lớn đủ chỗ cho Hoàng chui vào chui ra.

Ông Rúm không hỏi Hoàng vì sao, khi thấy Hoàng cắp chiếu ra cây đa già thì ông cũng cắp cây đàn cùng con Mực ra trảng cát sau làng không nói một lời. Ông Rúm không ghét Hoàng đến mức phải tránh mặt anh, không thèm nói chuyện với anh. Ông muốn tránh phải nói những chuyện không muốn nói. Hoàng biết, anh cũng thây kệ. Đang tính bài chuồn khỏi Xóm Cát một cách có lý nhất, Hoàng càng mừng khi thấy dân Xóm Cát đang cố tình xa lánh anh.

Đêm thứ nhất một mình Hoàng với cây đa già, không một ai lai vãng.

Đêm thứ hai có con Mực của ông Rúm tới ngồi với Hoàng tận ba giờ sáng. Cũng không nhớ là mấy giờ. Hoàng ngửa mặt ngóng trăng, nó ngửa mặt nhìn Hoàng. Chợp mắt được một lúc Hoàng mở mắt không còn thấy con Mực đâu nữa.

Đêm thứ ba con cú què bay về đậu ngọn cây đa già, nó kêu mấy tiếng thật thảm. Nếu nó kêu thêm mấy tiếng nữa coi chừng Xóm Cát có biến. Hoàng hồi hộp chờ đợi. May quá con cú què hết kêu, sau tiếng kêu thê thảm thứ ba nó biến đi đằng nào. Ba tiếng kêu con cú què để lại một dấu chấm lửng mơ hồ cho Xóm Cát.

Đêm thứ tư chị Rá bưng niêu khoai luộc ra mời Hoàng. Anh nhét cả niêu khoai vào họng không chừa một tí vỏ. Chị Rá thích chí múa hát tưng bừng. Chưa khi nào Hoàng thấy chị phấn khích như thế. Nửa đêm chị Rá quay về nhà, Hoàng chui vào hốc chạc ba rễ cây đa tính đánh một giấc. Không ngờ Thùy Linh đã ngồi sẵn ở đấy từ lúc nào. Họ vồ lấy nhau, nghiến ngấu nhau cho đến rạng sáng. Em sợ anh bỏ em. Sao em nói thế? Thùy Linh níu cổ Hoàng hổn hển nói và giật. Anh có bỏ em không? Không. Thiệt không? Thiệt...

Đêm thứ năm con cú què vừa bay đi Thùy Linh đã có mặt. Khỏa thân từ lúc nào, vừa thấy bóng Hoàng bò tới Thùy Linh vội vã ngập vào anh. Hoàng ngập vào Thùy Linh lúc nào không biết. Đâm và đâm, nói và nói. Anh không muốn ở Xóm Cát nữa phải không? Sao em nói thế? Anh có bỏ em không. Không. Thiệt không. Thiệt...

Đêm thứ sáu con Mực về ngồi với anh cho tới khuya, nó vừa bỏ đi Thùy Linh cũng vừa tới. Cô ấp mặt mình lên mặt Hoàng. Hay tụi mình rời Xóm Cát đi mô đó? Sao em nói thế? Em sợ anh bỏ em. Không đâu. Thiệt không? Thiệt....

Đêm thứ bảy Thùy Linh ôm Hoàng khóc rưng rức. Em sợ em không giữ được anh. Một cái bóng nhỏ tí chạy vụt qua. Thùy Linh vội vã chui ra khỏi hốc cây đa già. Thùy Dương! Thùy Linh hấp tấp đuổi theo. Con bé đang chạy dọc suối Rooc, vừa chạy vừa khóc. Thùy Linh chạy kịp tới ôm chầm lấy nó. Răng con khóc?... Nói mạ nghe răng con khóc? Con bé cố vùng khỏi mẹ nó chạy về nhà.

Hoàng đoán con bé đã núp rình mấy đêm liền bên gốc cây đa già. Nó đã nghe hết câu chuyện của mẹ nó với Hoàng...

Đêm thứ tám chị Rá múa hát suốt đêm. Đầu hôm nhảy nhót, nửa đêm ngâm nga. Gần sáng chị la hét như cuồng. Bây giờ Hoàng mới biết bé Thùy Dương đã trốn nhà ra đi. Thùy Linh đang chạy đi tìm nó. Hoàng phóng một mạch từ cây đa già ra trảng cát đuổi theo mẹ con Thùy Linh. Anh chạy rối mù giữa trảng cát mênh mông, không biết chạy theo hướng nào, cứ chạy.

Cuộc đuổi bắt vô vọng. Thoạt tiên Hoàng chạy về hướng núi Ngậm Ngùi, được nửa chừng anh đảo ngược chạy về phía biển Củ Từ, cuối cùng anh quay sang phải chạy về hướng làng Yên Khê, chạy sang làng Mắm, chạy tới Thị Trấn Ninh Giang. Ở đâu cũng thế, chỉ có cát và cát.

Đêm thứ chín Hoàng về lại nhà Thùy Linh, ngồi thu mình ở đấy đợi mẹ con Thùy Linh. Anh không biết có nên mượn cớ việc đi tìm mẹ con Thùy Linh để chạy về đơn vị hay cứ ngồi đây đợi. Dù thế nào cũng phải có lời chào tử tế với Xóm Cát, vả, không thể biến cuộc chia tay với người tình thành một cuộc chạy trốn.

Đêm đó Thùy Linh không về nhà, cũng không cho ai biết cô đang ở đâu, Hoàng rã rời trong tuyệt vọng.

Đêm thứ mười ông Rúm rời trảng cát về cây đa già, ngân nga điệu xẩm chợ. *Anh khóa ơi! Anh ra đi mây nước muôn trùng,/ Em trở về vò võ phòng không một mình...* Nửa đêm khuya khoắt Hoàng nghe tiếng đàn cò, mừng lắm. Anh tót ngay ra cây đa già. Ông Rúm không để ý đến Hoàng, tiếng đàn cò không thôi điệu xẩm chợ không dứt.

Ông Rúm không hề hỏi chuyện Hoàng, tuyệt không nhắc một câu nào về mẹ con Thùy Linh. Hát đi hát lại điệu xẩm chợ năm lần bảy lượt, ông chẳng chịu ngưng để nói với Hoàng một điều gì. Nắng ngày đã lấp ló ông Rúm vẫn cứ hát. Chán chê điệu xẩm chợ Hoàng lủi thủi ra về. Quay lại tao hỏi, Hoàng! Ông Rúm gọi giật giọng. Hoàng ngoái lại. Gương mặt phờ phạc lạnh lẽo của ông Rúm. Nói thiệt đi. Có phải mày về đây để canh bãi dầu không?

Lần đầu tiên ông Rúm mày tao với Hoàng.

Hoàng quì xuống gục mặt trước ông Rúm, cứ gục mặt như thế cho đến tàn canh. Ông Rúm không nói thêm một lời nào, tiếng đàn cò lại cất lên buồn thảm. *Anh khóa ơi! Chữ tương tư vai gánh nặng nề,/ Giang hồ anh sớm liệu trở về kẻo nữa em mong....*

Hoàng khóc.

12

Bây giờ mới hiểu ánh mắt lạ lùng của Hoàng. Nhưng mình không tin. Có thể đây là ảo giác của mặc cảm Edip chăng?

Éo biết nữa.

Mình không muốn chạy trốn sự thật, cho dù sự thật có cay đắng thế nào. Vấn đề là mình không tin, không bao giờ mình tin.

Không tin hay không muốn tin hả con ranh? Khủng khiếp sắp đổ xuống đầu mày rồi... Ly Ly ơi!

Hoàng có nhận ra điều này không nhỉ? Chắc không. Trước mắt hắn mình chỉ là con ranh hỉ chưa sạch mũi. Thế thì càng tốt chứ sao.

*

Xê Trưởng đã nói dối Hoàng, khi họ nói chuyện với nhau Ly Ly chưa bị ông đưa về Ủy ban huyện, cô đang ngồi cách đó không xa.

Xê Trưởng khóa miệng Ly Ly điệu tới một góc rừng trâm bầu gần đấy. Trói cô vào gốc trâm bầu, ông quay lại bắt Hoàng. Xê Trưởng muốn tự mình bắt cả hai người, không cho ai biết.

Để Hoàng bỏ chạy thật xa Xê Trưởng mới bắn ba phát súng báo hiệu. Toán dân quân Thị Trấn ôm súng chạy tới, ông chỉ cho họ chạy về hướng Tây. Bị đánh lạc hướng họ lục tung cả rừng trâm bầu làng Pháp vẫn không thấy Hoàng. Biết chắc Hoàng đã thoát thân, Xê Trưởng ung dung cởi trói cho Ly Ly, dẫn cô về Ủy ban huyện.

Khoảng bốn giờ sáng. Một tốp ba người có vẻ như là cán bộ Phòng Thương binh Xã hội đã chờ sẵn ở đó. Tay Hoàng mô rồi? Một người hỏi. Không thấy. Xê Trưởng nói. Có tịch thu cái máy ảnh không? Một người khác hỏi. Trống ngực Ly Ly đánh thình thình. Có thấy máy ảnh máy éo chi mô! Xê Trưởng trả lời tỉnh bơ. Ly Ly nén một tiếng thở phào nhẹ nhõm.

Ở trong phòng giam, một cái phòng bỏ trống của Ủy ban huyện, Ly Ly chẳng hề sợ hãi lo lắng gì. Cô biết ngày mai người ta buộc phải thả cô ra với lời xin lỗi "anh em dân quân Thị Trấn hiểu nhầm". Có thể có cả bữa tiệc khoản đãi sự "hiểu nhầm" ấy rồi tống tiễn cô và Hoàng về Hà Nội. Tệ lắm có thêm vài cuộc cãi cọ, vài câu dằn mặt. Thế thôi. Lãnh đạo huyện Tuy chẳng làm được gì hơn.

Ly Ly chỉ nơm nớp lo dân quân Thị Trấn bắt được Hoàng, tịch thu được máy ảnh, xong om công khó cô bày mưu mẹo phủ phục mấy ngày trời. Cô không ngủ được, vừa thiu thiu đã choàng tỉnh hoảng hốt. Hoàng đâu... Hoàng đâu rồi? Ba bốn lần như thế.

Trời sáng dần lên, khu Ủy ban huyện tịnh không một bóng người. Cửa chính bị khóa, Ly Ly ngồi ngóng ra cửa số. Trời sáng rõ. Không thấy dân quân dẫn Hoàng về, Ly Ly khấp khởi mừng thầm. Biết đâu trời thương tình đã che chở cho Hoàng.

Bảy giờ sáng một thanh niên mở cửa. Chị ra đi. Anh ta thản nhiên đứng chờ ở cửa, không thèm hỏi Ly Ly câu nào, cứ như cô vừa xin ngủ nhờ tại đây vậy. Bọn này khôn thế, chúng làm như chẳng biết gì chuyện tối qua. Ly Ly định làm ẩm lên, nghĩ lại có nói gì ở đây cũng vô ích. Thể nào anh thanh niên chả được lệnh khóa mồm, có nói gì anh ta cũng chỉ một câu "em không biết", "em có biết đâu"... Ly Ly ngậm miệng bước ra khỏi phòng.

Qua cổng Ủy ban huyện được vài bước, Ly Ly quyết định quay lại. Phải gặp cho được tay Phó Chủ Tịch Văn Xã hỏi xem vì sao hắn cho quân bắt cô và Hoàng. Tất nhiên hắn sẽ chối. Làm gì có chuyện đó? Mắt rắn dưới cặp kính bốn diop căng phồng muốn vỡ tung. Tôi sẽ làm ra nhẽ chuyện này. Bắt nhà báo là phạm pháp, việc này không thể tha thứ được. Ly Ly tưởng tượng bộ mặt sừng sộ của Phó Chủ Tịch Văn Xã. Nhất định hắn sẽ nặn ra bộ mặt ấy, có khó gì đâu với bọn đạo đức giả.

Phó Chủ Tịch Văn Xã không có ở phòng làm việc. Cô thư kí dịu dàng lễ phép trả lời sếp cô đã vào tỉnh họp. Thử sang phòng Chủ Tịch Huyện xem nào. Lại "đã vào tỉnh họp". Anh thư kí Chủ Tịch Huyện cũng dịu dàng lễ phép không kém cô thư kí Phó Thủ Tịch Văn Xã, dù anh hơn Ly Ly cả chục tuổi. Thế là họ lánh mặt, con bài "đã vào tỉnh họp" có thể được thông qua trong thường vụ huyện ủy. Nếu có gõ cửa phòng bí thư, phó Bí Thư Huyện Ủy trước sau gì thư kí của họ cũng dịu dàng lịch sự chìa con bài đó ra.

Đôi co với đám quan quê chẳng được gì, chỉ tổ thêm bực mình. Ly Ly quay gót.

*

Ly Ly bỏ về khu nhà nghỉ tính đánh một giấc đợi Hoàng về. Hoàng vẫn không về. Nằm lăn lóc xoay trở mãi vẫn không thấy Hoàng đâu, sốt ruột Ly Ly chạy ra nghĩa địa làng Pháp. Rừng trâm bầu vắng vẻ, nghĩa địa không một bóng người. Mới hơn tám giờ sáng nắng bắt đầu đổ lửa. Hãi quá "khúc ruột miền Trung".

Ly Ly chui vào cây trâm bầu to lớn gần đấy, cô ngồi tựa gốc cây thiếp đi lúc nào không biết.

Chiêm bao và chiêm bao. Những chiêm bao thường nhật giờ đây bỗng dồn cả lại, dòng chảy những mảnh vụn ký ức chồng mờ lên nhau. Những kí ức đắng cay chua ngọt lẫn lộn linh tinh. Cũng có khi chỉ là những mơ tưởng hão, thứ mơ tưởng ngày nào Ly Ly cũng có. Thật giả lung tung, lộn tùng phèo. Chẳng biết chiêm bao nào là ký ức cô đã trải, chiêm bao nào là những mơ tưởng hão. Hoặc những tưởng tượng phù phiếm bất chợt xuất hiện rồi biến mất hệt một giấc chiêm bao.

Đêm không trăng tuổi hai mươi Ly Ly bị một thằng ẩn vào gốc cây ở sân trường sờ mó. Thay vì mặt thằng ranh con chó chết đó lại là mặt Phó Chủ Tịch Văn Xã, khỉ thế chứ. Cặp mắt rắn bốn diop của hắn đang dí vào mặt cô. Ly Ly không kêu cứu, cô ra sức chống cự. Thế cùng cô thúc đầu gối vào hạ bộ của hắn, thúc thật mạnh. Hắn ôm hạ bộ quần quại. Mặt Phó Chủ Tịch Văn Xã biến mất, hiện nguyên hình mặt thằng ranh con. Thoáng chốc thằng ranh con khô quất hóa thành bộ xương người. Bộ xương người rùng mình rã ra từng khúc, đổ sụm xuống thành đống xương khô.

Kinh.

Lại chiêm bao...

Đỏ tươi giọt trinh tiết tuổi mười sáu trên tấm nệm trắng toát. Mối tình sét đánh chàng ca sĩ đẹp trai vạm vỡ Ly Ly đắm đuối si mê. Cô núp sau hậu đài quyết phục gặp cho bằng được chàng. Tặng chàng một bông hồng. Chàng âu yếm cảm ơn. Lại một bông hồng nữa. Chúng mình đi chơi nhé? Vâng. Chúng mình ăn kem nhé? Vâng. Chúng mình vào khách sạn nhé? Vâng...

Tuổi mười sáu biết gì đâu. Bị ấn xuống tấm nệm trắng vẫn chỉ biết vâng và vâng. Bông hồng nát vụn dưới lưng. Chàng lặn một hơi không sủi bọt, để lại giọt trinh tiết đỏ tươi. Ly Ly ngồi ngắm giọt trinh tiết, mắt ướt nhòe. Giọt trinh tiết nở phình to, to mãi... đùn lên từ dưới tấm nệm trắng một đống xương khô.

Ly Ly bới đống xương khô. Bới làm gì đống xương khô này nhỉ? Chả biết, cứ bới. Một bọc vải bé tí đựng bộ áo quần bé tí, cái vòng nhựa xanh bé tí, đôi dép nhựa bé tí. Mẹ ơi cái này của ai đây? Của mày chứ của ai! Lúc đó con mấy tuổi hả mẹ? Hai, ba tuổi gì đấy. Mẹ không nhớ à? Chả nhớ. Sao áo quần con quê thế này, đôi dép cũng quê? Mày cứ hỏi linh tinh, ai chẳng từ quê ra Hà Nội. Thế nhà mình từ quê ra Hà Nội à? Chứ sao. Bố bảo nhà mình năm đời ở Hà Nội cơ mà? Hỏi bố mày ấy, tao không biết.

Mẹ thoắt hiện thoắt biến. Lên ba thấy mẹ xinh đẹp vô cùng, lúm đồng tiền hồng tươi, tới tuổi mười sáu thấy mẹ chả xinh, bự bự beo béo, nước da trắng bợt. Lão Bốn nói gọi là "nước da hoang hóa", thâm canh càng nhiều hoang hóa càng nhanh. Chả thấy lúm đồng tiền mẹ đâu nữa, mỗi nốt ruồi đỏ to tướng đầu đuôi mày, chán chết.

Bố yêu và chiều mẹ đến thế mà mẹ vẫn liên miên ngoại tình? Tuổi mười ba bắt gặp mẹ đang rúc vào nách thằng già trong phòng ngủ bố mẹ. Khi đó sợ không dám kêu, đứng khóc thút thít sau hồi nhà. Tuổi mười bảy bắt gặp mẹ đang vít cổ một thằng già khác. Ly Ly lấy chổi quật vào lưng thằng già này, quật thật mạnh. Thằng già ngã vật, sùi bọt mép. Mẹ hầm hầm nhảy xuống giường, bà chẳng cần che đậy, trần truồng lượn quanh cô. Mẹ không biết xấu hổ à? Mày cút đi cho tao nhờ! Bà đuổi Ly Ly thật, vừa nói vừa đẩy cô ra khỏi nhà chẳng khác gì đuổi con ở.

Mẹ có còn coi con là con nữa không? Cút đi! Hai tiếng "cút đi" chưa nói hết bà bỗng rùng mình, toàn thân khô quắt. Thằng già cũng rùng mình khô quắt. Họ biến thành hai bộ xương đổ sụm xuống thành hai đống xương khô, không phải, nhiều đống xương khô như những bộ hài cốt người ta vừa bốc mả ở nghĩa địa làng Pháp.

Ối giời... chiêm bao toàn những chuyện gớm chết.

Giá chiêm bao chuyện gì vui vui chút nhỉ? Khổ, cứ nhắm mắt là thấy những đống xương người. Ngủ đi ngủ đi. Lạy trời đừng thấy xương người nữa. Vẫn thấy, khổ thế chứ. Cái gì vàng vàng trong đống xương người? A cái lắc vàng. Mình đang chiêm bao hay đang thức?

Cái lắc vàng của Poprock, nhạc sĩ cực hot tặng Ly Ly trong cơn say nắng ngu xuẩn nhất đời cô. Poprock giống hệt tay Phó Chủ Tịch Văn Xã về khoản ba hoa. Tất nhiên Poprock béo trắng đẹp trai, không còm nhom như Phó Chủ Tịch Văn Xã. Ly Ly là một fan trong số triệu fan có dư của lão. Chưa gặp đã mê, gặp rồi càng mê, choáng ngợp thì đúng hơn.

Cái cách lão ngồi thong dong nhẩn nha nhấm nháp hết món văn hóa này đến món văn hóa khác nhìn sướng mê đi. Núi Thái Sơn chất đầy bể học. Từ triết học của Nietzsche, nhân học của Rousseau đến phân bố "gen" của Hunt Morgan, kiểu kiến trúc Prairie của Wright; từ chủ nghĩa vị lai của Marinetti, tượng trưng của Verlaire đến siêu thực Octavio Paz, đa đa của Tazara... có hết trong núi Thái Sơn lừng lững kia. Mấy em nhà báo nửa mùa văn hóa tiểu thị dân như Ly Ly thoạt nghe phát khiếp.

Khá khen Poprock một nửa tiếng Tây bẻ đôi không biết lại có thể nhớ vanh vách hàng trăm tên nước ngoài, có khi hàng nghìn, phát âm cực chuẩn. Khiếu âm nhạc đã hỗ trợ lão. Chỉ cần nghe ai nói ra một cái tên tây khó đến mấy Poprock cũng nhắc lại được y xì, với cách đánh trọng âm chuẩn không chê vào đâu được. Chỉ vậy thôi, văn hóa nghe lỏm chỉ giúp lão đến vậy. Khi cái vỏ văn hóa ba xu đã bị tước bỏ, lão ngồi ngẩn tò te không biết nói gì thêm nữa.

Đúng là Ly Ly choáng ngợp trước Poprock. Ngồi với lão một giờ cô đã ngây ngất tưởng mình đã gặp được ý trung nhân. Phút chốc quên béng Hoàng, cô rơi vào cuộc tình bốn mươi ngày rực lửa rồi tắt ngấm như là chưa bao giờ có nó. Một sai lầm khủng khiếp, mỗi lần nghĩ đến là cô thấy buồn nôn.

Người tình cũ nào gặp lại Ly Ly cũng thấy bình thường, đôi khi còn thấy rưng rưng, Poprock thì không. Hễ nhìn thấy lão là Ly Ly nổi cả da gà. Một tháng đôi lần lão ló mặt lên ti vi bán mãi không hết lời khiêm tốn, nghe mà phát ốm. Thỉnh thoảng Ly Ly có gặp Poprock, ngồi nghe lão nhấm nháp mấy món văn hóa lòe gái cứ ngứa ngáy rất khó chịu, như bị một con rận bò qua bò lại nơi chỗ kín.

Poprock kia rồi. Vừa thấy báo đưa tin lão đem băng nhạc *Lá cỏ* vào miền Trung giờ thấy lão vác mặt tới đây rồi. Chào anh! Em đi đâu thế này? Vào đây xem băng nhạc *Lá cỏ*! Thôi đi... anh biết rồi. Đây là quê ông Hoàng. Anh nghĩ là em về thăm quê chồng à? Anh biết đâu đấy. Có cho em cặp vé không thì bảo. Tất nhiên tất nhiên. Many thanks! Cái tên *Lá cỏ* hay nhỉ, khiêm tốn phết. Lại giễu người ta rồi. Em biết vì sao anh đặt tên *Lá cỏ* không mà giễu? Biết chứ, Walt Whitman là thần tượng của em mà. *Tôi ca tụng mình, tôi hát về mình...* rất chi là khiêm tốn! Thôi thôi... không dám đấu hót với em nữa, anh đi đây!

Người đàn bà ăn mặc diêm dúa quê một cục đứng sau lưng Poprock. Bà cắp tay lão lôi đi. Ô kìa mẹ, mẹ ơi... Ly Ly đâm bổ tới. Mẹ cặp bổ với anh này sao? Mày làm gì mà ầm lên thế. Cặp bồ thì sao nào? Mẹ điên rồi! Mẹ biết con từng yêu lão ta mà. Thì sao nào? Con cấm mẹ đấy! Mày yêu bồ mẹ mày ai cấm hả con ranh? Mẹ nói gì thế hả, con yêu bồ mẹ khi nào? Mẹ cô thản nhiên khoác tay lão nhạc sĩ lôi đi, không thèm đáp. Ly Ly vật vã khóc... Ối mẹ ơi là mẹ!

Kinh. Chiêm bao toàn chuyện gớm chết. Lại còn khóc nữa chứ. Điên thế không biết.

Thôi chết 12 giờ trưa rồi, tưởng chợp mắt một tí ai dè ngủ gần ba tiếng. Có khi Hoàng đã về nhà nghỉ. Mau, Hoàng đang đợi.

*

Hoàng chưa về nhà nghỉ, anh vẫn đứng như trời trồng giữa trảng cát nắng chang chang. Anh đã lút chìm vào cơn mê sau tiếng cú kêu lúc rạng sáng.

Bây giờ Hoàng đang đi tìm mẹ con Thùy Linh. Phải tìm cho bằng được trước khi tháo chạy khỏi Xóm Cát, ý nghĩ ấy nung nấu Hoàng những ngày cuối cùng của mùa hạ cay đắng. Chạy trốn khỏi Xóm Cát không khó, chạy làm sao để mẹ con Thùy Linh ở lại Xóm Cát có thể ngẩng mặt sống cùng mọi người mới là việc khó.

Sách hay nhất là cố tìm cho được mẹ con Thùy Linh, rồi cùng nhau về một phương trời nào đó, sống bình an ở vùng đất mới không ai biết họ là ai. Hoàng tin Thùy Linh sẽ theo anh, với cô ở đâu có Hoàng ở đó có hạnh phúc. Hoàng cũng vậy, chỉ cần có Thùy Linh dù ở sao Hỏa hay sao Kim, đói no sướng khổ thế nào anh không cần phải đo đếm.

Hoàng quyết tìm mẹ con Thùy Linh theo đúng con đường anh đã đi và đã thất bại. Chỉ khác là lần này anh đi chậm hơn, kĩ hơn. Ở cái nơi thông tin rơi vào đấy như rơi vào lỗ đen, cuộc tìm kiếm nhờ trời. Hoàng cứ đi vậy và nhờ trời cho gặp mẹ con Thùy Linh, vậy thôi, anh không còn cách nào khác.

Sa mạc cát trắng mênh mông tưởng cái gì cũng trông thấy kì thực đấy là nơi khó tìm nhất. Không biết lấy gì làm vật chuẩn, lối nào cũng có thể thành đường vì thế không lối nào được coi là đường. Đi trên sa mạc cát tưởng giản đơn như đi trên trang giấy trắng thênh thang nhưng đó là trang giấy đa chiều, rơi vào đấy khác gì rơi vào mê lộ, mịt mù những cảm giác giản đơn.

Hoàng nhớ một cuốn sách của một ông Mohamed nào đó có ghi chú rất rõ về những cảm giác này. Đại khái những cảm giác giản đơn làm ta không phải nghĩ ngợi lo lắng gì và khiến ta gục chết giữa mênh mông vì không phải nghĩ ngợi lo lắng gì. Ấy là năm 1970 tình cờ nhặt được mảnh báo trên đường rừng kể chuyện một mục sư đi tìm chân lý trên sa mạc cát, Hoàng mới đọc được lời chú giải thần bí ấy. Không ngờ cuộc kiếm tìm tuyệt vọng đầy ma quái của anh trên trảng cát này đây chẳng khác gì vị mục sư kia.

Từ Xóm Cát cứ nhắm hướng núi Ngậm Ngùi mà đi, Hoàng vừa đi vừa lạy trời bất ngờ gặp được Thùy Linh. Thẳng một mạch mười sáu cây số đường chim bay, đến chân núi Ngậm Ngùi vừa lúc mặt trời đứng bóng. Hoàng chui vào khóm sim già cằn cỗi tránh nắng. Anh nằm nghĩ xem nên quay về biển Củ Từ hay đến làng Yên Khê, từ đó tìm về làng Mắm. Liệu mẹ con Thùy Linh tới ba nơi đó hay về Thị Trấn Ninh Giang? Không biết nữa.

Hoàng không tin bé Thùy Dương trốn nhà ra đi khi trong trí nhớ nó không hề có một địa chỉ khác. Đứa bé chưa đầy ba tuổi nếu có giận mẹ trốn khỏi nhà thì cũng chỉ quanh quẩn nơi Xóm Cát, làm sao có thể vượt qua sa mạc cát mênh mông để đến một nơi nào. Có thể con bé đã bị bom vùi trong cát trong khi chạy trốn mẹ nó. Nhưng ngày nó bỏ nhà ra đi đâu thấy bom đạn trên trảng cát này?

Thế thì chỉ còn một nguyên do: con bé đã bị cha nó bắt cóc. Cha con bé là Bí Thư Huyện Đoàn, người mà Thùy Linh quyết không cho Hoàng biết đó là ai và Hoàng cũng quyết không muốn biết hắn là ai. Có thể hắn đã tìm ra chỗ trú ngụ của mẹ con Thùy Linh. Hắn đã tìm về Xóm Cát bí mật đem bé Thùy Dương đi. Chuyện này rất dễ xảy ra khi mà Xóm Cát chỉ cách Thị Trấn Ninh Giang không đầy bảy cây số.

Bí Thư Huyện Đoàn đưa bé Thùy Dương đi đâu là câu hỏi không dễ trả lời. Chẳng ngu gì hắn lại đem giấu con gái ở Văn phòng huyện đoàn hay nhà riêng của hắn ở Thị Trấn Ninh Giang. Thùy Linh có tìm gặp Bí Thư Huyện Đoàn không? Không. Không bao giờ. Gặp cũng vô ích. Trong khi hắn chưa bao giờ công khai thừa nhận bé Thùy Dương là con hắn thì việc tìm hắn để hỏi bé Thùy Dương ở đâu là chuyện phi lý và nực cười trước mắt thiên hạ.

Đang nằm trong bụi sim cẩn Hoàng lật đật chui ra. Khỏi cần phải đi đâu, chỉ cần về Thị Trấn Ninh Giang túm cổ thằng Bí Thư Huyện Đoàn thế nào cũng ra một nhẽ gì đó. Đi được một quãng xa Hoàng khựng lại. Không được, không thể được. Lệnh truy nã anh rất có thể đã về huyện. Chui về đó khác gì chui vào cùm.

Hoàng đứng phân vân dưới chân núi Ngậm Ngùi chừng nửa giờ. Anh quay lui, đi đúng con đường anh đã tới đây, cứ hướng về biển Củ Từ lầm lũi bước, vừa đi vừa lạy trời bất ngờ gặp được Thùy Linh. Tới được biển Củ Từ vừa lúc trời tối mịt. Bờ biển đen mềm mát rượi. Hoàng nằm lăn ra trên bờ biển, đói và mệt rã rời.

Vừa nghĩ phải kiếm cái gì ăn Hoàng đã chìm vào giấc ngủ sâu kéo dài chín tiếng.

*

Nắng nóng đánh thức Hoàng, anh ngạc nhiên thấy mình đã sang ngày mới dường như trong nháy mắt. Mùi gì thơm thơm giống mùi cơm nếp? Chẳng có mùi gì cả ở bờ biển hoang này. Khi nào quá đói Hoàng đều ngửi thấy mùi đó, từ bé đến giờ vẫn vậy. Chắc ai cũng vậy chứ chẳng riêng gì Hoàng.

Mấy anh "trí thức tiểu đoàn" giảng giải cho Hoàng: Khi dạ dày rỗng, phần kết tủa thức ăn dưới đáy đã bốc lên một mùi cực kì quyến rũ gọi là mùi đòi bữa. Mỗi người khi đói sẽ ngửi thấy một mùi khác nhau. Chả biết trúng trật thế nào, Hoàng chỉ thấy mùi cơm nếp đúng là mùi đòi bữa của anh.

Có mùi cơm nếp thật, không phải mùi đòi bữa. Mùi thơm thật nhẹ thoảng trong gió mai. Hoàng ngồi dậy định hướng. Mùi thơm đến từ rất gần, chỉ cách chỗ Hoàng nằm chừng hai chục mét. Hoàng lần dò theo mùi thơm, tới rặng phi lao cùn trước mặt. Một ngôi mộ cát vừa được cất lên có lẽ từ chiều qua nằm giữa rặng phi lao bị bom và gió Lào đánh cho xơ xác. Trên ngôi mộ còn nguyên đĩa cơm nếp và hai quả trứng gà luộc đã bóc vỏ.

Đây là mộ dân vãng lai, mấy hòn đá và thanh gỗ nhúng vôi trắng cho biết điều đó. Người dân ở đây khi chết đều được đưa vào nghĩa địa, có bia mộ đàng hoàng, dù là ghi chép nguệch ngoạc cẩu thả nhưng đều có bia mộ, không ai đánh dấu mộ phần bằng đá gỗ thế này.

Hoàng bốc hai quả trứng bỏ mồm ngay lập tức. Định bụng chỉ "xin" hai quả trứng thôi còn đĩa cơm nếp thì để lại, nuốt trôi hai quả trứng anh bỗng thấy đói cồn cào. Chịu không nổi anh cho hết cả đĩa cơm nếp vào bụng rồi chạy như ma đuổi. Bị bắt quả tang thật chẳng biết có lỗ nẻ nào để mà chui.

Có kẻ túm cổ áo Hoàng kéo giật lại. Anh tái mặt ngoái lui. Cành phi lao khô ngoắc vào cổ áo, níu chặt đến nỗi nếu Hoàng bước dấn thêm vài bước nó sẽ xé rách cổ áo. Gỡ được cành phi lao khỏi cổ áo Hoàng thấy ngay dưới chân anh một búi tóc to. Đấy là búi tóc của đàn bà to dày đen mịn như búi tóc của Lý mà Hoàng đã tìm thấy ở suối Voang sau trận B52.

Búi tóc còn mới như vừa bị cắt rời từ hôm qua. Có thể là búi tóc của người đàn bà dưới nấm mộ kia, trong khi vội vàng người ta đã không thu gom đủ thân xác chị. Hoàng quyết định đem búi tóc tới chôn cạnh nấm mộ. Khi anh cầm búi tóc lên, một sợ tóc dài của búi tóc còn vướng vào gốc cây phi lao. Cẩn thận lần gỡ sợi tóc, Hoàng phát hiện không phải chỉ một sợi tóc mà nhiều sợ tóc níu rối nối lấy nhau kéo dài hơn chục mét, chui sâu vào một đụn cát nhỏ. Sợ đứt sợi tóc Hoàng không dám kéo mạnh, anh cẩn thận bới cát xem sợi tóc chui đến tận đâu. Bới sâu chừng hơn một gang Hoàng chạm phải một nhúm tóc rối.

Nhấc nhúm tóc lên Hoàng giật bắn thấy nhúm tóc dính với cái sợ trọc lóc, trắng nhởn hệt mặt Lý bị vạc đi một nửa nơi suối Voang. Hoàng xây xẩm mặt mày, bủn rủn chân tay. Đây là có thể là Thùy Linh, dái tai còn đeo lủng lẳng vòng khuyên nhỏ. Hoàng ôm lấy mảng sọ run lên. Anh lẩy bẩy đi về phía nấm mộ.

Thùy Linh... có phải em đây không?

Hoàng sụp xuống trước nấm mộ lòng đau như cắt. Anh Hoàng! Tiếng Thùy Linh lảnh lót sau gáy, gần lắm. Hoàng quay lại. Thùy Linh! Thùy Linh đó kìa. Ở đâu ra thế này? Hay là Thùy Linh đã tìm được bé Thùy Dương và chạy ra đây tìm anh?

Hoàng chạy tới ôm chầm lấy Thùy Linh. Tìm được con chưa em?... Tìm được chưa? Hoàng bế xốc Thùy Linh như vẫn bế xốc cô lên. Mọi lần khi Hoàng bế xốc lên Thùy Linh lập tức quàng riết lấy cổ anh, cô đu lên níu lấy môi anh. Bây giờ thì không. Hai tay Thùy Linh buông thõng, cái mặt lành lạnh hờ hững đón lấy chiếc hôn dài chạy hết gương mặt cô.

Bốp! Một cái tát cực mạnh. Hoàng giật mình, đổ xiêu. Anh thấy mình đang ngồi giữa trảng cát trống không. Nắng như thiêu đổ tràn trảng cát.

Em xin lỗi... anh có đau không? Thì ra là Ly Ly, chỉ có Ly Ly. Không có Thùy Linh, không có nấm mộ mới cất, không có búi tóc và mảng đầu. Tất cả chỉ là những ảo giác mê lầm đã đẩy Hoàng đến chốn này, vẫn là chốn này, nơi ngày xưa là Xóm Cát.

Hoàng không biết mình đã vào cơn mê từ lúc nào. Buổi sáng chạy khỏi nghĩa địa làng Pháp, Hoàng nhớ anh định bụng nằm nghỉ ngơi chút đỉnh rồi ôm cái máy ảnh về nhà nghỉ Ủy ban. Chỉ thế thôi, sau đó thế nào anh không thể nhớ.

*

Ở nhà nghỉ Ly Ly đứng ngồi không yên. Cô không biết hỏi ai cũng chẳng biết tìm anh ở đâu. Đến ba giờ chiều Ly Ly hết chịu nổi cô nằm lăn lóc lầm bầm rủa sả Hoàng.

Cộc cộc cộc!

Ai?

Chị Giặt Chiếu xuất hiện. Ly Ly không biết đó là ai. Cô nhà báo ra mau đi! Có khi cậu Hoàng chết đứng! Chị Giặt Chiếu mặt mày xám ngắt, nói líu cả lưỡi.

Ly Ly hớt hãi chạy theo Chị Giặt Chiếu. Sao chị biết anh Hoàng? Dạ tui cùng xóm Trầu với cậu Hoàng. Là em hỏi sao chị biết anh Hoàng đứng ngoài trảng cát? Dạ tui đi tìm cậu Hoàng. Chị Giặt Chiếu vừa chạy vừa kể. Chồng tui thả cho cậu Hoàng chạy từ lúc bốn giờ sáng, mãi vẫn không thấy cậu về. Biết cậu Hoàng có tật hoang mê ảnh bắt tui đi kiếm cậu cho được. Chồng chị à ai? Dạ người bắt cô nhà báo hồi sáng đó. Ly Ly giật thột, cô đứng lại thở. Có cái gì là lạ ở đây?

Bắt gặp cái nhìn cảnh giác của Ly Ly, Chị Giặt Chiếu lúng túng. Dạ nói thiệt chồng tui ngày xưa cùng đơn vị với cậu Hoàng, anh em thân nhau lắm. À, hiểu rồi. Bây giờ Ly Ly mới hiểu kẻ bắt cô lại cố gắng không làm cô đau khi trói và bịt miệng "thủ phạm". Có vẻ như ông không cố tình bắt Hoàng và Ly Ly, ông đang tìm cách bảo vệ họ một cách có lý nhất, êm thấm nhất.

Vậy là cái máy ảnh được bảo toàn. Lạy Chúa!

Ui. Bây giờ em mới biết. Cảm ơn chị nhiều nhiều. Ly Ly cầm tay Chị Giặt Chiếu nắm chặt, không mấy khi Ly Ly có cử chỉ này. Chị Giặt Chiếu giật tay, hốt hoảng nhìn bốn xung quanh. Hình như chị sợ có ai nhìn thấy. Thôi tui về đây... tui về đây. Chị Giặt Chiếu lật đật tạt qua lối nhỏ. Chị núp vào gốc cây. Cô nhà báo cứ ra thẳng đó đi. Chỗ Xóm Cát... Xóm Cát, nơi chiều bữa trước cô cậu ra đó đo.

Chị Giặt Chiếu thụt nhanh vào sau gốc cây, lát sau nhô đầu ra. Đừng nói ai chuyện tui kể nghe cô nhà báo!

Chị Giặt Chiếu le te chạy trong lối nhỏ, vừa chạy vừa ngó lui trông thật thương.

Ly Ly chạy thẳng một mạch ra Xóm Cát. Hoàng đứng như một khúc cây khô cắm chắc trên trảng cát. Ly Ly gọi rồi lay, Hoàng vẫn ngây như phỗng. Nắng dội thẳng như có chảo lửa đổ lên đầu, khí nóng bốc lên ngùn ngụt. Thật kinh quá đi mất. Ở trong lò bát quái có khi còn dễ chịu hơn. Vậy mà Hoàng đứng im không biết mấy giờ liền giữa trắng rợn và nóng rực. Anh đứng vậy cho thịt da chín cháy, bốc lên mùi khét lẹt.

Ai? Kẻ nào? Điều gì? Ma quỉ hay thần thánh đã bắt Hoàng phải hành xác đến vậy? Hoàng ơi, cái gì đã đày đọa anh đến thế? Ly Ly ôm lấy Hoàng, cô giật bắn như phải bỏng. Toàn thân Hoàng đang bốc lửa.

Về! Về thôi! Về ngay thôi!... Ly Ly cuống cuồng vừa lôi vừa đẩy Hoàng. Theo Ly Ly chỉ được vài mươi bước, Hoàng đổ sập xuống bất tỉnh trên cát bỏng.

*

Cơn sốt kịch phát làm Hoàng không thể gượng dậy nổi. Lúc này trước mắt Hoàng chỉ là những khoảng sáng vàng dợn lên rồi tắt ngấm, lại dợn lên rồi tắt ngấm. Rất buồn nôn. Thỉnh thoảng Hoàng nghe có ai đó nhắc đến tên mình và tiếng người xì xầm. Tiếng xì xầm gấp gáp, rào rạo tiếng chân người gánh nặng chạy như ma đuổi, lát sau chìm hẳn xuống chậm rãi, rinh rính tiếng chân rón rén trên cát ướt.

Một bàn tay đặt nhẹ lên trán Hoàng, bàn tay ướt mềm, mát rượi. Tay con gái, không phải tay đàn bà. Tay con gái mới có mồ hôi lạnh ở gan bàn tay. Xê Trưởng gọi đó là nước thanh tân, khi có chồng tự nhiên mất hút. Chẳng biết Xê Trưởng nói thật hay bịa nhưng Hoàng tin, dù Xê Trưởng chẳng biết cô gái nào khác ngoài vợ ông. Vẫn luôn mồm ba hoa chuyện ông tằng tịu với đủ loại gái, nhưng đó là ông ba hoa. Gái chẳng mê ông, ông cũng không thèm gái.

Bàn tay trượt dần từ trán xuống hai thái dương, xuống má, xuống cổ, chui vào ngực Hoàng và nằm yên ở đó. Bàn tay đang chườm lên ngực trái, như chiếc lá ướt đẫm sương đêm đắp lên trái tim bỏng rát đang đập khẽ. Hoàng cầm nhẹ cổ tay tròn lẳn kéo dần ra. Dậy thôi! Mười giờ trưa rồi!

Rất gần mặt anh là gương mặt của Thùy Linh, đôi mắt đen nhánh đẫm nước.

Rõ ràng là Thùy Linh, không ai khác. Để xem nào, có phải Thùy Linh hay vẫn là Ly Ly? Đúng rồi, chắc chắn rồi. Không có ai ngoài Thùy Linh trong căn nhà tranh vách đất. Ngoài sân là cát, không, cát bọc tứ bề căn nhà nhỏ. Đúng là nhà Thùy Linh nằm ở phía tây Xóm Cát. Thế là thế nào? Không phải mình đang ốm sao? Không phải người ta khiêng mình về nhà khách Ủy ban trong khi Ly Ly la hét cuống cuồng hay sao?

Sao em khóc? Hoàng nâng cằm Thùy Linh. Em mất con rồi. Ba nó về đây ăn cắp con của em? Em không biết. Sao không tới huyện đoàn hỏi xem. Em tới rồi, Bí Thư Huyện Đoàn ra Hà Nội họp. Im lặng. Nghe rõ tiếng nấc rất khẽ của Thùy Linh. Em mất con đau lắm, nhưng nếu con em sống với ba nó càng đau hơn. Sao thế? Vì nó là thằng khốn nạn. Quên nó đi em, đừng khóc. Em khóc vì sợ... Sợ gì? Sợ anh lại bỏ em mà đi...

Hoàng kéo Thùy Linh hôn riết róng. Không đâu, anh ở mãi với em, làm chồng của em luôn. Anh nói cái chi rứa? Anh cưới em không được sao? Không. Sao? Em là đàn bà có con rồi. Giời ơi tưởng chuyện gì. Hoàng vục mặt vào ngực Thùy Linh day day.

Cạch! Cánh cửa tre bất ngờ kéo lên. Nắng ùa vào chói mắt. Anh Rắc hiện ra sừng sững, chằm chằm nhìn hai người. Chuyện gì anh Rắc? Thùy Linh đẩy Hoàng rời ra, cô tụt xuống chõng tre đi ra cửa. Rắc vẫn chằm nhìn Thùy Linh, đoạn buông tay cho cửa sập phụt trước mắt cô. Ai đó em? Anh Rắc. Người trong xóm.

Thùy Linh mỉm cười đón lấy cái nhìn nghi ngờ của Hoàng. Tính anh Rắc rứa đó, suốt ngày không mở mồm lấy một câu. Người cục rứa mà tốt. Hoàng nhìn Thùy Linh tủm tỉm cười. Sao cười? Sao cười... nói đi, nói! Ô hay, không cười thì ngồi khóc à? Anh ghen phải không? Đấy nha, em tự vạch áo cho anh xem lưng... nhớ đấy kẻo lại chối đây đẩy! Điêu! Sao điêu? Ba năm sống một mình trong xóm, không có thằng nào có họa điên. Hả hả, anh nói chi rứa hả? Điêu nì, điêu nì!

Thùy Linh nhào tới cù nách Hoàng, anh ngã ra cười ngất. Buông ra! Có buông ra không. Hoàng giấy giụa. Thùy Linh không chịu buông, cô đè Hoàng ra chõng tre, ra sức ngoáy nách anh. Thôi thôi, anh xin anh xin, anh thua rồi. A ha ha... Rầm! Hoàng ngã lăn xuống đất, đau điếng.

Quái lạ, nền cát sao cứng nức như nền xi măng thế này?

Mau mau! Khiêng lên mau! Một người nhấc đầu Hoàng lên. Ba bốn người xúm lại bốc Hoàng lên giường. Sao lắm người thế này... Có ai đâu nhỉ, chỉ mình Hoàng với Thùy Linh thôi chứ có ai đâu?

Bao nhiêu? Ba chín độ tám. Sốt ba ngày không cắt cơn, thế này thì nguy quá...

Thôi đúng rồi, hình như mình đang sốt. Hèn gì cứ thấy rét buốt ở sống lưng. Đây là đâu? Không phải nhà khách Ủy ban. À hiểu rồi, Ly Ly đưa mình đến bệnh viện từ lúc nào.

*

Ly Ly tính thế nào? Hay là đưa anh Hoàng vào tỉnh? Bệnh viện tỉnh dù sao cũng đàng hoàng hơn.

Rất nhiều người, cả lạ lẫn quen hơn chục người, họ đang thì thầm bàn tán. Ly Ly ngồi co bên anh, cạnh cô là một nữ bác sĩ, cạnh nữ bác sĩ là Phó Chủ Tịch Văn Xã, cạnh Phó Chủ Tịch Văn Xã là một người rất quen nhưng không thể nhớ tên.

Khát nước quá...

Cho anh xin ngụm nước! Ly Ly nhấc đầu Hoàng đặt lên đùi, bón nước cam cho anh. Ánh mắt của Phó Chủ Tịch Văn Xã trượt qua cặp đùi tròn lẳn trắng muốt của Ly Ly, nơi Hoàng áp má mình lên đấy. Ly Ly thây kệ, mặc cho cái váy khốn kiếp cứ kéo tuột lên quá giới hạn cho phép, cô dúi đầu Hoàng sát vách bụng, thong thả rót hết cốc nước cam cho Hoàng. Lúc này đây Ly Ly tự thấy có bổn phận một người vợ chăm sóc cho Hoàng, bất chấp những cái nhìn dị nghị của đám đàn bà con gái háo hức buôn dưa.

Hoàng ngụm từng ngụm nước cam đá, ngước lên ngó ngơ bốn xung quanh. Anh vào viện lúc nào? Ba ngày. Ly Ly chờm khăn bọc đá lạnh lên trán Hoàng. Anh vừa làm gì? Anh sốt cao quá, mê sảng nữa. Kiểu này có khi phải đưa anh vào bệnh viện tỉnh. Anh vừa làm gì? Mê sảng. Thôi anh nghỉ đi, đừng nói nữa mà mệt...

Mát quá, nước cam có đá, khăn cũng có đá... mát quá. Hoàng nắm tay Ly Ly, kéo cô lại gần. Mặt Ly Ly hốc hác hẳn. Hình như ba đêm cô thức trắng cả ba. Anh có làm tầm bậy gì không? Không, chỉ cười thôi. Khiếp, cười quá là cười. Cười lăn lộn, rơi xuống nền nhà vẫn còn cười... Cười rồi hát. Hát bài gì? Chả biết, nghe lạ hoắc nhưng mà hay.

Anh khóa ơi! Em tiễn chân anh xuống tận bến tàu,/ Đôi tay em đỡ cái khăn trầu, em lấy đưa anh... Anh hát bài đó phải không? Thôi đi ông dở hơi, hỏi hoài như con nít. Ly Ly đẩy lưng Hoàng cho úp mặt vào tường. Nằm yên đấy để em đi mua cháo. Cháo lươn nhé. Ừ cháo lươn. Cay vào nhé. Vâng, tất nhiên, không cay không phải cháo lươn...

Cánh cửa phòng đóng sập, Hoàng rơi vào khoảng không yên ắng buồn buồn chờn chợn.

Hình như có người đang ở sau lưng, xói cái nhìn buốt lạnh từ gáy trượt xuống tận gót chân. Có tay ai đang ôm lưng anh. Hoàng lật mình nằm ngửa, chẳng thấy gì. À có, một cô gái không rõ là cô nào. Không phải là Lý, chưa khi nào Lý nằm ôm lưng Hoàng, khi nào Lý cũng muốn lọt thỏm vào lòng anh. Không phải chị Nụ, chị chỉ ôm Hoàng trong hốc đá. Hay là Lương? Càng không phải.

Mùi trầu không phả vào gáy Hoàng. Anh cố quay lại. Ôi chị Rá. Chị làm gì thế này? Hoàng luống cuống đẩy nhẹ chị ra. Tui muốn có con... tui xin cậu. Chị Rá ôm chặt lấy Hoàng. Không không... chị đừng... có mà. Hoàng cố bứt ra khỏi vòng tay chị Rá. Tui muốn có đứa con. Chị ơi... em xin chị. Chị Rá buông Hoàng, đẩy mạnh, mắt trợn trừng như muốn xé xác anh. Cậu chê tui à... chê tui phải không? Chị ơi... em xin chị. Hoàng chắp tay vái, vừa vái vừa đi lùi.

Chị Rá túm chặt lấy tay Hoàng kéo hất trở lại, ôm cứng lấy anh. Cái ôm rên xiết một nỗi gì. Cả xóm ni ai cũng chê tui hết... vì tui là con điên. Tui không điên. Tui xấu quá... không ai lấy mới giả điên cho khỏi xấu hổ đó thôi cậu ơi... Hoàng sửng sốt. Lần đầu tiên anh nghe chị Rá nói một câu dài đến vậy, tỉnh táo đến vậy. Chị Rá không điên thật sao?

Hoàng không biết nói gì làm gì, bỏ đi không được đứng lại không xong. Anh đứng ngây như phỗng. Chị Rá ngước nhìn Hoàng tha thiết. Cậu ơi cho tui đi... tui lạy cậu đó. Hoàng sợ. Anh cố bứt khỏi vòng tay của chị Rá. Em rất thông cảm... nhưng em thì không được... Không được đâu. Chị nên xin bác Rúm. Chị Rá bật cười rồi bật khóc. Sao chị? Xin rồi... Chị Rác mếu máo. Ông Rúm không cho được... ổng thương tui lắm nhưng không cho được...

Chị Rá bưng mặt khóc. Tiếng khóc nghe rờn rợn. Mới đầu hư hư tiếng trẻ khóc, về sau hừ hừ tiếng rên người ốm, rồi ư ử giận dữ tiếng chó gằn, cuối cùng với lên éo eo gắt gỏng tiếng mèo kêu. Đêm trảng cát rỗng không, trăng suông mờ ảo dập dềnh trong sương mù, tiếng khóc âm u nghe như hồn ma đang nức nở.

Hoàng khụy xuống ôm chặt hai chân chị Rá, chị ngã bật ngửa rơi xuống cát. Trăng bỗng bừng sáng lạ thường. Tòa thiên nhiên của chị Rá cũng bừng sáng lạ thường, đẹp lịm người. Cho đến tận bây giờ khi đã ôm ấp hơn bốn chục phụ nữ, Hoàng vẫn tin không có ai có được một thân hình như chị Rá. Một thân hình đẹp như mơ được gắn với bộ mặt đen đúa, méo mó và bệnh hoạn, quả là trò đùa ác độc của tạo hóa.

Hoàng xé toạc chị Rá, thân hình đẹp mê tơi phơi ra lồ lộ dưới trăng. Chị sợ hãi chân tay khua khoắng. Hoàng dúi vào thật sâu, thúc mạnh. Chị Rá kêu thất thanh, tiếng kêu đau đớn rụng rời. Tiếng kêu làm Hoàng thêm phấn khích, anh giật từng cơn, rực lên cơn khát chiếm đoạt. Chị Rá ngất đi trong cơn đau xé ruột. Hoàng đổ xuống sau khi trút hết những gì chị Rá xin, anh vục mặt trên bộ ngực non đang phồng lên sáng ngời trắng lịm dưới trăng, mê đi giữa mơn man gió cát trong đêm khuya khoắt.

Trăng sáng quá. Chị Rá ngồi dậy chăm chăm nhìn cát, nơi giọt trinh tiết của chị vừa rơi xuống. Run run bụm cát bứng lên giọt trinh tiết, chị nhìn và cười. Nhìn mãi. Cười mãi. Tui mất trinh rồi. Mất trinh thiệt rồi. Chị Rá bứng lấy giọt trinh tiết lui cui đi về Xóm Cát. Tui mất trinh rồi nì... mất thiệt rồi nì... Ơ hơ hơ... trong trăm thứ trinh có trinh mô là trinh không mất... Chị Rá hân hoan hát cười ngả nghiêng trên trảng cát.

Ôi chị Rá ơi... sao bảo chị không điên!

*

Nằm yên đấy. Ly Ly ngồi sau lưng Hoàng từ lúc nào. Anh có lảm nhảm gì không? Hoàng hỏi. Ly Ly vỗ vỗ lưng anh. Nằm yên nằm yên... để em thay quần cho. Cái gì? Thay quần phải gió ạ! Ly Ly ra sức kéo tuột quần Hoàng. Cô cúi mặt cười thầm, ngước lên làm bộ khó chịu. Nhắc đít lên để em kéo nào, khổ lắm! Hoàng mặc kệ cho Ly Ly muốn làm gì thì làm. Anh trần như nhộng trước mắt Ly Ly. Có gì đâu mà ngượng, đám nước nhờn ướt sũng anh lỡ phóng trong mê man với chị Rá đã tố cáo anh...

Mặc. Anh là ai, là thế nào giờ đây Ly Ly đã biết tổng rồi, việc gì phải ngượng. Hết sốt hay sao mà Hoàng không thấy mệt, thậm chí còn thấy khoan khoái mỗi lần Ly Ly chạm khăn nhúng nước ấm vào phần kín, kĩ lưỡng lau cho anh. Hoàng biết giờ đây anh vô cùng thảm hại trước mắt Ly Ly. Mặc mẹ nó. Mình bây giờ coi như đã xong rồi một kiếp sống.

Ừ, xong mẹ một kiếp rồi.

13

Cả tỉ người thương nhớ quá vãng, chỉ riêng Hoàng khát sống với quá vãng. Vì thế mà hắn trở thành nhà văn chăng?

Nghe người ta khen giỏi hơn Mạc Ngôn hắn hí hửng lắm. Còn khuya chàng nhé!

Hoàng thông minh hơn mình tưởng, khôn ngoan hơn mình tưởng, đáng yêu hơn mình tưởng. Và cũng đáng sợ hơn mình tưởng.

Đôi khi chờn chợn nghĩ Hoàng là ma.

Hu hu... sao mình viết vớ vẩn thế này nhỉ?

*

Thích nhất trong các trận ốm là các giấc chiêm bao, bất kể hãi hùng hay thơ mộng. Sợ nhất là thấy chó dại rắn độc bám đuổi nhưng cái kết của nó thật tuyệt vời: giật mình bừng tỉnh và mừng húm thấy mình nằm trên giường. Còn lại là những chiêm bao thật đáng yêu, đáng nhớ. Với Hoàng chẳng có chiêm bao nào đáng ghét vì chúng đều cho anh cơ hội thấy lại được Thùy Linh. Cô xuất hiện trong hầu hết chiêm bao của anh, dù nhiều khi cô chỉ lấp ló như một nhân vật qua đường.

Hễ ốm là chiêm bao, chưa kịp nhắm mắt đã chiêm bao.

Hoàng nghe rõ tiếng dép Ly Ly loẹt quẹt đi lại trong phòng, hình như cô đang bưng thau áo quần đi giặt, anh đã nghe ai đó nói váng vất giữa thinh không.

Tất cả thời gian còn lại mãi về sau chỉ là hậu quả của những gì mày đã sống, thứ vĩ thanh nhàm chán và ngớ ngẩn, bởi vì mày không tha thiết với tương lai. Ai vừa nói vậy ta? Nghe như giọng anh Chiến, không, anh Chiến nói tục bỏ bà. Hay là Xê Trưởng? Càng không. Xê Trưởng chẳng khi nào triết lý vòng vèo. Thằng Béo! Đúng rồi thằng Béo.

Ôm cái đài đi lùi dáo dác nhìn bốn xung quanh, thằng Béo lùi một bước. Kiếp sống của mày đã chấm dứt từ tuổi hai mươi, ngay sau mùa hạ cay đắng năm 1972. Thằng Béo lùi thêm bước nữa. Những gì sau đó cho đến bây giờ có vẻ thừa thãi và vô nghĩa, nó na ná giấc mơ của kẻ đã chết. Tao chiết ní hay không?

Thằng Béo cười to, vừa cười vừa đi lùi. Hai mươi năm tiếp sau tuổi hai mươi của mày không đủ gom lại một nắm kỉ niệm đáng nhớ. Đúng không nào? Thằng Béo cười hềnh hệch. Mày nói đúng đấy. Hoàng rầu rĩ đáp. Kiếp này như cứt. Liên miên những cuộc tranh ăn và làm tình, hết ngày này qua ngày khác. Từng ngày một có thể có một chút gì đó thú vị nhưng tóm lại nó chẳng nghĩa lý gì hết.

Cái thằng Béo nay sao tự dưng nỏ mồm thế nhỉ!

Thôi đừng kêu ca nữa, gắng sống nốt đi. Dù sao sống vẫn vui hơn chết. Tao đi đây. Thằng Béo ôm cái đài cúi mặt lúi húi đi. Nó quay lại đưa tay vẫy vẫy chào. Tao cũng thế mày ạ, đéo ra gì đâu. Tao đi đây. Chào thân ái và quyết thắng! Thằng Béo ù té chạy. Mày chạy đâu đấy? Hoàng đuổi theo thằng Béo. Hòa bình rồi... mày còn chạy đâu Béo ơi! Thằng Béo đứng lại chờ Hoàng. Tao đi trả cái đài cho Xê Trưởng. Xê Trưởng ở đây, ngay Thị Trấn này! Đéo phải. Đó là anh Xuyến, không phải Xê Trưởng. Thằng Béo đứng khóc tu tu.

Thùy Linh đâu, sao chưa thấy? A thấy rồi! Thằng Béo đang đứng khóc tu tu giữa chợ. Bao nhiêu người túm tụm quanh nó. Thùy Linh lấp ló đó kìa. Tuổi mười sáu thật mê ly, tiếc là đã trôi qua nhanh qua, chưa kịp cầm nắm đã trôi qua. Thằng Béo phát hiện ra cô bé xinh tươi đang nhìn mình, nó đứng cười nhăn nhở. Thùy Linh cũng cười, lúm đồng tiền chấm phẩy hồng tươi. Có vẻ như Thùy Linh thích thằng Béo.

Họ nhìn nhau đắm đuối rồi nắm tay nhau chạy ra bờ sông, nơi có hòn đá *Trịnh-Nguyễn phân tranh*. Vô lý. Hoàng kêu lên. À không phải thằng Béo kéo Thùy Linh ra bờ sông. Thằng Béo vẫn đứng khóc tu tu giữa đường cái quan. Có thế chứ. May quá! Nhưng Thùy Linh đâu rồi, Thùy Linh đâu?

Cháo lươn nóng giòn đây nhà văn nhớn ơi! Hoàng mở mắt thao láo. Không phải, đây là Ly Ly. Ăn nhé? Ly Ly cúi sát mặt Hoàng. Ừ, ăn. Ăn và làm tình. Hoàng buột miệng nhắc lại lời thằng Béo. Cái gì cha nội? Nắm đấm Ly Ly dứ trước mũi Hoàng. Anh khỏe thật rồi, thấy thèm thuốc lá. Ly Ly nhăn mặt lườm Hoàng. Anh nói lạ. Tám giờ sáng đang lên cơn sốt mê sảng tùm lum làm người ta cuống cả lên, bây giờ đã thấy khỏe là thế nào? Không, thật đấy, anh thấy khỏe hẳn rồi. Kiếm cho anh điếu thuốc rồi anh nói em nghe kế hoạch của anh. Ly Ly vỗ mông Hoàng đánh đét. Kế hoạch cái dzậy, nằm yên đi hot boy.

Há miệng ra giùm. Một thìa... hai thìa. Ngoan lắm. Chỉ cần anh húp được cháo là em mặc kệ anh chạy theo việc liền. Mất toi ba ngày không làm ăn được gì cả. Sếp gọi điện nheo nhéo. Gọi gì? Sếp nói mau vén hết việc ở đây, ở Hải Phòng đang có vụ hay lắm. Thì em cứ đi đi, anh khỏe thật rồi mà. Thật không? Thật chứ. Không tin, để em hỏi bác sĩ đã. Chẳng cần bác sĩ, kiếm cho anh điếu thuốc, anh hút thấy ngon là chắc chắn khỏi bệnh. Cũng có lý! Ăn ăn ăn!... Mau mau mau! Ăn mau rồi em mua thuốc lá...

Ly Ly hí hửng ra cổng bệnh viện. Chả biết Hoàng đã khỏe thật chưa. Nếu thế thì phúc đức quá. Mau mau về Hà Nội, nhớ Hà Nội lắm rồi. Chỉ cần xuống ga Hàng Cỏ là mình tuyên bố Cancel ông nhà văn nhớn này. Không cần phải màu mè "em yêu anh nhưng mà...", với Hoàng cứ huỵch toẹt là hay nhất. Xong rồi kiếm một thằng chồng trẻ khỏe đẹp trai, ngu ngu một chút càng tốt, chấm dứt thời kì cướp hiếp giết chuyển sang thời kì tiết hạnh khả phong, thúc thủ thờ chồng, nuôi con. Chấm hết. *I've been cheated by you since I don't know when/ So I made up my mind, it must come to an end.* Ly Ly nhảy chân sáo hát bài *Mamma Mia*, một bài hát của ABBA hiện thời đang rộn ràng khắp thế giới.

Em đã bị anh lừa kể từ lúc nào em cũng chẳng biết/ Vì thế em quyết định, điều đó phải đến hồi chấm dứt. Ly Ly chột dạ, tự trách mình ngứa mồm hát linh tinh, dại quá. Ly Ly đinh ninh Hoàng thuộc tip ghét âm nhạc như nhà nông ghét cỏ, lại dốt tiếng Anh tất nhiên không thể biết bài này. Nếu Hoàng hiểu được thì sao? Rất có thể anh lên cơn điên đập phá tơi bời rồi xách túi một mình nhảy tàu đi thẳng ra Hà Nội. Tình xong om nghĩa cũng mất hút, phí không. Ngu quá. Phải để cuộc tình có cái kết có hậu, chí ít cũng kết lửng, không có hậu là cái kết Ly Ly không muốn.

Ly Ly vừa ra khỏi phòng, Hoàng liền nhảy vào phòng tắm. Bệnh viện huyện có phòng tắm thông phòng bệnh sạch sẽ thơm tho kể cũng lạ. Chắc đây là phòng Vip. Tắm phát đã, ba ngày sốt li bì người ngợm khác gì cái hố xí. Vòi sen phun nước hình nơm, Hoàng lột trần nằm giạng chân tay hứng nước. Đã bao lần Hoàng nằm hứng nước dưới mưa thế này, thích lắm. Giá đây là cơn mưa thật nhỉ? Ừ, giá đây là cơn mưa trên trảng cát, mình nằm hứng mưa cùng Thùy Linh. Thôi không nhớ nữa, lỡ rơi vào hoang mê. Hoàng bò dậy. Tắm nhanh, ngâm nước lâu khéo không ốm lại thì nguy.

Có tiếng kẹt cửa. Một cái bóng lẻn vào phòng. Cẩn thận cái máy ảnh, vật duy nhất Phó Chủ Tịch Văn Xã đang cho quân rình rập, không biết Ly Ly giấu ở đâu rồi? Hoàng tấp nhanh áo quần chui ra khỏi phòng tắm. Không có ai cả. Rõ ràng có tiếng kẹt cửa và cái bóng lẻn vào? Quái lạ.

Đây rồi! Cái máy ảnh vẫn còn trong túi xách của Ly Ly, cả cuộn phim vẫn không mất. Hoàng thở phào. Cậu Hoàng! Chị Giặt Chiếu đang thập thò ở cửa ra vào. Ôi chị! Vào đi chị, sao đứng đó? Chị Giặt Chiếu rụt rè bước vào. Tui vô phòng không có ai... Phải lui ra. Chị Giặt Chiếu khép nép ngồi xuống mép giường. Cậu khỏe chưa? Em khỏe rồi chị, đang tính lên chào anh chị để về Hà Nội. Chị Giặt Chiếu như bị điện giật. Đừng đừng... đừng vô nhà tui nữa cậu ơi. Tui đến đây để báo cậu chuyện đó đây. Chuyện gì chị? Chị Giặt Chiếu vừa muốn nói vừa không, hai bờ môi run run. Nói đi chị, chuyện gì?

Chị Giặt Chiếu run quá ngồi không vững nữa, hai tay bíu chặt cọc màn. Tại anh Xuyến không tịch thu cái máy ảnh, họ nghi anh Xuyến thông đồng với cậu. Họ có làm gì anh Xuyến không? Hoàng sững lại, lo lắng. Không không. Chị Giặt Chiếu rối rít xua tay, mặt không còn giọt máu. Không có chi mô... Không làm chi mô. Chị đi nhanh ra cửa. Coi như tui chưa nói với cậu chi hết nghe... chưa nói chi hết nghe! Phút chốc chị mất dạng sau cánh cửa ra vào.

Hoàng không đuổi theo Chị Giặt Chiếu hỏi cho rõ ngọn ngành. Để người ta trông thấy có thể nguy hiểm cho chị, đang khi quân tướng Phó Chủ Tịch Văn Xã đang rình rập. Tội nghiệp Chị Giặt Chiếu, chị lên được tới đây chắc phải liều lắm. Chúng nó đã biết quan hệ của Hoàng và Xê Trưởng và đặt câu hỏi nghiêm trọng về mối quan hệ này.

Xê Trưởng đã "bắt" được Ly Ly trong khi không "bắt" được Hoàng đã gây cho chúng nó một mối ngờ. Không tịch thu được cái máy ảnh là mối ngờ thứ hai. Từ đó có thể kéo theo chục mối ngờ khác. Rất có thể Xê Trưởng gặp nguy hiểm.

Gì mà ngẩn tò tè thế? Ly Ly tí tởn chìa mặt mình sát mặt Hoàng. Thuốc lá của anh đâu? Khiếp, hỏi người ta như hỏi con ở. Ly Ly ném cho Hoàng gói thuốc. Hoàng vồ lấy gói thuốc xòe lửa hút thuốc, rít mấy hơi liền, thấy đã quá. Ôi khỏi bệnh rồi! Hoàng khoan khoái ngửa cổ phà khói thuốc. Anh nói thật chứ? Ly Ly a tới ôm cổ Hoàng. Ừ, cho anh ra viện thôi. Có ba hoa không đấy hot boy? Hoàng nhảy xuống giường làm mấy cú đá song phi. Anh bế xốc Ly Ly lên quay ba vòng. Tuyệt cú mèo! Ly Ly cười toe toét. Đây không phải bệnh viện thì em cho anh đã đời luôn.

Ly Ly tụt khỏi vòng tay Hoàng. *Chưa có bao giờ đẹp như hôm nay*. Ly Ly nhảy tưng tưng líu lo hát bài hát cô luôn nhăn mũi chê là giả dối.

*

Từ bệnh viện về Ủy ban huyện chưa đầy ba cây số, Hoàng và Ly Ly túc tắc đi bộ, khỏi phải xe pháo gì. Kể ra gọi điện về huyện thể nào Chủ Tịch Huyện cũng cho xe tới đón. Không nên. Càng đến ngày chuồn càng không nên dính với mấy ông quan quê này bất kỳ việc gì. Hai người sẽ đi bộ thẳng tới huyện chào họ một câu rồi nhanh chóng đi đò qua sông Ninh tiến thẳng tới ga Minh, nhảy tàu tếch ra Hà Nội. Xong.

Em có quên gì ở nhà khách không? Không. Em lấy đủ đây rồi. Máy ảnh đâu? Xời, vật bất ly thân lại còn hỏi! Ly Ly moi máy ảnh ra chìa trước mũi Hoàng. Chiếc xe máy hai thằng ôn con từ phía sau vụt qua, chúng giật ngay cái máy ảnh, phóng như điên về phía chợ. Cướp! Cướp! Ly Ly lao theo chiếc xe máy. Hoàng chạy vượt lên Ly Ly, được trăm mét anh dừng lại đứng thở. Ly Ly kịp đến. Không cần đuổi theo đâu. Sao không cần? Ly Ly níu áo Hoàng. Anh không nhớ cuộn phim vẫn còn trong máy ảnh sao... hả hả!

Yên tâm đi, một giờ sau người ta sẽ trả lại cho em. Cái mặt lạnh của Hoàng đã ghét lại càng ghét. Người ta là ai? Em đúng là thông minh mà chậm hiểu. Hoàng tỉnh bơ. Máy ảnh là mục tiêu của thằng cận thị bốn diop. Nó cho quân bám chặt tụi mình từ khi ra cổng bệnh viện nhằm tìm cơ hội cướp lấy. Nếu em không chìa máy ảnh ra chúng sẽ giật cả cái túi. Nếu em giữ chặt cái túi chúng sẽ đẩy em ngã nhào cho văng cái túi ra. Rất có thể em bị chấn thương. May là em không việc gì.

Anh biết rõ ràng thế a, sao anh biết rõ ràng đến thế hả? Ly Ly thộn mặt. Hoàng nhếch mép cao ngạo. Vì anh sinh trước em gần hai giáp. Anh biết sao không nói với em? Xem cái mặt kìa, kinh! Ly Ly lên cơn bực bõ, cô vùng vằng vượt lên trước. Hoàng đuổi theo Ly Ly. Tí anh báo công an huyện, bảo đảm một giờ sau họ sẽ tìm ra kẻ cướp giật, trả lại máy ảnh cho em. Tất nhiên không còn cuộn phim trong máy ảnh.

Thế thì nói làm gì! Ly Ly nổi điên. Em không cần máy ảnh, thứ đó vứt đi em cũng không tiếc. Thì cứ bình tĩnh đã nào! Hoàng khoác vai Ly Ly, cô hất ngay tay Hoàng. Em ghét cái sự bình tĩnh của anh lắm rồi, nói thẳng em đã chán ngấy.

Hoàng cúi xuống nhìn như soi vào mắt Ly Ly. Anh biết rồi mà. Nghe em hát là anh hiểu ngay. Chỉ cần xuống ga Hà Nội là em cancel anh, đúng không?

Bố khỉ, thằng cha này lúc nào cũng đi guốc trong bụng mình. Suýt nữa Ly Ly phun ra điều đó.

Hoàng ngửa cổ ngâm nga giai điệu *Mamma Mia* bằng tiếng Việt, không thèm để ý người đi đường cái quan đang ngoái lại nhìn mình. *Em đã bị anh lừa kể từ lúc nào em cũng chẳng biết/ Vì thế em quyết định, điều đó phải đến hồi chấm dứt.* Thôi đi! Hát với chả hét, vô duyên! Ly Ly thúc cùi chỏ vào sườn Hoàng đau nhói. Vấn đề là cuộn phim, em chỉ cần cuộn phim nghe rõ chưa! Nếu có cuộn phim em vẫn tiếp tục cancel anh chứ? Câu đùa vô lối, Ly Ly phì cười. Thú thực chưa bao giờ em gặp câu hỏi ngu xuẩn đến vậy. Hoàng không tự ái, cái mặt vẫn nhơn nhơn. Thì cứ trả lời đi.

Ly Ly lôi áo quần Hoàng trong túi ra nhét vào tay Hoàng. Anh cầm lấy và biến đi. Tụi mình chia tay tại đây. Em hết chịu nổi được nữa rồi. Hoàng lôi cuộn phim trong túi ra dí dí trước mũi Ly Ly. Nó đây này cô bé khùng của anh. Ly Ly chụp lấy cuộn phim, cô nhảy lên ôm lấy cổ Hoàng. Ối cha mẹ ơi thế mà em không biết. Có phải anh đoán chúng nó sẽ giật cái máy ảnh không. Tất nhiên. Hoàng vênh mặt lên. Tuyệt vời! Mặt anh càng vênh càng đẹp. Ly Ly khoác tay Hoàng mặt mày hí hửng. Thế mới biết vì sao bao nhiêu lần em muốn cancel anh mà chẳng được.

Khoan mừng vội. Sao? Hoàng kéo tay Ly Ly. Chạy nhanh! Tụi nó sắp tới đây. Là sao? Chúng kiểm tra máy ảnh thấy không có cuộn phim nhất định chúng sẽ cho bọn xã hội đen truy bắt tụi mình, quyết lấy cuộn phim cho bằng được. Thôi đúng rồi. Ly Ly tái mặt.

Chạy! Ly Ly bám theo Hoàng chạy thẳng ra bến sông. Lên được đò là coi như thoát. Bến sông chỉ có một con đò, chúng chẳng kiếm đâu ra đò thứ hai để bám đuổi theo. Hoàng nói. Liệu chúng có gọi điện cho xã bên kia sông chặn tụi mình lại không? Ly Ly hỏi. Có thể. Nhưng cứ sang đó rồi hãy tính.

Chạy mau!

*

Bến sông trước mặt, chỉ chừng ba, bốn trăm mét là tới. Con đò đang cắm sào đợi khách. Mau, mau lên!... Em mệt quá rồi. Ly Ly đứng lại, ngoái lại phía sau thấy một đoàn hơn chục chiếc xe máy đang đuổi theo. Kìa anh! Ly Ly sợ hãi kêu lên. Em cứ để chúng nó bắt, chúng nó không làm gì em đâu. Hoàng lao nhanh xuống bến. Không kịp. Đám bụi đời kịp đến, chúng cưỡi xe máy chạy vòng quanh Hoàng.

Chúng mày muốn gì? Nói mau! Chúng không thèm đáp, xe máy cứ chạy vòng quanh anh, vòng tròn mỗi lúc mỗi siết lại nhỏ hơn. Hoàng chìa ra cuộn phim. Cái này phải không? Lập tức cả đám phanh kít. Thằng đầu băng giật lấy cuộn phim. Anh trai cũng hiểu đời đó. Cảm ơn anh trai. Cả đám rú ga vù đi.

Ly Ly kịp chạy tới. Anh đưa cuộn phim cho chúng nó rồi à? Hoàng kéo Ly Ly xuống đò, cô trì lại. Anh chưa trả lời em? Hoàng nhảy lên đò. Lên đò nhanh lên, chúng nó lại mò tới nữa đấy! Ly Ly vùng vằng. Tưởng thông minh lắm hóa ra vẫn zero, cuối cùng vẫn nộp cuộn phim cho chúng nó. Ly Ly cằn nhằn mãi.

Đò rời bến được hơn chục sải nước Hoàng chìa cuộn phim ra. Cầm lấy! Ly Ly há mồm tròn mắt. Nó vẫn đây a? Ừ. Anh phải hy sinh cuộn phim tư liệu của anh để giữ lấy cuộn phim này. Thì ra anh đã tính hết các tình huống? Chứ sao! Không thể tin nổi! Hoàng cười khì. Có gì đâu, mười năm đọc trinh thám ba xu chưa biết dùng vào việc gì, nay mới có dịp. Ly Ly ôm lấy eo Hoàng, hôn vuốt lên cổ anh. Anh tuyệt vời hơn em tưởng. Ông trẻ lái đò cười tủm tỉm.

Đường đê có một người đang chạy tới bến. Thoáng nhìn đã biết đó là Chị Giặt Chiếu. Chị chạy tơi tả trên đê, những bước chạy kiệt quệ xiêu vẹo. Chị tụt xuống bờ đê lảo đảo đi về phía bến đò. Chị Giặt Chiếu muốn qua sông? Không phải! Không vẫy không gọi đò, chị quì xuống mom sông, hướng về con đò vái lấy vái để. Chị vái mãi, hết vái lại rập đầu lạy. Hoàng và Ly Ly đứng lên, hướng về Chị Giặt Chiếu. Họ biết chị muốn gửi gắm điều gì.

Con đò đã qua bờ bên kia, bóng Chị Giặt Chiếu như chiếc lá khô đang sấp ngửa trên bờ sông, chị vẫn quì mọp vái lạy mãi không thôi.

*

Hoàng đã kể cho Ly Ly nghe về Chị Giặt Chiếu trên chuyến tàu tốc hành ra Hà Nội. Chồng chị là anh Xuyến, tổ trưởng tổ quản trang, người mà Hoàng vẫn gọi là Xê Trưởng. Hoàng tưởng Ly Ly chưa biết gì, kể về Xê Trưởng rất dài, từ ga Minh về ga Vinh vẫn chưa hết chuyện.

Ý anh là thế nào? Ly Ly tưng tửng hỏi. Chẳng là thế nào cả, anh chỉ muốn em công bằng với họ trong phóng sự của em. Xê Trưởng của anh suốt đời làm theo lệnh cấp trên, tuyệt không làm gì khác. Anh không thèm xin xỏ cho ông ta chứ gì? Tất nhiên. Hoàng đáp trong cái ngáp dài. Anh chán ngấy loại đàn bà luôn chỉ chực đi guốc trong bụng đàn ông và lấy đó làm sở đắc.

Hoàng sợ Ly Ly lôi cả Xê Trưởng vào thiên phóng sự chắc chắn sẽ dậy sóng của cô. Xê Trưởng đã bắt Ly Ly giải về huyện, cô cũng đã chứng kiến ông chỉ huy đám đào bới mồ mả nghĩa địa làng Pháp. Chỉ cần vậy Ly Ly đã có một kỳ phóng sự thật hấp dẫn, khó ai có thể ép cô không được viết ra. Dù thấy rõ mười mươi Chị Giặt Chiếu quì lạy trên bờ sông Ly Ly cũng khó lòng bỏ qua vụ này.

Gần hai chục năm viết lách Hoàng không hề sợ bị đe dọa, chưa kẻ nào dùng uy lực buộc anh phải bỏ cuộc. Anh thường thua cuộc vì cả nể và mủi lòng. Ly Ly thì không, không bao giờ. Một tính cách thật đáng nể trong nghề báo nhưng với một cô gái trẻ thì thật đáng sợ, nếu không muốn nói là đáng ghét.

Em đáng ghét lắm à? Ly Ly rủ rỉ bên tai Hoàng. Anh vừa nói vậy sao? Ly Ly cười nhăn. Đúng là có tật giật mình! Tụi mình nói chuyện khác đi. Hoàng ôm vai Ly Ly. Nói chuyện gì? Hoàng bí, anh nhăn răng cười trừ. Khỉ thế. Em buồn ngủ lắm rồi. Ngủ đi, anh cho mượn vai. Ly Ly ngả đầu lên vai anh. Anh cũng ngủ đi. Khó ngủ lắm. Cứ nghĩ mình đang nằm trên cát í... Ly Ly chuồi ta tay vào trong áo Hoàng, áp bàn tay mềm và mát lên ngực anh... Ngủ đi anh.

Tiếng dịu dàng pha chút nũng nịu của Ly Ly làm Hoàng mềm lại, một chút gì ấm áp dịu ngọt. Hoàng nhắm nghiền mắt. Con tàu như đang lao nhanh vào sa mạc cát. Đêm cát mềm mát rượi. Hoàng xiết chặt lấy Ly Ly. Mùi hoa bưởi bốc lên dữ dội, cái mùi tình ái riêng biệt của đàn bà, với Thùy Linh và Ly Ly nó trở nên thật đặc biệt. Hai người đàn bà ở hai vùng đời cách biệt tỏa cùng một mùi hương lúc nào cũng làm Hoàng nhanh chóng vào cơn say tình.

Hoàng mê man đẩy nụ hôn nóng rát trượt dài từ thái dương của Ly Ly xuống vùng sâu nóng ướt và ngập vào đấy tưởng không bao giờ ngẩng đầu lên nữa. Ôi nhanh lên anh! Ly Ly kéo tóc Hoàng, nhấc bổng anh lên rồi lật người ấn Hoàng xuống dưới, ngây ngất nhúng sâu vào anh trong cơn vật vã hoang dại. Hoàng nhắm mắt, nắm chặt lấy hai tay Ly Ly. Thùy Linh có dữ dội vậy không? Có. Hình như có. Có. Hình như có. Có. Hình như có. Có có có... Ôi anh ơi!

Ly Ly rú to khủng kiếp. Tiếng rú đẩy Hoàng vào cơn rồ dại thú hoang. Anh vùng dậy, chồm lên. Có! Có! Có! Có! Có!... Này! Hoàng hực lên một tiếng và nằm yên, tận hưởng cảm giác man mát ngây ngất đang dần dấy lên. Ly Ly nằm sấp lên Hoàng, nhẹ vuốt những giọt mồ hôi lấm tấm hai thái dương anh, giấu nụ cười mãn nguyện. Thùy Linh cũng vậy, cũng giấu nụ cười thầm mãn nguyện trên ngực Hoàng.

Cảm ơn cậu! Hoàng ngẩng lên. Chị Rá, vẫn là chị Rá. Chị đang úp mặt lên ngực Hoàng giấu một nụ cười mãn nguyện. Sau lần đầu tiên đây là lần thứ mấy? Cả một tháng trăng Hoàng bị bé Thùy Dương đuổi ra khỏi nhà, đêm nào chị Rá cũng tìm đến anh.

Chưa đậu cậu ơi! Chị Rá ôm Hoàng thút thít năn nỉ. Chị sợ Hoàng bỏ Xóm Cát mà đi khi chị chưa kịp có một đứa con. Hoàng thật khó nghĩ. Anh sợ Thùy Linh biết được. Lần nào cũng vậy, dứt trận tình là chị Rá buông Hoàng sung sướng xách quần chạy về Xóm Cát, Hoàng lại nơm nớp ngồi lo Thùy Linh bắt gặp chị giữa đường.

Thùy Linh chắc cũng đã biết. Cái đêm chị Rá búng giọt trinh tiết lui cui chạy về Xóm Cát khoe hết lượt mười một nóc nhà trong xóm, ai mà không biết. Thùy Linh đã chạy ra trảng cát sau xóm tìm Hoàng, như mọi lần vẫn lén bé Thùy Dương tìm đến với anh.

Thùy Linh không giấu được. Vừa ra tới nơi cô đã chụp lấy anh. Vòng tay run rẩy. Em sao thế? Không. Hoàng đoán chị Rá đã bưng giọt trinh tiết khoe với Thùy Linh rồi. Dưới ánh trăng mặt Thùy Linh tái nhợt, đôi mắt mở to đờ dại. Cứ nói thật anh nghe nào. Không! Thùy Linh níu lấy Hoàng nấc lên. Hoàng ẩn nhẹ cô xuống cát, trườn lên. Không... không! Em không... em không đâu. Thùy Linh cuống quít đẩy Hoàng ra.

Mặc cho Thùy Linh xô đẩy Hoàng vẫn xoay trở vùi dập như điên. Thùy Linh mềm nhũn trong vòng tay Hoàng và mê đi trong hùng hục của anh. Hoàng ngả lăn ra cát, mồ hôi dầm dề. Gió đêm mơn man khắp thân thể mát rười rượi. Khoảnh khắc mệt mỏi lâng lâng. Hoàng thấy mình nhẹ bỗng như đang dập dềnh trong gió. Anh yêu em, chỉ mình em thôi...

Em nào đấy đại văn hào? Ly Ly bóp mạnh mũi Hoàng giật mạnh. Mẹ khỉ, mình lại phun ra mồm. Hoàng nghĩ thầm. Yên nào. Người ta đang ngủ. Hoàng ngã người vào vai Ly Ly, làm như mình đang thèm ngủ lắm. Đừng có mà diễn trò! Ly Ly xô đẩy quyết không cho Hoàng ngủ yên. Em hay chưa! Hay hay... cái gì! Ly Ly véo mạnh Hoàng giật nẩy. Sao thế? Sao sao... cái gì! Anh hư lắm nghe chưa. Ly Ly lườm Hoàng, cái lườm sắc lẹm. Cô bóp đũng quần Hoàng. Một đám nước nhờn ướt sũng từ lúc nào.

Mặt Hoàng thuỗn như cái bơm.

*

Tàu mới đến Thanh Hóa. Phải đến sáng mai mới về tới Hà Nội. Hoàng mong con tàu chiêm bao lại lao về trảng cát, lao thật nhanh. Chỉ có cách chui vào quá khứ mới tránh được thực tại bẽ bàng. Quá khứ lúc nào cũng chờ

Hoàng. Chỉ cần anh khẽ ẩy nhẹ, cánh cửa quá khứ lập tức mở toang đón anh vào.

Một khi khó lòng xoay xở với thực tại người ta thường hay nuối tiếc quá khứ hoặc mơ tưởng tương lai. Hoàng không có cả hai. Quá khứ không phải để mà tiếc, tương lai chẳng phải để mà mơ. Chưa khi nào Hoàng màng tới tương lai, với anh mơ tưởng tương lai là thứ mơ tưởng tào lao phù phiếm. Không cần mơ tưởng tương lai cũng tới và sẽ đem tới những gì không có trong mơ tưởng. Vậy thì mơ tưởng để làm gì. Thay vì ngồi mơ tưởng rỗng không hãy dành thời gian để nhớ những gì mình đã trải có phải hay hơn không.

Phải nhớ thôi. Nhớ gì nhỉ? Nhớ gì chả được, cứ nhớ. Úp cái mũ lên đũng quần ướt sũng, nhắm mắt lại và nhớ...

Hoàng từ biển Củ Từ trở về, anh tạt qua cây đa già xem ông Rúm có ngồi đấy không. Cần phải hỏi ông Rúm tin tức mẹ con Thùy Linh. Thà rằng ông Rúm nói không biết còn hơn cứ vẩn vơ nghĩ về nấm mộ trên bãi biển, búi tóc dính mảng đầu người đàn bà, nơi dái tai còn đeo lủng lẳng vòng khuyên nhỏ.

Cái vòng khuyên Thùy Linh đeo từ thuở mười lăm, đến ngày về Xóm Cát hãy còn đeo. Hoàng vẫn thường ngậm vào cái vòng khuyên day day cứ mỗi lần vào cuộc. Chưa khi nào anh hỏi Thùy Linh nó là vòng vàng hay đồng, anh chỉ để ý đến nó mỗi khi trườn lên hôn ngấu nghiến, cái vòng khuyên rung rung rất gợi cảm. Nó cho thấy mức độ phấn khích của Thùy Linh.

Bắt đầu những chiếc hôn nó đu đưa nhè nhẹ, e ấp nửa như nói có nửa như xin thôi. Khi cả hai dính chặt lấy nhau nó rung rung lắc lắc, đứng yên giây lát lại rung rung lắc lắc, tín hiệu cuộc tình đã bắt đầu hâm nóng. Chờ tới lúc Thùy Linh túm tóc Hoàng giật mạnh, cái vành khuyên mới rung bần bật, giật từng hồi. Trút hết cho nhau họ rã rời trong hạnh phúc, nó khẽ rung như cuống lá trước gió ban mai bên những giọt mồ hôi long lanh như sương sớm.

Cái vòng khuyên quá gần gũi với Hoàng thế mà anh không biết nó là vòng vàng hay vòng đồng. Buổi sáng ở biển Củ Từ, Hoàng bồi hồi nhìn cái vòng khuyên của người đàn bà đã chết. Nó có một vệt hoen rỉ sát nơi lỗ nhỏ xuyên qua tai, anh biết đó là cái vòng đồng. Bây giờ Hoàng mới ân hận mình đã không sao biết được cái vòng khuyên có phải của Thùy Linh hay không. Khó tin búi tóc và mảng đầu có cái vòng khuyên trên tay Hoàng là của Thùy Linh. Nhưng biết đâu được, cuộc đời mà, không có gì là không thể.

Hoàng đào hố nhỏ chôn búi tóc, mảng đầu và cái vòng khuyên sát ngay nấm mồ người đàn bà. Suốt cả chặng đường về Xóm Cát rên xiết một câu hỏi trong anh: có phải Thùy Linh dưới nấm mộ kia không. Câu hỏi làm anh mệt lả, vừa tới cây đa già Hoàng đã khụy xuống. Không thấy ông Rúm đâu. Muốn kêu to một tiếng không thể kêu nổi, Hoàng lăn ra thở dốc.

Hoàng ngủ say tới quá chiều. Chị Rá ngồi ôm rá khoai ngồi chờ anh từ lâu. Cậu đói không, ăn khoai đi. Hoàng đỡ lấy rá khoai. Chị cho em ngụm nước. Chị Rá tung tăng đi lấy nước, dáng ngúng nguẩy của đàn bà đang được yêu. Hoàng tu sạch một gáo nước, ăn hết nửa rá khoai mới ngẩng lên tươi tỉnh nhìn chị Rá. Bác Rúm đâu rồi chị? Chị Rá lườm yêu. Răng không hỏi tui, hỏi ông Rúm mần chi. Thương chị quá. Giá lúc nào chị cũng tỉnh táo thế này.

Tui đậu rồi cậu ạ? Sao? Tháng ni không thấy kinh, vú tui cũng thâm rồi. Đây nì! Chị Rá móc vú ra khoe. Hai tay chìa vú trước mặt Hoàng, mặt ngửa lên trời cười hé he he, cười mãi. Bỗng chị ngậm cười mặt biến sắc, hai mắt trân trân nhìn phía sau lưng Hoàng. Hoàng hướng theo cái nhìn chị Rá. Ông Rúm! Chị Rá ôm rá khoai len lén bỏ đi.

Cậu mô về? Ông Rúm ngồi bệt, mặt đỏ gay mùi rượu nồng nặc. Cháu tìm mẹ con Thùy Linh khắp nơi không thấy. Ông Rúm cười hắt ra. Cậu đừng tìm nữa, không tìm được mô. Sao bác? Ông Rúm nhìn Hoàng, khóe môi đuôi mày giật giật. Vì cậu đó. Mẹ con nó bỏ Xóm Cát đi rồi. Thế là sao? Hoàng bò tới túm tay ông Rúm. Không phải Thùy Linh đi tìm con? Ông Rúm chẳng nói chẳng rằng hất tay Hoàng, lọ mọ đi tìm gáo nước uống nước.

Một gáo để uống, một gáo rửa mặt, ông Rúm vứt cái gáo ra xa, đứng nói như nói với cái gáo. Không có chuyện con nhỏ Thùy Dương bỏ trốn, mẹ con nó dắt nhau đi rồi. Ai nói với bác? Hoàng chạy lại bên ông Rúm. Là tui đoán rứa. Sao bác đoán vậy? Ông Rúm ôm ngực ho, cơn ho làm ông ngã ngồi. Hoàng đứng yên chờ đợi. Ông Rúm gắng nói trong cơn ho. Cậu ngủ với đàn bà khắp xóm, đến con điên cậu cũng ngủ, có con mô ngu mà chung tình với cậu.

Ông Rúm đứng dậy, phủi đít quần đi thẳng một mạch không hề ngoái lại.

14

Mình muốn chết. Lần đầu tiên nghĩ đến cái chết, không sợ nhưng thấy vô lý thế nào ấy.

"Nếu con người sinh ra để mà chết thì tốt nhất đừng sinh ra". Chả nhớ ai nói câu này nhưng mà đúng.

Mình đúng là con hâm, tự nhiên cứ loay hoay giữa sống và chết.

Quyết định: Phải sống. To live and to live.

Ném mẹ bọc thuốc ngủ đi con hâm!

*

Hà Nội đi xa thì nhớ, sống cùng thì chán. Hoàng về nhà ngủ đẫy mắt đúng một ngày, thêm ba ngày hẹn hò nhậu nhẹt với đám bạn cánh hẩu kể chuyện quê nhà, xong rồi chẳng biết làm gì nữa. Sáng ra ngõ gặp bà hàng phở, chiều quay về thấy ông bia hơi lạc rang. Quay đi quay lại vẫn con phố đó, hàng cây đó và những gương mặt quen thuộc đến nhàm chán.

Bỏ quên Hoàng được ba ngày, chiều tối Ly Ly xông vào căn phòng ám khói của anh. Em biết ba ngày nay anh làm gì rồi. Ngủ - rượu... rượu - ngủ... ngủ - rượu... đúng thế không? Chứ còn gì nữa! Hoàng bế Ly Ly đặt lên đùi. À quên, và còn nhớ em nữa. Có mà mốc xơ! Ly Ly đập cái bụng lép kẹp của Hoàng. Chưa hết nhớ em Thùy Linh còn nhớ ai. Hoàng gật gù cạ cằm đầy râu lên gáy Ly Ly. Nhớ thì không nhớ, thèm thì có thèm. Em cũng vậy, chỉ thèm giai chẳng nhớ thằng đếch nào. Ly Ly cười hé he he.

Hoàng ném Ly Ly lên giường, quyết lột hết lốt cáo cô vẫn che đậy. Chỉ cần nụ hôn ấm ngọt đặt lên môi là những gì ngổ ngáo táo tợn Ly Ly vẫn cố giương vây bỗng đâu biến mất. Con cáo đáng ghét lột xác ngay tức thì, giờ là con nai mềm ngọt, thật dữ dội khi vào cuộc nhưng là con nai đáng yêu. Vừa xong hiệp một Hoàng lại vùng lên đòi vào hiệp hai. Mắt Ly Ly lóng lánh, chẳng phải vui mừng vì có thêm một cú đúp, ấy là hạnh phúc của đàn bà khi biết mình vẫn được yêu.

Ly Ly kê gối lên hõm gáy ngửa mặt ngủ ngon lành, tiếng thở nhẹ nhàng thuần khiết, gương mặt ngây thơ trong trắng lạ thường. Rung lên trong Hoàng một niềm thương, niềm thương của người lớn tuổi với trẻ thơ. Anh vuốt nhẹ từng sợi tóc mai bết mồ hôi của Ly Ly, muốn hát một câu hát ru của Thùy Linh vẫn hát ru con, hát thật khẽ. Không hát được. Có gì nghèn nghẹn nơi cổ họng, cố hát thì lại khóc, khỉ thế...

Anh không ngủ à? Ly Ly mở mắt. Ô kìa, sao lại khóc? Hoàng gạt nước mắt, cười. Khỉ thế đó, anh nằm nhớ một câu hát ru tự nhiên lại khóc. Câu gì? *Cái bống đi chợ Cầu Canh/ Con tôm đi trước, củ hành theo sau/ Con cua lạch đạch theo hầu/ Cái chày rơi xuống vỡ đầu con cua.* Có gì đâu mà khóc? Anh thương con cua. *Cái chày rơi xuống vỡ đầu con cua.* Ly Ly cười hí hi hi, thụi bụng Hoàng mấy thụi. Hâm! Hâm! Hâm!... Nhà văn nhớn ơi... dở hơi vừa thôi.

*

Ly Ly kéo Hoàng dậy, vui vẻ lôi tờ báo trong đó có kì một phóng sự của cô. *Tham ô hài cốt liệt sĩ, nghĩa trang liệt sĩ huyện Tuy biến thành bãi chứa xương động vật.* Anh đọc chưa? Ly Ly dí sát mặt Hoàng cái tít thật giật gân giăng hàng ngang to đùng ở trang một. Đọc làm gì, điên à. Hoàng gạt tờ báo, ngáp. Ly Ly không giận, cô biết tính Hoàng, chưa bao giờ Hoàng mó tới báo nhà kể cả khi báo có đăng bài của anh. Đúng là bi kịch. Ly Ly gật gù, hai chân thi nhau đá lên. Thảo nào lão Bốn viết một khẩu hiệu to đùng trên bảng tin tòa soạn: *Đọc báo nhà là yêu nước*!

Thì thằng Bốn cũng thế, nó đâu biết báo nhà méo hay tròn. Hoàng trợn mắt gầm gừ. Ly Ly cười hí hí. Hễ khi nào Ly Ly nhắc tới lão Bốn là Hoàng lại gầm gừ. Anh vẫn ấm ức mãi vụ lão Bốn dắt Ly Ly vào Thanh Hóa gần nửa tháng. Chẳng biết lão có làm ăn được gì không, cứ nhớ đến là Hoàng lại khó chịu. Ly Ly thừa biết. Kệ. Được tí ghen càng thích. Có đấy. Ly Ly cãi. Lão Bốn còn biết lướt qua trang một còn anh thì đến cầm tờ báo nhét vào cặp cũng không.

Chà. Hoàng gạt phắt. Nó lướt qua trang một xem có gì hay để gọi điện khoe với Thủ tướng đấy. Anh đừng có mà trâu cột ghét trâu ăn. Ly Ly vêu miệng trêu chọc. Anh thử gọi điện cho Thủ tướng xem ông có nhấc máy không nào.

Hoàng cười trừ. Anh lấy tờ báo đọc kĩ cái phóng sự. Công nhận cô bé viết khéo, không cần nói năng băm bổ hùng hổ làm gì, lạt mềm buộc chặt là cách của cáo già làng báo vẫn khéo dùng, không ngờ cô bé hai lăm tuổi dùng nó còn khéo hơn.

Kì một coi như đã xong. Chỉ cần đưa ra một vài con số khái quát cộng với lời bình mềm và đau nhất định Ly Ly sẽ buộc dư luận chú ý. Phải tạo cho độc giả biết số này chỉ mới khơi mào, còn nhiều vấn đề bí ẩn dữ dội vẫn đang nằm ở các số báo sau, trong khi lại phải cho đối tượng cảm giác tài liệu mình tung ra thế là đã hết, nhử cho đối tượng một cú phản đòn nhằm kéo tuột cả lũ vào tròng.

Sau kì một, nhất định tòa soạn sẽ nhận được thư trả lời của Ủy ban huyện Tuy với lời lẽ khiêm nhường nhưng sổ toẹt hết các chứng cứ mà Ly Ly đưa ra. Đồng thời với cái thư gửi tòa soạn là giải trình của lão Phó Chủ Tịch Văn Xã lên Sở, lên Bộ, kể cả Thủ tướng lão cũng gửi liều nhằm chứng minh tất cả những gì lão làm là đúng, chỉ có một vài sai sót nhỏ mà bài báo đã phóng đại, nâng cấp thành vấn đề nghiêm trọng.

Sẽ có những cú điện thoại yêu cầu Tổng Biên Tập dừng lại loạt bài phóng sự, đừng có bé xé ra to. Tổng Biên Tập sẽ gọi Ly Ly lên. Lão ngồi khoanh tay ngửa cổ lim dim mắt nghe Ly Ly trình bày sự thật cô đã khui được và kế hoạch vừa đánh vừa nhử mồi các kì tiếp theo của phóng sự. Được đấy! Làm tới đi! Tổng Biên Tập khoát tay quả quyết như một vị chỉ huy can trường. Lão đi đi lại lại, miệng ngậm cán bút, mắt lim dim tính toán các chiêu thức cần phải tung ra sau phóng sự.

Nhất định Tổng Biên Tập sẽ điều một nhóm võ sĩ hạng nặng lâm trận, chuẩn bị đòn vu hồi. Một cái thư độc giả sống nơi sự việc đang diễn ra, vài cái "Tin thêm về vụ..." có vẻ vu vơ nhưng hút hồn bạn đọc và làm cho đối tượng phải giật mình toát mồ hôi hột trước những cứ liệu nốc ao. Nhất định lũ này sẽ kéo cờ trắng xin hàng.

Đấy là lúc Tổng Biên Tập vào mùa thu hoạch. Cách thức lão thu hoạch sau mỗi vụ tiêu cực thế nào Ly Ly không cần biết. Cô chỉ cần loạt phóng sự ra đời trót lọt, không để lại điều tiếng gì, thế là xong. Ly Ly sẽ ẵm một mớ nhuận bút được thưởng gấp đôi, gấp ba cộng với tiền công tác phí đặc biệt dành cho phóng viên đi điều tra những vụ lớn, cả thảy có thể trên ba chục triệu. Thế là đủ, không cần nhiều hơn. Lạc bất khả mãn, phàm cái gì tiền nhân đã khuyến cáo chớ có dại dột bất tuân.

Hoàng đọc đi đọc lại bài báo, anh săm soi xem Ly Ly có đụng đến Xê Trưởng không. Sốt ruột, Ly Ly giật tờ báo trong tay Hoàng. Anh định học thuộc lòng hay sao. Kỳ hai viết chưa? Viết rồi. Mai đăng. Cho anh xem chút được không? Ly Ly chắp hai tay kính vái. Cảm ơn nhà văn nhớn quá. Em khóc đây. Khóc thật to để tạ ơn nhà văn nhớn đã đòi đọc trước bài báo của cô nhà báo hỉ chưa sạch mũi.

Hoàng cốc đầu Ly Ly. Nói toạc ra xem nào. Ly Ly cốc trả đầu Hoàng. Yên tâm đi, sẽ không có một chữ nào động đến Xê Trưởng của anh đâu. Hoàng ôm Ly Ly cạ râu cằm lên gáy cô. Giỏi lắm. Thế mới là người yêu của anh chứ. Lối cạ râu của Hoàng thật hay, không gây ngứa ngáy khó chịu, trái lại nó luôn gợi cho Ly Ly niềm hứng thú được tạ ơn. Thời buổi này niềm hứng thú ấy thật khó tìm.

Tưởng ngấm Hoàng đến từng lỗ chân lông, Ly Ly không ngờ cô mới phát hiện ra mỗi khi Hoàng muốn tỏ lòng biết ơn cô anh lại ôm cô cạ râu cằm lên gáy. Nhiều lần Hoàng đã ôm Ly Ly cạ râu cằm lên gáy nhưng cô không để ý. Cô nghĩ đó chỉ là lối vuốt ve của đám mày râu lớn tuổi, cách thức mơn trớn tốn ít năng lượng nhất của trai già với gái trẻ. Chẳng ngờ không phải thế, Hoàng bao giờ cũng khác người.

Bốn kì phóng sự hoàn tất, Thủ tướng ra ngay chỉ thị "cần điều tra và làm rõ", lãnh đạo huyện Tuy kéo cờ trắng đầu hàng nhanh chóng, hứa sẽ kiểm điểm nghiêm túc và công bố trước công luận. Ly Ly nhẹ cả người, cô ôm đủ ba chục triệu tiền công tác phí, nhuận bút và tiền thưởng của cả hai người tung tăng chạy đến Hoàng. Xiền... xiền đây rồi! Ly Ly lượn quanh Hoàng nhảy nhảy múa múa líu lo. Tèn ten... *Từ ngày hôm nay chỉ còn lại tiếng ca...* tèn tèn ten...

Hoàng kéo Ly Ly vào lòng ôm chặt. Anh lại cạ râu cằm lên gáy cô. Anh muốn cưới em quá đi mất. Ly Ly cù nách Hoàng. Thật không đấy chàng? Hoàng vẫn cạ râu cằm lên gáy cô. Tiên sư thằng nào bốc phét. Ba chục triệu vừa đủ đám cưới ba trăm người. Anh sẽ mời Xê Trưởng ra làm chủ hôn. Xời... lại Xê Trưởng. Ly Ly bẹo nhẹ má Hoàng. Để ông nhà quê đó làm chủ hôn đám cưới của người ta à. Đấm chết giờ. Nói vậy thôi, Ly Ly thừa hiểu Hoàng muốn cảm ơn cô, phóng sự của cô không nhắc đến Xê Trưởng một chữ nào.

*

Tháng sau có tin đình chỉ công tác Chủ tịch huyện Tuy. Tháng sau nữa khởi tố vụ án hài cốt liệt sĩ, Trưởng Phòng Thương binh Xã hội bị bắt. Tia-ra tờ báo đột khởi tăng thêm tám vạn bản. Ly Ly như đi trên mây. Cô kéo cổ Hoàng nhậu hết trận này sang trận khác.

Làm báo khổ nhất là vác bút đi chống tiêu cực, cực nhục đủ đường, nguy hiểm phủ phục khắp nơi, ăn không ngon ngủ không yên. Bù lại nó có niềm vui của người lính xông trận. Xong một phóng sự trút một gánh nặng, nếu phóng sự thành công gây được tiếng vang, đi đâu cũng được chào đón vồ vập, thật không gì hạnh phúc hơn.

Ly Ly không bận tâm đến sự nổi tiếng, thậm chí cô còn ghét nó. Cô cũng chẳng hy vọng cứ sau một thành công đồng nghiệp sẽ yêu quí nể trọng cô hơn. Nghề viết lách bĩ lắm. Văn mình vợ người, có năm người nể trọng hơn nhất định có năm người khác khinh ghét căm tức hơn; có năm người mừng vui trước thành công của mình nhất định có năm kẻ khác hậm hực khó chịu. Ly Ly tự thu hẹp niềm vui của cô. Mỗi khi xong một phóng sự cô không nhận được những cú điện thoại chửi rủa mạt sát đòi xin tí tiết và tia- ra báo tăng nhanh, túi tiền anh em đầy thêm một chút. Thế thôi. Thế cũng đủ cho đời vui phơi phới.

Ly Ly vẫn kéo Hoàng đến quán rượu trứng góc đường Phan Chu Trinh. Đó là quán rượu tình nhân, người ta ngăn thành từng ô nhỏ kín đáo cho trai gái nhậu nhẹt và hú hí. Hoàng không mấy hào hứng, cuộc rượu nào anh cũng cằn nhằn. Tại sao để sống thằng chủ mưu, thằng Phó Chủ Tịch Văn Xã vẫn yên vị là thế nào? Bốn kì phóng sự của em thì có hai kì em dành cho nó. Thế đấy.

Ly Ly vừa hầu rượu Hoàng vừa cố giảng giải món tư pháp cù nhằng mà anh tắc lưỡi chấp nhận mù tịt. Yên tâm đi. Để sống thằng Phó Chủ Tịch Văn Xã còn ra cái gì. Thằng này không bị dựa cột là may. Người ta còn phục xem nó chạy thế nào để kết tội luôn thể đấy. Ly Ly nói như đinh đóng cột. Chắc không? Chắc. Ai nói với em? Lão Bốn. Em thì lúc nào cũng lão Bốn. Hoàng nhăn mặt. Ly Ly tủm tỉm cười không nói gì. Hoàng thừa biết ai chứ lão Bốn nói thì khó sai, tin của lão Bốn là tin Chính phủ.

Còn Chủ Tịch Huyện? Hoàng cạn cốc rượu rót thêm cốc nữa, anh quay sang hỏi Ly Ly. Đuổi nó về cũng đáng nhưng anh cứ thấy tội tội thế nào. Anh đừng có mà tình yêu bao la. Ly Ly miệng nói tay xua. Đám chăn vịt nhà quê đó tiếc làm gì. Toàn đám chăn vịt, đuổi hết đi bầu sao kịp? Anh toàn ngồi lo bò trắng răng. Hoàng cười khà, cái cười hiếm khi thấy ở anh.

Ly Ly kể Hoàng nghe tình cảnh của Chủ Tịch Huyện. Thoạt đầu Chủ Tịch Huyện hãy còn tự tin lắm. Bài phát biểu của ông rặt mỗi chữ "không ngờ". Chủ trương đi tìm hài cốt liệt sĩ, không ngờ cấp dưới thu mua xương động vật mang về. Chủ trương bốc hết xương động vật ra khỏi nghĩa trang liệt sĩ, không ngờ cấp dưới đi đào mồ lấy hài cốt của dân thế vào. Một trăm lần hỏi lần nào cấp dưới cũng trả lời tốt đẹp ngon lành, không ngờ trăm sự nát như tương. Chua xót quá.

Cái chữ không ngờ định mệnh. Sau phát biểu "không ngờ" của Chủ Tịch Huyện, Phó Chủ Tịch Văn Xã đứng lên. Thật khoan thai thật từ tốn hắn phê phán Chủ Tịch Huyện sai từ cái gốc, vì chủ quan duy ý chí mà sai từ cái gốc. Chủ Tịch Huyện chủ trương làm nghĩa trang liệt sĩ quá to, khắp cả nước không một huyện nào có nghĩa trang hai ngàn mộ như nghĩa trang huyện Tuy. Anh em can gián mãi ông không chịu nghe, ông thích hoành tráng thích phỉ phê quyết làm cho kì được. Rồi ông ép anh em đi kiếm cho bằng được hai ngàn bộ hài cốt liệt sĩ trong khi ông thừa biết liệt sĩ huyện Tuy từ thời kháng Pháp đến giờ không quá bốn trăm người. Anh em để đạt chỉ kiếm giỏi lắm một trăm bộ hài cốt, ông không chịu, dứt khoát bắt anh em phải tuân lệnh. Túng thì phải tính, cấp dưới phải làm liều.

Chủ Tịch Huyện ngơ ra. Ua chà tui nói khi mô hè. Ai can gián tui khi mô hè. Tui nói chi anh em cũng nhất trí, có ai can gián mô hè. Chẳng ngờ mọi người đua nhau nói. Ông thường vụ này nói ông đã nói thế này thế kia. Ông thường vụ kia nói họ đã can gián thế này thế kia. Thêm ba bốn thường vụ tranh nhau chỉ trích ông sai lầm có hệ thống, căn bệnh duy ý chí của ông mọc mầm từ mười năm trước chứ chẳng phải bây giờ. Chủ Tịch Huyện sốc nặng. Té ra toàn bộ thường vụ hùa theo Phó Chủ Tịch Văn Xã.

Nhờ Ban tổ chức Tỉnh ủy rỉ tai chân Bí Thư Huyện Ủy huyện Tuy khóa tới Tỉnh ủy đã chấm Phó Chủ Tịch Văn Xã, chỉ trong ba tháng hắn đã lôi kéo cả thường vụ hùa theo hắn. Công nhận thằng này quá tài, thế mà ông không biết, chó thế! Đau nhất là thằng đệ tử ruột của ông, nguyên là lái xe riêng mười tám năm trời được ông cất nhắc lên thường vụ huyện ủy chánh văn phòng Ủy ban huyện cũng đập ông tơi tả về căn bệnh chủ quan duy ý chí, căn bệnh mà ông tưởng cả nước đều mắc phải, chỉ có ông là không.

Than ôi chữ Nhân của cụ Khổng trải mấy nghìn năm bây giờ đã nát như tương! Tam cương hãy còn đấy nhưng là cương đểu, cương bịp, cương bóp cổ chặn hầu, cương nồi da xáo thịt. Ngũ thường thì rối loạn tùm lum. Đâu là Lễ? Đâu là Nhân? Đâu là Nghĩa? Đâu là Trí? Đâu là Tín? Cặc! Ông không biết, ông về đây! Chủ Tịch Huyện khạc một bãi đờm, hất mặt lên trời bước ra khỏi cổng Ủy ban huyện.

Hoàng cười sặc rượu. Ông chăn vịt nói hay quá nhỉ! Ly Ly vui vẻ chạm cốc Hoàng. Quên lũ chăn vịt đi. Quan trọng Xê Trưởng của anh không việc gì là được. Hoàng ngửa cổ dốc nốt cốc rượu. Anh thả cốc quay sang ôm choàng lấy Ly Ly cạ râu cằm lên gáy cô. Yêu em quá đi mất. Anh thề theo em đến tận cùng trời cuối đất. Cái mặt nịnh của Hoàng bành ra. Ly Ly cười khúc khích. Xời, sao không nói thêm dù gan óc lầy đất? Hoàng vung nắm đấm xin thề. Dù gan óc

lầy đất! Ly Ly hót cổ Hoàng đặt lên môi Hoàng nụ hôn dài,
kết thúc một tuần vui như Tết.

*

Sáng thứ hai nào Hoàng cũng tới trễ, anh tránh cuộc
họp giao ban Tổng Biên Tập lúc nào cũng nói dai như đỉa.
Lão Bốn vừa chui ra khỏi phòng họp gặp Hoàng đi tới. Biết
tin gì chưa? Lão kéo Hoàng ra một góc. Tin gì? Huyện Tuy
vừa cho nhập kho một số thằng. Những ai? Hoàng lo lắng
hỏi. Lão Bốn lắc đầu cười. Nghe công an tỉnh thông báo
một lô một lốc, chả nhớ thằng nào ra thằng nào. Có ai tên
Xuyến không? À có có. Thằng tổ trưởng tổ quản trang chứ
gì? Thằng này thì đầu bảng.

Hoàng tái mặt. Anh sững lại giây lát rồi quay ngoắt
lao xuống cầu thang, tút thẳng ra cổng. Anh Hoàng! Anh
Hoàng! Ly Ly từ tòa soạn chạy đuổi theo. Hoàng quay lại
chụp lấy cổ cô nghiến răng day đi day lại. Tôi đã bảo mà, cô
đã thấy chưa... đã thấy chưa hả! Chết tôi rồi... cô giết bạn
tôi rồi! Mặt Ly Ly méo xệch. Nhưng em có làm gì đâu? Làm
gì đâu hả! Hoàng dí mặt mình sát mặt Ly Ly. Chống tiêu
cực của cô đấy... cô thấy chưa!

Hoàng hầm hầm bỏ đi. Ly Ly đuổi theo. Anh Hoàng...
đứng lại em bảo này! Cô ra sức nài nỉ. Câm mồm đi! Hoàng
quay lại gầm lên như sấm. Từ nay đừng có nhìn mặt thằng
này nữa nghe chưa! Hoàng lao thẳng ra đường, quên cả
quay vào tòa soạn dắt xe máy.

Ly Ly trào nước mắt.

*

Tiếng còi ô tô kêu gắt sau lưng. Hoàng giật mình tạt vào lề đường. Anh Khiết đài trưởng P12 tiểu đoàn tên lửa năm xưa ló mặt ra cửa xe tươi cười. Bây giờ mới gặp mày đây/ Mà lòng đã chắc từ ngày... đánh nhau. Hoàng siết chặt tay anh Khiết. Lên xe đi. Anh em mình kiếm chỗ nào lai rai chút. Hơn hai chục năm rồi còn gì. Hoàng tắc lưỡi lên xe. Thôi thì nhậu chút, quên chuyện bực mình kia đi cho nhẹ đầu.

Hồi ở lính Hoàng chơi thân với anh Khiết chỉ vì anh luôn có chè mạn, thuốc lào. Bất kì ở đâu anh cũng kiếm được hai món quí hiếm này, kể cả khi đóng quân ở những cánh rừng không dân như núi Sĩ Cào. Anh Khiết mê thơ Hoàng, cứ có bài nào của Hoàng đăng trên báo tường tiểu đoàn là anh chép vào sổ tay, nằm vắt chân chữ ngũ ngâm tới ngâm lui ra chiều đắc ý lắm. Này! Anh Khiết vỗ vai Hoàng. Đám nhà thơ đều dở hơi chập mạch. Mày tỉnh như sáo sao vẫn làm thơ hay được nhẩy?

Mũi Hoàng phồng to như hai quả cà, cả tạ thơ gửi về báo quân chủng chẳng bài nào được đăng, được anh Khiết khen thật đã. Chè mạn thuốc lào là phần thưởng anh Khiết dành riêng cho Hoàng, cả tiểu đoàn không thằng nào được hưởng. Lính tráng thằng nào cũng thế, có miếng gì ngon con gì béo phải nhớ ngay công thức này: Đông = Vui = Hao, Ít = Buồn = Đỡ tốn. Chục đồng lương trung sĩ tiêu không đủ ba ngày, Hoàng được anh Khiết ưu tiên cho hưởng suất chè mạn thuốc lào khác nào được quí nhân phù trợ.

Thuốc lào ngon nhất điếu đầu tiên chào buổi sáng. Sáng nhảy ra sân xơi món thể dục chiếu lệ, Hoàng liền tót sang P12, trung đội ra đa dẫn đường của anh Khiết. Tụt xuống cái dốc dài, lội qua một cái khe mùa mưa nước ngập ngang cổ mùa hạ sỏi đá chỏng chơ, chạy qua ba quả đồi sim cằn, Hoàng tót vào lán anh Khiết đã thấy anh ngồi chống điếu cày đầu gật gật thân rung rung. Anh vừa rít xong điếu thuốc chào buổi sáng, say đứ đừ. Mẹ... quá đã... như vừa xong quả đ... Anh run run đưa cái điếu cày cho Hoàng, nói líu cả lưỡi.

Hoàng đón lấy ống điếu, rít một hơi dài, thả cái điếu cày chống hai tay xuống đất, cứ thế há mồm cho khói thuốc tuôn ra, mắt đờ đờ mặt ngây ngây. Anh Khiết xốc ấm pha trà. Xong điếu thuốc lào nhấp ngụm chè mạn thấy đời hết chê. Hoàng ngồi nhấp từng ngụm trà thơm điếc mũi, nghe anh Khiết bốc phét chuyện múc gái, toàn gái con nhà lành, lính tráng gọi là gái sinh thái, nghe cứ mê đi.

Mình vào đây nhá! Anh Khiết kéo Hoàng vào quán gọi chai *black label*, món rượu sang trọng thời thượng. Tao ra quân năm *bảy sáu*, học nốt đại học, đi Liên Xô giật cái bằng *Phun thuốc sâu*, tức là đi buôn lậu. Anh Khiết túc tắc rót rượu túc tắc kể. Tiền đầy túi thì tếch về lấy vợ sinh con. Vợ không đẹp nhưng con ngoan, gọi là mỹ mãn. Kể qua vậy cho chú mày mừng. Hoàng nâng cốc rượu. Còn em vợ con không. Tiền bạc không. Chấm hết. Hoàng cạn cốc, ngồi nơm nớp lo anh Khiết lôi chuyện đào ngũ của Hoàng ra. Từ khi gặp nhau đến giờ Hoàng ớn mỗi chuyện ấy.

Rất may anh Khiết chỉ chú mục ép Hoàng uống rượu liên tù tì, say sưa chuyện múc gái. Tiểu đoàn gái sinh thái của anh kể một năm chưa hết. Con bé lúc nãy xinh phết đấy, múc chưa? Anh Khiết nheo mắt cười cười. Con nào? Con bé đứng khóc với mày ở cổng tòa báo ấy. À vâng. Mày yêu nó à? Hoàng cười nhạt. Vâng, thì yêu. Anh Khiết đập đùi Hoàng. Tao thích cái chữ "thì" của mày quá, đúng là nhà văn.

Lại chạm cốc. Lại trăm phần trăm. Hoàng biết mình sẽ say nhưng chối không được. Mày biết bố con bé là ai không? Hoàng nhấp rượu nửa chừng, ngơ ngác. Con nào? Lại con nào, chán cái thằng này! À vâng... Hoàng lắc đầu thật thà. Em nhớ có lần anh dặn em vào nhà gái cần tránh hai thứ, bố nó và con chó. Thành thử em tuyệt không thấy mặt bố cô bé lần nào, tất nhiên tên ông ấy lại càng không biết. Anh Khiết cười khà khà. Thằng này nhớ dai ghê!

Anh Khiết gọi thêm chai rượu. Bố nó là ông Cảnh sư phó sư mình đó. Vậy a? Ừ. Uống đi, làm ly nữa rồi tao kể cho mà nghe. Anh Khiết rót đầy hai cốc, chạm cốc cái cạch, cạn cốc, khà một tiếng khoan khoái. Ông Cảnh không có con. Của ông nhũn như con chi chi có làm ăn gì được đâu. Ông nhắm mắt làm ngơ để vợ ngoại tình kiếm đứa con. Vẫn không có. Khốn thế. May trời thương cho ông nhặt được bé gái lạc nhà, đem về nuôi từ bé đến giờ, là con bồ mày đó.

Tim Hoàng đập mạnh, linh tính báo trước có điều gì bất thường. Khi ông Cảnh nhặt được, cô bé mấy tuổi?

Hoàng run run hỏi. Ba bốn tuổi gì đó tao cũng chẳng biết, con nít miền Trung bé tí, đứa nào đứa nấy đen thui, gầy đét. Nhặt được ở đâu? Hoàng gần như nghẹt thở. Ở miền Trung, gần đèo Ngót đèo Nghét gì đó, tận năm *bảy hai* lận. Năm nào? Hoàng run lên.

Năm *bảy hai*. Uống đi mày, gì mà mặt xanh như đít nhái thế? À không. Hoàng gắng cười. Sao anh biết rõ thế? Thì tao đi ra Hà Nội nhận khí tài với ông Cảnh mà. Vừa nhận được quyết định trợ lý kĩ thuật sư đoàn đúng một ngày ông Cảnh lôi tao ra Hà Nội liền. Nói cho biết, ra đa P12 tao là số một sư đoàn, nhận khí tài không có tao không xong.

Hoàng à vâng và ngồi im, mặt mày nhợt nhạt. Hoàng muốn hỏi một câu nữa, một câu nữa thôi, nhưng sợ... sợ sự thật bỗng đâu dội xuống đầu. Anh Khiết không để ý vẫn vui vẻ rót rót uống. Uống đi mày, xong rồi tao đưa mày đi múc mấy em, bảo đảm gái sinh thái chính hiệu. Có thật anh đi cùng ông Cảnh không? Hoàng cắt ngang. Sao không, ơ cái thằng này, tao phét mày làm gì! Hoàng uống một chén, thêm một chén nữa. Phải hỏi, phải hỏi thôi.

Anh nhớ con bé nói tên mẹ nó là gì không? Tao quên mất. Hình như nó có nói tên nó, cả tên mẹ nó nữa. Anh Khiết ngửa mặt miệng lẩm bẩm cố nhớ. Bỗng đập mạnh đùi Hoàng. À, tao có ghi nhật kí. Để tao về tìm cuốn nhật kí năm *bảy hai* xem sao. Liệu có còn không? Còn! Nhưng sao mày hỏi kĩ thế? Hoàng lại à vâng và lại uống. Không hỏi, không hỏi nữa... Uống, uống nữa... Nửa giờ sau Hoàng gục xuống bàn, mê man trong cơn say bất tử.

*

Ngày 28/7/1972

Theo thủ trưởng Cảnh ra Hà Nội nhận khí tài. Lần đầu được ngồi xe U Oát, sướng củ tỉ. Xe chạy suốt đêm, thằng lái giỏi, nó thức trắng vẫn rất tỉnh táo. Nó cùng tâm trạng giống mình, chỉ mong ra Hà Nội múc mấy em. Gái Hà Nội thơm ngon tinh khiết mới đúng gái sinh thái.

Thủ trưởng Cảnh nghiêm quá, đéo nói tục được chán bỏ mẹ. Nghe nói ông này yếu sinh lý, chưa đi chợ đã hết tiền, đêm nào vợ cũng cào cho rách mặt.

Ngày 29/7/1972

Tới gần đèo Ngốt bị bom, may không ai việc gì. Thủ trưởng Cảnh phát hiện một bé gái bị bom hất xuống ruộng, chỉ xây xát nhẹ. Con bé ba tuổi đi đâu lạc nhà, nó khóc đòi về. Hỏi nó con ai, ở đâu? Nó bảo mẹ nó tên Linh hay Lin gì đó, ở Xóm Cát. Đéo biết Xóm Cát ở đâu, hỏi dân quanh đấy chẳng ai biết. Thủ trưởng Cảnh cho đánh xe chở nó về huyện, huyện cũng đéo biết. Người ta chỉ biết tới xã thôi, cùng lắm là làng, làm sao biết tới xóm.

Thủ trưởng Cảnh bàn giao con bé cho huyện, họ chối đây đẩy, nói huyện sắp sơ tán không giữ được con nít. Thủ trưởng Cảnh quyết định đem con bé về Hà Nội làm con nuôi. Mai mốt hòa bình tìm được bố mẹ nó thì trả lại. Sáng kiến hay. Nhưng mà không làm cho vợ thời con ra phải tìm con nuôi thì cũng đéo hay. Suy cho cùng đàn ông buổi là nhất.

Tới Vinh rồi.

Ngày 2/8/1972

Dù có lên giời Hà Nội vẫn nhất. Nhà mình vẫn nhất.

Ba ngày tìm con bé học lớp mười không thấy. Sư bố nó lặn đi đâu? Ngày mình nhập ngũ nó thề thốt ghê lắm, thấy mình về là nó biến mất tăm. Tính bỏ quách cho xong nhưng mà tiếc, con này vú to.

Đang lượn vè vè tìm gái thì gặp thủ trưởng Cảnh, ông bắt theo ông lên Hà Tây ngay. Xui thế. Ông kể vợ ông không thích con nuôi, lạnh nhạt với con bé. Con bé không chịu ăn uống gì cả, suốt ngày ra cổng ngồi khóc ti tỉ, đòi về nhà cho bằng được. Khổ thân thủ trưởng Cảnh.

Hoàng úp mặt vào cuốn nhật kí nhầu nhĩ rách nát của anh Khiết, nước mắt đầm đìa. Sao lại có những ngẫu nhiên khủng khiếp thế này?

15

Mình đã hại người. Chính mình đã hại chết một con người.

Con điếm con lưu manh con khốn nạn!

Ối giời ơi lại muốn chết.

*

Ba lần Hoàng đến tòa soạn không gặp Ly Ly, cô muốn tránh mặt anh hay làm theo ý chỉ của anh? *Từ nay đừng có nhìn mặt thằng này nữa nghe chưa!* Hoàng đã ném vào mặt Ly Ly câu đấy cả trăm lần rồi, mỗi bận anh lên cơn điên. Chưa khi nào Ly Ly tự ái, hoặc cô cười toe toét dài giọng nói "vơ... ơng" như tiếng "vơ... ơng" của bà già trong truyện ngắn *Một bữa no* của Nam Cao, hoặc nguýt dài ngoảnh mặt bỏ đi ra điều không thèm chấp, hôm sau lại a tới ôm vai bá cổ.

Lần này khác, chẳng những Ly Ly tránh mặt Hoàng mà còn tránh mặt hết lượt anh em. Cô không đến tòa soạn một lần nào nữa. Dù gì Hoàng cũng phải gặp Ly Ly để nói một lần cho xong. Bất kì đứa con nào cũng cần phải biết bố mẹ đẻ của mình, thật bẽ bàng khi phải nói ra chuyện này nhưng nếu không nói Hoàng là người có lỗi.

Khi biết mình chỉ là con nuôi ông Cảnh rất có thể Ly Ly còn đau khổ hơn là không biết. Ly Ly yêu ông Cảnh vô cùng, ông là thần tượng bất diệt của cô. Nhờ có ông Ly Ly được xếp vào đội ngũ "hạt giống đỏ", con cái ông lớn của thành phố, niềm tự hào không cần giấu giếm của cô. Khi sự thật được phơi bày, tất cả điều đó đều sụp đổ, liệu Ly Ly có chịu được không? Chịu được, Hoàng tin. Ly Ly biết thương người và có bản lĩnh, cô sẵn sàng đánh mất tất cả để có bố mẹ đẻ của mình.

Ngày cuối tuần Tổng Biên Tập kéo Hoàng vào phòng. Ly Ly nó nghỉ việc rồi ông ạ. Tổng Biên Tập chán ngán thông báo. Sao? Hoàng bần thần, chẳng biết mình hỏi gì. Anh không còn tin vào tai mình nữa. Việc Ly Ly bỏ nghề khác nào trời sập. Ba ngàn nhà báo nước này, yêu nghề máu lửa như Ly Ly đếm không đủ mười đầu ngón tay. Tổng Biên Tập đưa chén nước cho Hoàng. Ly Ly chỉ gọi điện cho tôi nói em nghỉ việc nhé, rồi cúp máy. Chỉ thế thôi, cứ như đùa. Mặt Tổng Biên Tập thuỗn ra, chắc ông quá tiếc một cây phóng sự bản lĩnh và sắc sảo.

Linh tính báo cho Hoàng điều gì đó không lành. Anh rời phòng Tổng Biên Tập đi thẳng tới nhà Ly Ly. Bao nhiêu lần đứng trước cửa nhà bạn gái ít khi Hoàng có một cảm xúc gì thật đặc biệt, lần đầu đứng trước ngõ nhà Ly Ly tự nhiên Hoàng thấy hồi hộp lạ thường. Chuông cửa đổ ba lần, cô bé giúp việc đi ra. Cô cháu không có nhà. Nhìn mặt cô bé biết ngay nó nói dối, Hoàng đành ngậm đắng bỏ đi, anh không muốn để lại một lời nhắn nào.

Ba ngày sau rời cuộc rượu với anh Khiết về nhà, một mảnh giấy cài trước cửa, Hoàng biết ngay thư của Ly Ly gửi anh.

"Em bỏ báo rồi anh ạ. Đúng là báo hại, từ nay em không dây với nó nữa. Em đi Mỹ chơi, học thêm tiếng Anh rồi chọn học một ngành nào đấy dễ kiếm tiền, sau này còn về nước lấy chồng sinh con. Tất nhiên là không lấy anh. Nói thật buông được anh em nhẹ cả người. Đừng buồn. Em chỉ là một cái ngoặc nhỏ trong tình trường của anh mà thôi. Goodbye Forever."

Vậy là Ly Ly đã tự nhổ mình ra khỏi thành phố này rồi.

Goodbye Forever.

Hoàng chui vào quán rượu trứng Phan Chu trinh. Nhiều lần anh uống rượu ở đây mà không có Ly Ly, lần này khác. Giờ mới ngấm được hai chữ "trống vắng". Vẫn biết thế nào cuộc tình nửa nắng này cũng sẽ có cái kết, không ngờ cái kết lại thậm tệ như vậy. *Nói thật buông được anh em nhẹ cả người.* Ly Ly đã nói thật dù cô không thể hiểu vì sao lại như thế. Nó là hậu quả những ẩn ức của Ly Ly từ thuở mới lên ba.

Chú đi đi, không cho chú ăn. Sao không cho chú ăn? Không cho! Nói chú nghe nào, sao không cho? Chú không phải bộ đội! Thế chú là ai? Chú là thằng hèn! Hoàng mới hiểu tại sao con bé không khóc sau cái tát trời giáng của

Thùy Linh. Nó biết nó đã thua cuộc, bố nó không có chỗ trong lòng mẹ nó nữa. Và nó bỏ nhà ra đi, đi tìm bố nó hay đi đâu không cần biết, miễn thoát khỏi người đàn ông đáng ghét.

Ẩn ức chất chứa hai mươi năm quyết không cho Ly Ly gắn bó được thật sự với Hoàng. Chèn trong tiềm thức lâu ngày thành một khối u, ẩn ức đã đến lúc bùng phát, đẩy Ly Ly ra khỏi cuộc tình ngang trái và phi lý. *Em đã bị anh lừa kể từ lúc nào em cũng chẳng biết. Vì thế em quyết định, điều đó phải đến hồi chấm dứt.* Ly Ly vẫn hay hát câu hát đó ngay cả khi đang khoác tay Hoàng, chính cô cũng không biết vì sao cô hát vậy. Đó là cảnh báo của khối u ẩn ức, làm sao Ly Ly biết được.

Ly Ly không thể nhớ sau cái tát của Thùy Linh cô đã lủi ra sau nhà, cứ nhắm hướng biển mà đi. Cô bé Thùy Dương không biết đó là đường ngắn nhất, từ Xóm Cát ra quốc lộ không đầy bốn cây số, trẻ con chỉ biết đi về hướng mặt trời mọc, hướng trăng lên. Bốn cây số là chặng đường quá dài, cô bé khó nhớ được lối về. Ra tới quốc lộ gặp ngay trận bom, cô bé chạy tơi bời trong đêm đen dưới một trời bom đạn và bị bom hất xuống ruộng. Khi ông Cảnh bế Thùy Dương lên, cô bé chỉ biết khóc chỉ trỏ vu vơ hướng cô bé đã ra đi, không thể biết nhà cô bé ở đâu nữa.

Giờ đây Ly Ly không thể nhớ tên mình là Thùy Dương, mẹ cô là Thùy Linh có lúm đồng tiền chấm phẩy. Nhưng biết đâu đấy Ly Ly đã biết, ẩn ức xa vời mơ hồ như sương khói dần tích tụ theo năm tháng đủ cho cô biết mình con cái nhà ai. Số phận run rủi xui Ly Ly đến với Hoàng buộc cô phải xua đuổi cái tên Thùy Linh đã gợi thức trong cô.

Có phải thế không hỡi trời ơi!

*

Ông Rúm đã đoán sai. Mẹ con Thùy Linh không dắt nhau trốn khỏi Xóm Cát, vì Hoàng mẹ con họ phải trốn Xóm Cát mà đi. Vậy mà Hoàng đã tin ông Rúm. Anh đã lặn lội một tháng trời đi khắp huyện Tuy cố tìm cho ra dấu vết họ nhưng không có. Tuyệt nhiên không.

Có thể Thùy Linh cũng chạy về hướng biển buổi tối cô đuổi theo tìm con. Cô ra đến biển Củ Từ và bị bom. Búi tóc kia, mảng đầu kia, cái vòng khuyên kia rất có thể là của Thùy Linh. Nhưng đấy là có thể. Hoàng tin nếu không bị bom nhất định Thùy Linh sẽ quay về Xóm Cát, không tìm được Ly Ly cô cũng quay về. Mất con rồi cô không thể mất thêm Hoàng. Thùy Linh không quay về Xóm Cát nghĩa là cô đã chết, cô đã về trời để lại cho Hoàng đứa con gái của cô, chẳng ngờ hai chục năm sau nó là một trong bốn chục người tình nửa nắng của anh.

Hoàng không biết nên buồn hay nên vui. Buồn vì mất một người tình đáng yêu, vui vì đã buông được một người tình không nên có. Chỉ tiếc là Ly Ly đã rời bỏ Hoàng đúng lúc anh cần cô. Ly Ly bỏ đi để lại cho anh một gánh nặng, đó là Xê Trưởng. Ông vừa bị tống giam, khó lòng thoát được một án tù thật nặng. Phóng sự của Ly Ly không nhắc một chữ tới Xê Trưởng nhưng sau báo chí là điều tra, tất nhiên đám quan quê cho thuộc hạ điều tra thế nào phải có lợi cho họ. Nếu không đẩy Xê Trưởng vào vòng lao lý chẳng nhẽ họ tự đút tay họ vào còng.

Hoàng tìm đến anh Khiết, chỉ có anh may ra mới có thể cứu được Xê Trưởng. Anh Khiết chơi thân hết lượt triều đình từ thái giám đến hoàng thượng, nếu còn chút tình đồng đội nhất định anh cứu được Xê Trưởng. Anh em cùng chiến hào không cứu nhau lúc này còn lúc nào nữa. Anh Khiết nói ngay không cần nghĩ ngợi. Hoàng khấp khởi mừng thầm, lôi anh ra quán rượu.

Anh Khiết ít khi uống rượu nhâm nhi, rót đầy cốc anh tợp một hơi khà một tiếng. Lần này thì không, anh cầm cốc rượu xoay xoay không chịu uống. Khó đấy. Anh Khiết nói. Báo chúng mày làm kinh động đến triều đình rồi. Tiền bạc chẳng bao nhiêu nhưng động đến tâm linh, gì chứ án điểm là khó gỡ lắm.

Khó mới cậy đến anh. Hoàng khẩn khoản. Chỉ cần anh ra tay, em sẽ cung cấp chứng lý cho anh. Chứng cái đầu bòi. Anh Khiết gạt đi. Vấn đề là đạn. Tao đang tính xem mình có đủ đạn hay không. Hoàng thè lưỡi rụt cổ. Nói đến đạn Hoàng đành ngậm miệng. Biết Hoàng mù tịt về chuyện này anh Khiết không nói gì thêm. Anh cứ cầm cốc rượu xoay xoay, miệng lẩm bẩm khó đấy khó đấy...

Một giờ sau anh Khiết vỗ vai Hoàng. Một là nhờ trời hai là nhờ tiền, thôi đừng nghĩ nữa, uống đi. Vụ này mày để anh lo. Hoàng mừng rỡ dạ to, ngước mặt chờ đợi. Anh Khiết cạn rượu, nhìn vào khoảng không, cái nhìn khó đăm

đăm. Tao mà không mất tiền vụ *Đôm 5* ở Nga thì vô tư đi, tao nã đại bác chúng nó chết hết, chết hết! Dần mạnh cái cốc, mắt anh Khiết rực lên một nỗi căm hờn.

Hoàng ôm lấy anh Khiết. Mấy tiếng "thắm thiết tình đồng đội" ngày xưa nghe sến bốc mùi, lúc này đã làm Hoàng ứa nước mắt.

Hoàng say. Anh tính đi thẳng về nhà đánh một giấc, chẳng hiểu sao lại đâm xe vào tòa soạn. Lão Bốn từ phòng trị sự chạy ra. Có bà nào gọi điện hỏi ông từ sáng đến giờ. Xem chừng có việc gấp. Bà nào nhỉ, tôi có quen bà nào đâu. Hoàng quăng mình xuống ghế. Ông cứ ngồi đấy. Thế nào bà ấy cũng gọi lại. Lão Bốn xốc ấm pha trà. Vắng nàng Ly Ly, ông dạo này bệ rạc quá đấy. Cái nhìn trộm của Lão Bốn. Hoàng ngáp dài, chỉ muốn lăn ra ngủ.

Thôi, tôi về đây. Hoàng đứng dậy vừa lúc chuông điện thoại réo. Đấy đấy. Bà ấy đấy. Lão Bốn chộp lấy máy đưa ngay cho Hoàng. Vừa nghe hai tiếng "Cậu ơi!" Hoàng đã biết ngay Chị Giặt Chiếu. Chị khóc nghẹn không nói được, ráng nói thêm hai tiếng "Cậu ơi!" rồi lại khóc nghẹn và dập máy.

Xê Trưởng nguy rồi!

*

Tàu tốc hành đưa Hoàng về quê sau năm tháng anh rời chốn đó. Lần này Hoàng một mình lẻ loi. Anh không biết về để làm gì nữa. Thằng Phó Chủ Tịch Văn Xã đã sắp xếp xong xuôi. Chủ Tịch Huyện phải lãnh lấy án thiếu trách nhiệm gây hậu quả nghiêm trọng. Không cần hỏi Hoàng cũng biết Trưởng Phòng Thương binh Xã hội và đám đàn em đã khai gì. Nó lú có chú nó khôn, trước khi để cho đàn em bị bắt thế nào Phó Chủ Tịch Văn Xã cũng khuyên tụi này mau chóng nhận lấy phần tham ô, những gì vô đạo bất lương cứ đẩy hết cho tổ quản trang. Lấy xương trâu bò thay hài cốt liệt sĩ là tội của tổ quản trang, đào bới mồ mả của dân lấy hài cốt thay hài cốt liệt sĩ cũng là tội của tổ quản trang nốt.

Xê Trưởng khó lòng chối tội. Với Xê Trưởng cấp trên luôn luôn đúng, chỉ có những thằng ngu mới cảnh giác với cấp trên. Xưa nay ông chỉ tuân theo lệnh mồm, chỉ cần lệnh mồm là quá đủ, dù có văn bản ông cũng làm đóm hút thuốc lào, không mấy quan tâm. Thế là xong. Cái lý văn bản chẳng có đâu trong khi mọi cái mồm cấp trên đã phủi, những cú đấm học máu mồm cùng với những dụ dỗ ngon ngọt trước sau gì Xê Trưởng cũng gục ngã, ngoan ngoãn ôm hết tội về mình.

Trời và tiền hai thứ đó may ra mới cứu được Xê Trưởng, anh Khiết nói đúng. Hoàng chỉ biết cầu trời, thứ còn lại phải trông chờ vào anh Khiết. Tiền không nhiều nhưng khôn khéo thì anh Khiết có thừa, nhờ trời gia ân cứu độ may ra việc lớn có thể thành. Hoàng về quê không phải để chạy chọt, anh thấy cần phải ở bên Chị Giặt Chiếu, người đàn bà khổ đau của Xê Trưởng. Lúc này chị không biết bấu víu vào ai.

Tàu chạy một hơi đến Thanh Hóa. Cả toa tàu đã đang ngủ say. Hoàng ngồi bên cửa sổ nhìn ra trời đêm. Tiếng còi tàu ngái ngủ. Sương đêm lành lạnh lọt vào cửa sổ. Hoàng thấy bâng khuâng, không biết bâng khuâng về nỗi gì. Lại thấy nhớ, nỗi nhớ rưng rưng mỗi lúc một đầy lên. Không biết nhớ ai, nhớ về cái gì, chỉ nhớ vậy thôi, ấy là nỗi nhớ mỗi khi Hoàng một mình với trống rỗng. Nhớ vô hình, bâng khuâng vô ảnh Hoàng đã gặp nhiều, lần này sao nặng trĩu?

Không biết, không biết nữa...

Tàu đi trong đêm mênh mông, bốn phương tám hướng chìm trong giấc ngủ khuya khoắt. Xa tít tắp lấp ló một ánh đèn. Từ một cây số vẫn nhìn thấy rất rõ. Ngọn đèn hạt đỗ của chị Rá! Xóm Cát mình chị đỏ đèn suốt đêm. Chị không ngủ được, chứng mất ngủ có từ thuở nhỏ, lâu ngày tích tụ thành chứng điên, khi mê chị múa hát quay cuồng, khi tỉnh chị ngồi im như tượng, nước mắt giọt vắn giọt dài.

Ngày thứ ba mươi đi tìm kiếm mẹ con Thùy Linh, Hoàng trở về Xóm Cát vào lúc nửa đêm. Từ xa Hoàng nhìn thấy ngọn đèn hạt đỗ của chị Rá, giúp anh định hướng đi thẳng một mạch về nhà. Chị Rá đang ngồi ôm rá khoai nghe ông Rúm kéo đàn cò. Họ nhìn thấy anh nhưng không ai gọi. Cả tháng nay họ đã quá quen cảnh đi sớm về khuya tìm kiếm vô vọng của anh rồi.

Hoàng chui vào nhà Thùy Linh, nằm vật ra mệt mỏi rã rời. Tiếng đàn cò ông Rúm lẫn trong tiếng cú kêu. Con cú què... nó lại kêu rồi... lại kêu rồi. Hoàng lẩm bẩm và ngủ vùi trong lẩm bẩm kéo dài đến chiều hôm sau.

Chừng ba giờ chiều Hoàng tỉnh dậy. Nhà chẳng có gì ăn, còn đúng một nửa chum nước lã. Hoàng uống cạn một gáo nước, thêm một gáo nữa. Anh nằm rũ ra, bụng rỗng réo ùng ục. Chị Rá thò mặt qua cửa sổ. Đói không? Hoàng chưa kịp gật đầu chị đã đùn rá khoai qua cửa sổ và biến đi thật nhanh. Sau lần bị ông Rúm phát hiện chị đã nói với Hoàng chị đã trúng thai, chị không dám gặp mặt anh nữa. Hoàng chẳng nghĩ ngợi gì, anh mừng thầm cho chị. Mới hai tháng cái bụng chị đã lùm lùm, nhanh quá.

Bóc mấy củ khoai môn nhẩn nha ăn, Hoàng nghe tiếng ì ì như tiếng cối xay lúa. B52? Hoàng nháo ra sân ngửa cổ nhìn trời. Ba chiếc B52 xếp hình tam giác vừa chui ra từ những đám mây trắng toát. B52!... B52! Tiếng ai đó kêu lên chưa dứt đất trời đã tối sầm nghiêng ngả.

Ba loạt bom nối tiếp. Tiếng bom bục bục đùng... bục bục đùng kéo dài trong ba phút. Hoàng nằm sấp ôm đầu chờ chết, sóng đất dội ngược đập vào ngực, đất cát tạt mạnh vùi dập anh đến nghẹt thở. Một phút qua rồi. Một phút nữa... vẫn sống! Phút thứ ba nhanh đến không ngờ. Sống! Sống thật rồi!

Hoàng ngẩng lên, toang hoác và lặng ngắt. Mái tranh bị bóc toác một đám, từ đấy hai cánh tay buông thông. Ai đó? Hoàng gọi. Hai cánh tay buông thông không hề động cựa. Anh nhảy lên đu bám xà ngang, bám theo thanh đòn tay tre ống lần tới phía hai cánh tay. Ống tre đã mục gãy ngang. Hoàng rơi xuống. Một xác người rơi xuống theo đánh bịch trước mặt anh. Thằng Rú! Thằng bé cao to đẹp trai nhất xóm, mới mười sáu tuổi đã cao tới một mét bảy mươi. Nó bị bom đánh toác ngực, bắn lên mái nhà chết gục ở đấy.

Hoàng vực thằng Rú dậy, kéo nó ra cửa. Đống cát đen chất cao trước sân, lấp kín cửa ra vào. Hoàng cố bới cát chui ra. Cát nén chặt như đất nện, bới mãi không được. Thằng Rú chết rồi... cứu cứu! Hoàng ra sức kêu gọi. Không ai lên tiếng cũng không ai chạy tới. Hoàng đạp tấm phên hồi nhà, gắng gỏi kéo thằng Rú qua khỏi tấm phên.

Đập trước mắt Hoàng một vùng đen ngòm. Trời đen ngòm những đám khói đen đùn lên từ phía sau xóm, đang cuồn cuộn kín trời. Đất đen ngòm bùn đất vương vãi khắp nơi, dày đặc những ụ đất đùn lên cao thấp lô nhô, như ai đó vừa lật ngược vỏ trái đất. Thằng Rú chết rồi... cứu cứu! Hoàng bắc loa tay kêu rất to. Đây!... em đây. Có tiếng con gái phía trước nhà. Hoàng chạy tới. Mặt cái Rim lẫn trong bùn đất, may còn chừa ra cái miệng, nhờ vậy nó đã sống.

Hoàng nhấc đầu con Rim lên, kéo tuột nó ra khỏi đám bùn đất lúc này đã đặc quánh, cứng nứt. Chẳng ngờ dưới lưng con Rim có hai xác chết. Thằng Rí và con Ri bị bom đánh bạt tới đây, cả đống bùn đất tấp lên chúng nó, cả hai đều chết ngạt. Tội nghiệp hai anh em con ông Ro.

Có người chết... cứu cứu! Xóm Cát vẫn nín thinh, chết hết cả rồi chăng?

Anh ơi... cháy hết rồi! Con Rim nằm run rẩy chỉ trỏ. Hoàng đảo mắt nhìn Xóm Cát. Mười một nóc nhà tan nát nhưng không nhà nào cháy. Cháy đâu nào? Con Rim chỉ về phía bãi dầu. Đúng rồi! Khói dầu đang túa lên từ phía ấy. Bom khui trúng bãi dầu! Nãy giờ mãi theo mấy đứa trẻ Hoàng không để ý. Hèn gì khói đen bốc lên đặc trời. Hoàng hiểu vì sao anh gọi không ai nghe thấy. Cả xóm đang tập trung dập lửa bãi dầu. Em nằm yên đây nhé. Hoàng kê cao đầu cho con Rim. Anh quay lại ngay. Hoàng lao về phía bãi dầu.

Một phuy dầu nổ bùng văng vào đám đông, lửa trùm lên hết thảy. Sáu bảy người dính lửa ôm đầu chạy cuống cuồng. Mọi người đổ xô đến tấp cát vào họ mãi mới tắt. Họ nằm lăn trên cát toàn thân đen đỏ nham nhở như những con cá lóc nướng. Lại một phuy dầu nổ bung, lửa trùm kín ông Ro. Phút chốc ông Ro biến thành một đuốc lửa cháy rừng rực. Ông Ro chạy vùn vụt. Mọi người hối hả đuổi theo.

Hoàng chạy nhanh nhất, anh đuổi kịp. Ông Ro rơi ngã sấp mặt, lửa vẫn cháy rừng rực, mùi thịt cháy khét nồng. Mọi người kịp đến vùi cát tha hồ lên ông Ro. Ông Ro lật ngửa. Ông chết từ lúc nào, mắt trợn miệng há, lửa trong miệng vẫn phun ra cháy xèo xèo. Mọi người ngồi quanh ông Ro. Không ai nói một lời. Khói lửa vẫn bốc cao. Những cái nhìn bất lực, tuyệt vọng.

Liên tiếp ba bốn phuy dầu nổ, bốc thẳng lên cao, rơi ập xuống đám đông, phun lửa phì phì. Mọi người chạy tản ra được, chỉ còn chị Rá. Không hiểu sao chị cứ ngồi ôm bụng quằn quại. Phuy dầu rơi bùng lên, rơi xuống cả một khối lửa trùm lên chị. Như một đứa trẻ ngu ngơ không biết có lối ra, chị quay mòng mòng trong đám lửa, cứ thế nhảy múa quay cuồng. Hoàng liều chết xông vào ôm chị Rá chạy thoát qua đám lửa. Lửa trùm cả lên mặt mũi Hoàng bỏng rát, anh không thấy gì nữa, ráng hết sức cố chạy được bước nào hay bước đó.

Thoát qua được đám lửa, Hoàng buông chị Rá cho mọi người dập lửa. Cát vùi kín chị Rá. Ít phút sau lửa tắt ngấm. Hoàng nhấc đầu chị Rá lên, chị đã chết cứng. Ông Rúm lẩy bẩy bới cát đưa chị lên, cái bụng lùm lùm của chị vẫn còn nghi ngút khói. Ối em ơi! Ông Rúm ngửa mặt kêu to, tiếng kêu như tiếng lồng ngực vỡ toác.

Hoàng rơi xuống cát, lịm đi giữa trảng cát mênh mông đen đặc khét nồng mùi dầu, mùi cỏ cây cháy mùi bùn đất cháy, cả mùi thịt người cháy...

*

Ông Rúm gọi Hoàng dậy vào lúc gà gáy sáng. Anh không còn nhớ mình đã nằm trên trảng cát từ chiều hôm qua hay đã mấy ngày rồi. Tiếng đàn cò văng vẳng bên tai. Hoàng cố nhấc đầu lên. Ông Rúm đang ngồi dưới chân anh mải miết kéo đàn cò. Nghĩ là mình đang nằm cạnh gốc đa già, thoáng sau Hoàng nhận ra đây là đụn cát phía sau làng, nơi anh và Thùy Linh vẫn rủ nhau ra đây nằm ngắm trăng. Thế mà ông Rúm vẫn biết, không có gì qua mặt được ông.

Mẹ con Thùy Linh về chưa bác? Ông Rúm vẫn ngửa mặt kéo đàn, hết điệu *Nam xuân* tới điệu *Nam ai*, hai hốc mắt đầy ánh trăng. Mẹ con Thùy Linh về chưa bác? Ông Rúm ngưng đàn, ôm ngực ho rũ rượi. Rất lâu sau ông vừa nói vừa thở. Anh đi đi, đừng quay về xóm nữa. Sao bác? Ông Rúm lại ôm ngực ho, cơn ho thật dài, ông gần như ngất đi. Bỗng ông đột ngột hết ho, nói một hơi ráo hoảnh. Người ta biết hết rồi... Cả xóm này biết anh là thằng đào ngũ. Tui ra đây để báo cho anh chuyện ni đó. Đi ngay đi... không dân Xóm Cát xé xác anh! Hoàng ngồi bần thần không biết tính sao. Đi mau đi... đồ ngu! Ông Rúm ho rũ rượi, khạc ra một cục máu đỏ tươi.

Hoàng quyết định rời Xóm Cát kể từ giây phút đó.

Con đúng là đào ngũ nhưng con không phải thằng hèn. Chỉ vì con nhớ Thùy Linh. Biết rồi biết rồi... Ông Rúm vẫn không ngớt cơn ho. Thưa bác con đi. Hoàng vừa quay gót. Lập tức ông Rúm ngưng ho. Sau lưng anh tiếng đàn cò lại cất lên tươi vui như một khúc khải hoàn.

Rạng sáng. Tầm giờ này hai mươi năm về trước Hoàng đã bị tống cổ khỏi Xóm Cát. Đúng rồi, tầm giờ này. Bây giờ anh mới nhận ra mình nhớ Xóm Cát. Có ai nhớ da diết cái nơi đã tống cổ mình không? Chắc chỉ có Hoàng. Xóm Cát đã chết vùi trong cát không một ai sống sót, ngay cả cái tên cũng chết hẳn trong trí nhớ người đời. Chỉ có Hoàng là nhớ, nhớ muốn phát khóc lên được.

Tàu xuyên qua những cánh rừng, chui vào bảy cái hang lèn đá. Ga Minh sắp đến rồi.

*

Chị Giặt Chiếu đón Hoàng ở bến sông. Chị ngồi đây đợi Hoàng suốt đêm. Hoàng vừa rời đò chị đã lội ào ra ôm chầm lấy anh. Cậu ơi!... Tử hình cậu ơi! Chị Giặt Chiếu khóc nức nở. Hoàng rùng mình bủn rủn chân tay, mồ hôi lạnh chảy dọc sống lưng, tỏa ra toàn thân.

Vẫn biết người ta sẽ xử vụ này rất nặng, đang khi Đông Âu rung chuyển và sụp đổ, để giữ lòng dân chính quyền sẽ không nương tay với những ai xúc phạm máu xương những người lính, nhưng không thể ngờ có một án tử trong vụ này. Thật kinh khủng.

Hoàng xiêu vẹo bước theo Chị Giặt Chiếu. Từ bến đò về nhà Xê Trưởng chưa đầy ba cây số phải đi gần một tiếng mới tới nơi, mỗi bước nặng như đá đeo. Chưa khi nào Hoàng thấy trách nhiệm đè nặng đến thế này. Hoàng quá hoang mang, anh chưa biết làm thế nào để Xê Trưởng thoát cái chết cận kề. Chị Giặt Chiếu múc cháo cho Hoàng, anh không nuốt nổi, chỉ mong trời mau sáng chạy ra bưu điện gọi điện cho anh Khiết.

Bảy rưỡi sáng bưu điện mới mở cửa. Hoàng nhảy bổ vào cabin điện thoại. Tao biết rồi. Anh Khiết nói oang oang. Người ta đổ cho ông Xuyến tội chủ mưu, án tử là vì thế. Cái ống nghe trong tay Hoàng run bần. Phải chứng minh anh Xuyến chỉ thừa lệnh. Anh Khiết cười gằn. Tao nói rồi, chứng cái đầu bòi. Nhưng chứng minh được thì sao? Sao mày ngu thế nhỉ. Anh Khiết cáu, gắt ngay. Ông Xuyến nhận rồi, nhận hết rồi. Ai nói với anh?... Hả... ai nói với anh? Hoàng kêu to. Tiếng kêu tắc nghẹn, như có ai bóp chặt yết hầu.

Anh Khiết lặng đi, không biết nói thế nào cho Hoàng hiểu. Bình tĩnh đi em. Phút sau anh Khiết mới lên tiếng, giọng mềm hẳn đi, run run. Mày cứ để anh lo. Còn nước còn tát. Trên điện thoại anh chỉ nói được với mày thế thôi. Hoàng dập máy, luống cuống đến nỗi không biết lối ra cabin, cứ đâm bổ về phía trước va ngay tấm gương lớn đau điếng, chảy cả máu mũi. Mấy cô nhân viên bưu điện bịt miệng cười. Hình như họ nhận ra Hoàng.

*

Bình tĩnh. Phải bình tĩnh. Hoàng chui vào góc vắng quán cà phê vườn ngồi yên cho máu nóng nguội đi. Rồi đi đâu, gặp ai? Hoàng hoàn toàn bế tắc. Giá có Ly Ly bên anh lúc này thì hay biết bao nhiêu. Có Ly Ly, nếu cô không giúp được gì ít ra anh cũng không đơn độc. Cái kết ngu ngốc điên rồ với Ly Ly đã đẩy Hoàng ra nông nỗi này. Hoàng ngồi tiếc ngẩn ngơ.

Một toán thanh niên ồn ào đi vào. Hoàng không để ý lắm, anh mải nhìn ra hàng rào cây dâm bụt đầy những bông hoa đỏ tươi. Tiếng ồn ào đột ngột ngừng hẳn, có vẻ như toán thanh niên đang rón rén đi ra. Hoàng quay lại. Họ đi ra thật, toán thanh niên bấm nhau lẹ làng ra khỏi quán. Anh chàng đi đầu có cái đầu húi cua trông quen quen, nhìn sau lưng không biết đó là ai.

Chắc đám này biết Hoàng, người ở Thị Trấn này ai mà không biết. Hoàng và Ly Ly về Thị Trấn cả chục ngày, đi đâu cũng có người chỉ trỏ, lạ gì đâu. Loạt phóng sự bốn kì của Ly Ly làm rung chuyển cả tỉnh, dân Thị Trấn bàn tán xôn xao năm tháng nay rồi.. Mấy anh chàng này chắc là cán bộ huyện Tuy, sợ phải liên lụy họ tránh mặt Hoàng, chắc vậy. Thôi kệ. Sự đời là thế, quan tâm làm gì.

Vừa quay lại nhấp ngụm cà phê Hoàng bỗng nhớ ra ngay, anh chàng đầu húi cua là Phó phòng Thương binh Xã hội. Thôi đúng rồi. Chính thằng này gửi thư tố cáo ra tòa soạn. Dĩ nhiên là thư nặc danh nhưng những ngày Hoàng và Ly Ly ở đây nó đã lén lút gặp Ly Ly rất nhiều lần, nhất cử nhất động của lãnh đạo huyện Tuy nó báo hết cho cô. Vụ này nó biết tận chân tơ kẽ tóc, chắc chắn nó cũng sẽ biết Phó Chủ Tịch Văn Xã và Trưởng Phòng Thương binh Xã hội bày mưu tính kế thế nào để đổ hết tội cho Xê Trưởng.

Phải túm lấy thằng này! Nếu nó công khai cho thiên hạ biết quan chức huyện Tuy làm thế nào để biến tổ trưởng tổ quản trang thành kẻ chủ mưu thì Xê Trưởng thoát chết, thậm chí có thể thoát vòng lao lý. Hoàng phấn chấn hẳn lên. Một phần ngàn tia hy vọng đã lóe sáng. Phải túm lấy thằng này! Xê Trưởng sẽ thoát chết... Xê Trưởng sẽ thoát chết... Ối giời ơi! Hoàng muốn nhảy lên hét thật to.

Hoàng ra ngay khỏi quán cà phê, quên cả trả tiền.

*

Hoàng bám chặt thằng đầu húi cua. Nó tên là Nam, Phó phòng Thương binh Xã hội. Từ khi Trưởng Phòng Thương binh Xã hội bị tống giam, nó lên thế chân, thỏa ước mong của nó. Chín năm phấn đấu không bằng một thư nặc danh, nước cờ vạn kẻ thực thi chỉ một hai kẻ thành tựu. Thế mới biết thằng này không phải tay vừa.

Hoàng bám chặt quán cà phê trước cửa Ủy ban huyện suốt tuần liền không thấy thằng Nam vãng lai. Ba lần anh đến trước cửa nhà nó cả ba lần đều giống nhau: con chó nhảy ra sủa, vợ nó bồng con chạy ra nói chồng cháu đi vắng rồi chú, rồi ôm con ngoảy đít đi vào, khép chặt cửa. Lần thứ tư không để vợ nó mở mồm, Hoàng nhảy xổ ra trước mặt cô ta. Nói với chồng cháu, nếu còn cố tình tránh mặt... chú sẽ tố cáo việc nó hợp tác với tòa soạn báo, rõ chưa!

Hoàng quay lưng, thủng thẳng đi ra ngõ, hy vọng mấy phút sau thằng Nam lén bám sau lưng. Không thấy. Đi hết ngõ vẫn không thấy. Ngõ nhỏ đầy ánh trăng không thấy một bóng người. Hoàng rẽ vào góc ngõ tìm chỗ đi giải. Ti vi nhà ai đang nói oang oang, chỉ có ti vi nhà quê người ta mới vặn hết cỡ volume thế này. Truyền hình tỉnh đang phát cảnh một ông quan nào đó về thăm huyện Tuy. Kìa, Phó Chủ Tịch Văn Xã ra đón. Hắn đã là Bí Thư Huyện Ủy rồi a? Đúng rồi, huyện Tuy vừa xong đại hội.

Ở trong bếp một đứa bé chạy ra phòng khách a tới góc trái bộ salon. Bây giờ Hoàng mới thấy Phó Chủ Tịch Văn Xã đang ngồi trước ti vi. Té ra đây là nhà riêng của hắn. Hoàng lén đi sâu vào ngó qua cửa sổ. Hắn đang say sưa ngắm hắn trên ti vi với vai trò Bí Thư Huyện Ủy. Cái mặt hắn đầy háo hức. Hoàng muốn đạp cửa xông vào bóp cổ hắn. Cái cổ ngẳng bằng cổ chân thế kia chỉ cần hai xiết là hắn thè lưỡi. Hoàng đứng dạng bắt vòi tiểu thẳng vào cửa sổ nhà hắn, xong rồi túc tắc bỏ đi. Anh thấy nhục hơn là vui. Nhà văn nổi tiếng khắp ba miền chẳng làm gì được bí thư huyện cà mèng, đành nuốt hận bằng một trò con nít.

Một bàn tay bấu vào vai Hoàng, anh quay ngoắt lại. Thằng Nam! Trưa mai anh vô tỉnh, gặp nhau ở ga. Nó nói thật nhanh và biến đi cũng thật nhanh. Hoàng thở phào, một phần nghìn tia hy vọng lại lóe sáng. Khoan khoái và phấn khích Hoàng đi thẳng ra bờ sông. Anh ngả lưng trên hòn đá *Trịnh-Nguyễn phân tranh*, nằm dạng chân tay đón gió sông Ninh. Nhớ. Lại nhớ. Ừ, nhớ thật lâu, nhớ thật nhiều.

Nhớ cái áo cánh màu tím hoa cà của Thùy Linh vẫn úp lên mặt Hoàng, cái áo hoi hoi mùi sữa non lẫn mùi hoa bưởi thơm thơm. Nhớ vệt mực bút bi của Ly Ly kéo loằng ngoằng từ ức tới rốn Hoàng. *Tiền em để dưới góc trái tảng đá. Ăn những gì anh thích, làm những gì em dặn. Em đi hú hí với bọn gian thần đây! Ai bảo tối qua ngủ khì không chịu cho em?- I hate you!* Nhớ ba tiếng "Em ờ Thên Huớ" của Lý và tiếng huýt sáo *Đi giữa trời khuya sao đêm lấp lánh...* vẫn kéo cổ Hoàng sấp ngửa tới suối Voang. Nhớ nụ cười mê mệt nở lịm trên môi của chị Nụ sau trận tình ngẫu hứng, gương mặt thanh tân chứa chan hạnh phúc bất chợt rực lên giữa rừng chiều. Nhớ đôi bắp chân trần trắng lịm của Lương và một tiếng "ôi" rung nhẹ trong đêm. Nhớ cả rá khoai của chị Rá và mấy tiếng thì thầm hoan hỉ "Tui đậu rồi cậu ơi!" đã làm Hoàng bật khóc.

Mà khóc thật, khóc ướt cả ngực áo đây này.

Sáng rồi. Nắng mai tươi rói tràn ngập bến sông. Muộn mất rồi, mau mau vào Thị xã Trường Sơn, thằng Nam đang đợi.

Hoàng chạy về Thị Trấn, bắt một chiếc xe ôm, giục nó chạy thật nhanh vào tỉnh. Ga tàu rầm rập người vào ra, tàu Bắc vừa về tàu Nam sắp đến. Hoàng đi thẳng vào nhà ga. Không thấy thằng Nam. Linh tính báo cho anh biết có thể anh bị lừa. Tại sao hắn hẹn ở đây trong khi có thể tìm được một chỗ kín đáo ở Thị Trấn.

À không, nó đây rồi. Thằng Nam bất ngờ xuất hiện, không nói không rằng kéo anh vào sân ga. Tàu tốc hành từ Sài Gòn đang chạy chậm trong sân ga, thằng Nam lên chuyến tàu này. Em đi công tác, gấp quá phải hẹn anh ở đây, anh thông cảm. Thằng Nam vừa đi vừa nói. Nó chọn gặp Hoàng ở đây để chỉ nói đôi ba câu là nhảy tàu dông thẳng ra Bắc, Hoàng phán đoán rất nhanh. Em không làm gì được đâu anh, chúng nó ghê lắm. Thằng Nam hấp tấp nói, mắt dáo dác tìm toa tàu.

Chúng nó là ai? Hoàng giữ chặt tay thằng Nam không cho nó thoát. Thằng cận bốn diop anh ạ, nó đấy. Thằng Nam cố rút tay ra khỏi tay Hoàng. Anh phải ở lại, không đi đâu cả. Mặt Hoàng rắn lại. Tiếng nói của anh cứu được anh Xuyến. Không được đâu anh ơi, anh để cho em đi. Thằng Nam nhăn nhở van xin. Hoàng chụp lấy cổ áo thằng Nam giật mạnh. Tính mạng anh Xuyến to hơn cái ghế của mày hả thằng kia?

Mặt thằng Nam tái dại, nó chắp tay lạy rối rít. Không phải cái ghế... anh ơi không phải cái ghế... tính mạng của em. Thằng Nam mếu máo. Con em còn nhỏ lắm anh ơi! Hoàng buông tay, chỉ vì câu cuối của nó mà Hoàng buông tay. Thằng Nam sụp xuống lạy Hoàng rồi lẹ làng nhảy tót lên tàu.

Tàu chạy. Hoàng nhìn vói qua cửa sổ, thằng Nam đang ngồi rung đùi hí hửng, cười rất tươi.

Thằng chó đẻ!

*

Hoàng quay lại Thị Trấn Ninh Giang. Đắng cay không thể tả, anh đi thẳng tới bưu điện. Chẳng biết làm gì hơn là trò chuyện với anh Khiết. Thua rồi mày ạ. Vừa nghe tiếng Hoàng anh Khiết nói luôn. Sao?... Là sao anh? Hoàng lập cập, biết trước sự thể này rồi Hoàng vẫn run lên. Tao chạy tướt bơ hai tuần nay. Thua. Tóm lại là thua. Anh Khiết ngưng lại hồi lâu, chừng như anh quá mệt mỏi. Mình chỉ có tiểu liên, chúng nó nã đại bác. Thua thôi em ạ, không làm gì được chúng nó đâu. Hoàng cầm ống nghe, miệng cứng đơ không nói được câu gì.

Ra khỏi bưu điện Hoàng đi như người mù. Anh lao thẳng ra đường cái quan, hết tạt bên này lại tạt bên kia, khi tỉnh ra thấy mình đang đứng trước cửa phòng Phó Chủ Tịch Văn Xã, à quên, hắn lên bí thư rồi, đ. mẹ thằng cận bốn diop. Anh Hoàng! Hắn mừng rỡ ôm lấy Hoàng. Anh về khi nào mà chúng tôi không biết. Hoàng cười cười không nói, anh chẳng biết nói gì chỉ muốn bóp cổ hắn. Tôi đến đây chỉ nói với anh một câu, một câu thôi. Hoàng quá ngạc nhiên bỗng đâu mình lại nói.

Vâng, anh cứ nói. Hắn ngồi xuống khoan thai rót nước, ung dung ngước mặt chờ Hoàng. Các anh đã đẩy anh Xuyến tới chỗ chết. Đẩy một người hiền lành chất phác tới chỗ chết là hèn, hèn và ác. Rất hèn và rất ác, hiểu chưa!

Hắn đập bàn cái rầm. Câm mồm! Hạng anh mà còn dám tới đây dạy dỗ chúng tôi sao? Hắn nhếch mép cười khẩy chỉ thẳng vào mặt Hoàng. Một thằng đào ngũ còn lên mặt đạo đức. Chúng tôi không tố cáo là phúc tổ ba đời anh đấy.

Hắn lấy khăn mùi xoa xỉ mũi. Bóp mũi bên này xỉ một cái, bóp mũi bên kia xỉ một cái, thong thả ngoáy sạch hai lỗ mũi. Cuối năm 1972 lệnh truy nã anh về huyện Tuy. Khi đó tôi là Bí Thư Huyện Đoàn anh biết không?

Máu trên thân thể Hoàng đông cứng lại, xương thịt đang vỡ ra từng mảng. Một nhát chém phạt ngang ngực Hoàng, anh rơi xuống, nằm vật dưới chân hắn.

*

Không biết Hoàng tự rời khỏi phòng Bí Thư Huyện Ủy hay lính văn phòng kéo Hoàng ra. Anh lảo đảo đi, cả vạn con đom đóm túa ra từ hai hố mắt. Một người xốc nách đưa anh vào quán ngồi, rót nước cho anh uống. Hoàng không thấy gì cả, vạn con đom đóm lập lòe trước mắt. Buồn nôn. Buồn nôn quá. Hoàng phun ngược cả ca nước vừa uống vào mặt ai đó, nôn thốc tháo không còn một thứ gì.

Đưa đi viện mau! Ba bốn người xúm lại dìu Hoàng ra xích lô. Vừa ngồi lên xích lô Hoàng nghe có tiếng cú kêu rất gần. Con cú què Xóm Cát? Chính nó! Hoàng thấy khỏe khoắn tỉnh táo lạ thường, anh rời xích lô đuổi theo tiếng cú. Mọi người xúm lại giữ chặt Hoàng, anh đẩy họ ra. Tôi khỏe rồi, cứ để tôi đi. Hoàng ù té chạy.

Từ huyện ủy con cú què bay thẳng ra Xóm Trầu, từ Xóm Trầu bay qua nghĩa địa, bay thẳng ra Xóm Cát. Không thấy nó đâu chỉ nghe tiếng nó lâu lâu lại rúc lên định vị cho Hoàng. Tới Xóm Cát con cú không kêu nữa. Hoàng đứng giữa trảng cát nắng chang chang ngửa mặt tìm xem con cú ở đâu. Vào khi Hoàng hết hy vọng tìm ra nó tính quay lui nó lại rúc lên một hồi dài ở trên không. Thêm một hồi dài nữa, tiếng cú dần thấp xuống, thấp xuống nữa.

Hoàng hồi hộp chờ đợi.

Cái bóng cú vụt qua. Tiếng cú rúc trên tóc, tiếng cú rúc sau gáy, tiếng cú rúc trên tóc, tiếng cú rúc sau gáy... liên tục liên tục. Hoàng quay chong chóng theo tiếng cú đến chóng mặt. Bóng cú lao xuống cách chỗ anh đứng không tới chục bước chân. Nó chui hẳn xuống cát. Hoàng chạy tới. Cát đang bay ngược lên tới tấp, rõ ràng con cú đang bới cát chui xuống.

Xóm Cát dưới này chăng? Nghe nói một trận B52 đã làm đảo ngược mười một nóc nhà, cây đa và suối Mật xuống đáy cát trong vòng mười lăm phút. Dân quanh đây đã kháo nhau như thế. Xê Trưởng cũng đã nói thế. Có thể lắm. Dưới đáy cát là Xóm Cát. Nó vẫn sống ở dưới đáy cát, cái Xóm Cát ấy...

Hoàng hối hả bới cát theo hướng con cú vừa lao xuống. Đây rồi thanh củi cháy dở. Đây rồi những cọng rơm lẫn với vỏ trứng gà. Đây rồi những mảnh sành vỡ. A có tiếng đàn cò, tiếng đàn cò rất gần. Lúc này ở đây là buổi trưa, biết đâu dưới đáy cát là nửa đêm. Ông Rúm đang kéo đàn cò vào lúc nửa đêm. Tiếng đàn cò rất gần. Gần lắm. Ông Rúm đã chuyển sang hát xẩm chợ. *Anh khóa ơi! Anh ra đi mây nước muôn trùng,/ Em trở về vò võ phòng không một mình.* Trời ơi tiếng hát sao mà nghe rõ thế. Lại nữa, tiếng ru con của Thùy Linh. Lẫn trong điệu xẩm chợ là tiếng ru con ngái ngủ của Thùy Linh. *Cái bống đi chợ Cầu Canh/ Con tôm đi trước, củ hành theo sau/ Con cua lạch đạch theo hầu/ Cái chày rơi xuống vỡ đầu con cua.* Thùy Linh! Hoàng kêu lên. Anh về đây rồi!... Anh đã về đây rồi!

Tiếng kêu của Hoàng nghẹn lại giữa chừng, ngập ngụa cát.

*

Ba giờ chiều một đoàn người ở biển Củ Từ đi kiếm củi từ núi Ngậm Ngùi trở về, phát hiện ra hai bàn chân của Hoàng nhô lên trên cát. Họ vội vã xúm lại kéo anh lên. Hoàng đã chết khô, trên tay anh còn nắm chặt một thanh củi cháy dở.

16

"Anh nằm xuống sau một lần đã đến đây/ Đã vui chơi trong cuộc đời nầy/ Đã bay cao trong vòm trời đầy/ Rồi nằm xuống, không bạn bè, không có ai/ Không có ai, từng ngày, không có ai đời đời/ Ru anh ngủ vùi, mùa mưa tới trong nghĩa trang này có loài chim thôi!

Bạn bè còn đó anh biết không anh?/ Người tình còn đó anh nhớ không anh?/ Vườn cỏ còn xanh, mặt trời còn lên/ Khi bóng anh như cánh chim chìm xuống..."

Anh Sơn ra Hà Nội. Anh em kéo nhau vào lẩu bò Lê Phụng Hiểu. Anh Sơn nói đi xe ô tô ra Bắc có ghé qua Thị Trấn Ninh Giang thắp hương cho Hoàng. Mình nói với anh Sơn, bài Hát cho người nằm xuống *hình như anh viết cho anh Hoàng chứ không phải cho một ông phi công nào đó, nó đúng với anh Hoàng không sai một dấu phẩy. Anh Sơn cười buồn, nói thực ra anh viết cho tất cả bạn bè của anh, những người không chịu được thực tại đắng cay.

Mình khóc.

Linh Đàm 2005 - Thảo Điền 2014

Xóm Cát của Nguyễn Quang Lập

Tình Cát tiếp tục truyện Xóm Cát đã được tác giả viết ra cách đây ba mươi năm trong tiểu thuyết *Những Mảnh Đời Đen Trắng* và kịch nói *Mùa Hạ Cay Đắng*. Bộ ba tác phẩm và cặp đôi nhân vật Hoàng - Thùy Linh đã cùng Nguyễn Quang Lập băng qua Sa Mạc Trắng cuộc đời và văn chương.

Ở cuốn tiểu thuyết mới này của Nguyễn Quang Lập, Hoàng đã đi hết đường trần của mình. Anh chết ở Xóm Cát. Khi đang đào bới quá khứ của mình. XC là ở quê anh. Anh đã bỏ XC mà đi. Anh đã tìm về XC. Anh đã trốn chạy khỏi XC. Và anh lại tìm về XC. Để tìm lại Thùy Linh. Để tìm lại một thời tuổi trẻ của mình. Để tìm lại một XC của những người dân vô tội. Để rồi anh chết trong cơn hoang mê đào bới XC. Trong khi những kẻ rất tỉnh bây giờ đào bới những xác chết dân lành để lập công. Hoang mê và thức tỉnh. Ngày qua và hôm nay. Chiến tranh và hậu chiến. Hoàng chết ở XC, hết đường trần, nhưng đường đời chưa hết. Vì Ly Ly đã hiện diện và biến mất trong quãng đời hiện tại của anh. XC như vậy là chuyện của hôm nay.

Tôi đang ghi hai chữ XC. Đó là viết tắt Xóm Cát. Hẳn rồi. Nhưng bạn có thể đọc XC là Xúc Cát, như Hoàng đang vật lộn với chính mình để xúc bỏ lớp cát của quá khứ đọng dày trong ký ức hòng tìm ra sự thật bị lấp vùi dưới cát, do tiếng nổ của đạn bom và sự im lặng của người đời. Bạn cũng có thể thấy XC là Xúc Cảm. Của chính Hoàng và của bạn. Truyện này của Lập rất nhiều xúc cảm, nhiều hơn những truyện khác của cùng tác giả. Nhưng XC bạn đọc hết truyện sẽ lại có thể luận là Xác Chết. Những người, và nhiều nhất là những người nữ, đã cho Hoàng sống đời mình, và họ đã chết để buộc Hoàng phải hoang mê phần đời mình còn lại. Và chết. XC đó là của chính Hoàng. Cũng là của những người đọc nào đã theo Hoàng từ hai tác phẩm trước của Nguyễn Quang Lập cho đến tác phẩm này.

Vậy nên, XC là của mỗi người. Sau khi là của riêng nhân vật Hoàng (và trong Hoàng là Thùy Linh). Sau khi là của tác giả Nguyễn Quang Lập. Với tôi, XC ngoài những điều trên, còn là Xưa Cũ, Xin Chịu, Xót Cùng. Và Nguyễn Quang Lập, bộ ba tác phẩm và cặp đôi nhân vật, bạn đã Xem Chưa? XC!

Phạm Xuân Nguyên

Những bóng ma thời hậu chiến

Một cuốn tiểu thuyết viết về thời hậu chiến, nhưng gương mặt đầy máu của cuộc chiến vẫn hiện nguyên hình. Nó nằm sâu trong vùng ký ức của người lính như Hoàng.

Những cơn mê quăng Hoàng vào quá vãng, để rồi không phân biệt được người lính đó đã sống ở "thì" nào. Nhiều lúc Hoàng muốn thoát ra khỏi vũng lầy quá khứ đó, nhưng càng vùng càng lún sâu, đến nỗi đời sống thực của Hoàng không còn là thì hiện tại. Nói như Ly Ly, "Tại sao phải chia động từ ra ba thì mới gọi là sống? Mình đang sống còn Hoàng thì đã sống, khác gì nhau nào, ai điên ai tỉnh đây?".

Có một thứ gì đó như ma ám được sinh ra từ chiến tranh, khiến cho con người thời hậu chiến cứ mê mê, tỉnh tỉnh. Mặc dù chiến tranh đã lùi xa bốn mươi năm, nhưng vẫn chưa tỉnh cơn mê.

Không ám ảnh sao được. Đọc *Tình Cát* của Nguyễn Quang Lập, tự nhiên thấy sợ hãi chiến tranh như nó vừa dứt hôm qua để lại ngổn ngang xác chết. Những cái chết của Lý, của Nụ, của Lương, của thằng Béo, của anh Chiến lái xe, của thằng Rú, thằng Rí, con Ri, của ông Ro, chị Rá. Mỗi người một số phận, một bi kịch. Mỗi người được đặc tả một kiểu chết, kinh hoàng và thê thảm đến nghẹt thở. Nguyễn Quang Lập dày công "xây dựng" những cái chết đọc mà thấy rùng mình run rẩy. Nhưng có lẽ, hiện thực chiến tranh còn dữ dội hơn nhiều, hiện thực đó vượt qua sự tưởng tượng của nhà văn.

Cũng như cái xóm Cát với 11 nóc nhà đã bị lãng quên. Định mệnh giao cho họ nhận lấy trách nhiệm của cuộc chiến, giữ một kho xăng mặc dù không ai cần đến và nhớ tới, để rồi những con người vô tội đó chết cháy trên trảng cát nóng rát lửa xăng, có người chết rồi lửa vẫn trào ra xèo xèo trong miệng. Còn nhiều thôn xóm và thân phận bị lãng quên khác như quy luật vô tình của chiến tranh. Xóm Cát chỉ là một điển hình để nhắc nhớ về sự vô tình đang tồn tại.

Sự vô tình đó biến hóa, nhập vào những kẻ có quyền lực để chúng trở thành những bóng ma thời hậu chiến. Cái ác thêm một lần nữa chiến thắng khi quyền lực rơi vào tay những kẻ ngu ngốc như Chủ Tịch Huyện và lưu manh như Phó Chủ Tịch Văn Xã. Và cái ác chiến thắng khi người tận trung với cuộc chiến tranh như Xê Trưởng phải chịu án tử hình.

Bất lực trước cái ác, nỗi ám ảnh chiến tranh như lớn hơn trong tâm trí của Hoàng, để anh tìm đến cái chết thê thảm như những cái chết đã từng ám ảnh anh.

Chỉ thêm hai chữ để nói về nghệ thuật của *Tình Cát*: Văn hay.

Lê Thanh Phong

TỔNG PHÁT HÀNH
Công ty Văn Hóa Phương Nam

940 Đường 3 tháng 2, Phường 15, Quận 11, TP.HCM

ĐT: (08) 38663447 - (08) 38663448 - ext 305 - Fax (08) 38663449

Email: sach@pnc.com.vn; Website: www.pnc.com.vn

● **TP. HỒ CHÍ MINH:**

* **Nhà sách Phương Nam Phú Thọ:** 940 Đường Ba Tháng Hai, P.15, Q.11 - ĐT: 38.644.444, Fax: 38.663.449.
* **Nhà sách Phương Nam Đại Thế Giới:** 105 Trần Hưng Đạo B, P.6, Q.5 - ĐT: 38.570.407, Fax: 38.536.090.
* **Nhà sách Phương Nam Lê Lợi:** Saigon Centre (tầng 2), 65 Lê Lợi, Q.1 - ĐT: 38.217.131, Fax: 39.151.475.
* **Nhà sách Phương Nam Nguyễn Oanh:** 03 Nguyễn Oanh, P.10, Q. Gò Vấp - ĐT: 39.896.664 - 39.896.659, Fax: 39.896.660.
* **Nhà sách Phương Nam Nguyễn Thái Sơn:** 86A Nguyễn Thái Sơn, P.3, Q. Gò Vấp - ĐT: 38.943.246, Fax: 39.850.287.
* **Nhà sách Phương Nam Nguyễn Kiệm:** Co.opMart (tầng 2), 571 Nguyễn Kiệm, P.9, Q. Phú Nhuận - ĐT: 38.479.590, Fax: 39.971.434.
* **Nhà sách Phương Nam Phú Mỹ Hưng:** S1-S3 Khu phố Sky Garden 1, Nguyễn Văn Linh, Q.7 - ĐT: 54.102.474, Fax 54.102.475.
* **Nhà sách Phương Nam Cộng Hòa:** Maximark 15-17 Cộng Hòa, P.4, Q.Tân Bình - ĐT: 38.449.820, Fax: 38.112.319.
* **Nhà sách Phương Nam Parkson Hùng Vương:** TTTM Parkson (tầng 2), 126 Hùng Vương, Q.5 - ĐT: 22.220.225, Fax: 22.220.225.
* **Nhà sách Phương Nam An Phú:** Siêu thị An Phú (tầng 2), 43 Thảo Điền, P. Thảo Điền, Q.2 - ĐT: 37.446.985, Fax: 37.446.987.
* **Nhà sách Phương Nam Ebook Vincom:** TTTM Vincom (tầng B2), 72 Lê Thánh Tôn, P. Bến Nghé, Q.1 - ĐT: 38233549.
* **Nhà sách Phương Nam Rạch Miễu:** 48 Hoa Sứ, phường 7, quận Phú Nhuận, Tp.HCM - ĐT: 35176521, Fax: 35176520
* **Nhà sách Phương Nam tại Xa Lộ Hà Nội - HCM:** Tầng 01, Siêu thị Co.op Mart - Số 191, Quang Trung, P. Hiệp Phú, Q. 9, Tp. HCM - ĐT: (08) 3736 7198 - Fax: (08) 3736 1656, Email: nsxalohanoi@pnc.com.vn
* **Nhà Sách Phương Nam tại Vivocity:** L3, 29-30 Khu Phố Sky Garden, Đại Lộ Nguyễn Văn Linh, Q7
* **Phương Nam Online:** www.nhasachphuongnam.com - Hotline: 1900 6656.

● **BÌNH DƯƠNG: Nhà sách Phương Nam Aeon - Bình Dương:** F26, tầng 2 khu phức hợp Canary đại lộ Bình Dương, P. Bình Hòa, TX. Thuận An, Bình Dương - ĐT: 06503719981

● **CẦN THƠ: Nhà sách Phương Nam - Cần Thơ:** 06 Hòa Bình, P. An Cư, Q. Ninh Kiều, TP. Cần Thơ - ĐT: (0710) 3.813.436 - (0710) 3.813.214, Fax: (0710) 3.813.437.

● **PHAN THIẾT: NS Phương Nam - Chi nhánh Phan Thiết:** 284 Trần Hưng Đạo, Phường Bình Hưng, Thành Phố Phan Thiết, Tỉnh Bình Thuận

● **NHA TRANG:**

* **Nhà sách Phương Nam - Nha Trang:** 17 Thái Nguyên, P. Phước Tân, TP. Nha Trang, Khánh Hòa - ĐT: (058) 3.563.415, Fax: (058) 3.819.958.
* **Nhà sách Phương Nam - Cam Ranh:** Ga đi Sân bay Cam Ranh, TP Nha Trang, Khánh Hòa - ĐT: 058.3703116.

● **ĐÀ LẠT:**

* **Nhà sách Phương Nam - Đà Lạt:** 18-20 Khu Hòa Bình, TP. Đà Lạt, Lâm Đồng - ĐT: 0633547547, Fax: 063-3822264.
* **Nhà sách Phương Nam Liên Khương:** Ga đi Sân bay Liên Khương, H. Đức Trọng, Lâm Đồng.

● **ĐÀ NẴNG:** * **Nhà sách Phương Nam - Đà Nẵng:** 252-254, Lê Duẩn, TP. Đà Nẵng - ĐT: (0511) 3.821.470 - 3817.017, Fax: (0511) 3.817.037.
* **Nhà sách Phương Nam Kiot Ga Đà Nẵng:** Kios Ga Đà Nẵng, 202 Hải Phòng, Thanh Khê, TP. Đà Nẵng
* **Nhà sách Phương Nam - Sân bay Đà Nẵng:** Ga đi Quốc Nội, Cảng Hàng không Quốc tế Đà Nẵng.

● **QUẢNG NAM: Hội An thư quán:** 06 Nguyễn Thị Minh Khai, TX Hội An, Quảng Nam - ĐT: (0510) 3.916.272, Fax: (0510) 3.916271.

● **HUẾ:**

* **Nhà sách Phương Nam Phú Xuân:** 131-133 Trần Hưng Đạo, TP. Huế, Thừa Thiên Huế - ĐT: (054) 3.522.000 - (054) 3.522.001, Fax: (054) 3.522.002.
* **Nhà sách Phương Nam Phú Bài:** Ga đi Sân bay Phú Bài, Khu 8, P. Phú Bài, xã Hương Thủy, Thừa Thiên Huế - ĐT: (054) 3.955.446.
* **TTVH Phương Nam - Làng nghề Huế:** 15 Lê Lợi, TP. Huế, Thừa Thiên Huế - ĐT: (054) 3.946.766, Fax: (054) 3.946.768.

● **HÀ NỘI:**

* **Nhà sách Phương Nam Garden Mall:** TTTM Garden Mall (S3-08 tầng 3), đường Mễ Trì, xã Mễ Trì, H. Từ Liêm, Hà Nội, ĐT: (04) 37.876.434, Fax: (04) 37.876.433.
* **Nhà sách Phương Nam tại Lotte - Hà Nội:** Tầng 4 - Lotte Center - Số 54 Liễu Giai - P. Cống Vị - Q. Ba Đình - Hà Nội. ĐT: 0432 676 059 – 0919 861 398, Email: nslotte@pnc.com.vn.
* **Nhà sách Phương Nam - Nhà sách Almaz - CN Hà Nội:** Gian hàng S3-08, tầng 3 TTTM The Garden, đường Mễ Trì, P. Mỹ Đình 1, Q. Nam Từ Liêm, Hà Nội. ĐT: 0439 724 866, Fax: 0437 876 433.

● **QUẢNG NINH: TTVH Điện ảnh Quảng Ninh,** Phố Nhà hát, P. Hồng Gai, TP. Hạ Long, Quảng Ninh - ĐT: (033) 3.819.529.
* **Nhà sách Phương Nam - CN Vincom Quảng Ninh:** TTTM Vincom Hạ Long, khu Cột Đồng Hồ, P. Bạch Đằng, Hạ Long, Quảng Ninh, ĐT: 0918395838, Fax: 063382264.

● **HẢI PHÒNG: Nhà sách Phương Nam - Hải Phòng:** Thùy Dương Plaza (tầng 3), ngã 5 sân bay Cát Bi, P. Đông Khuê, Q. Ngô Quyền, TP. Hải Phòng - ĐT: (031) 3722.306, Fax: 3722.305.

tình cát

Nguyễn Quang Lập

NHÀ XUẤT BẢN HỘI NHÀ VĂN
65 Nguyễn Du - Hà Nội
Tel & Fax: 04 38222135
Email: nxbhoinhavan@yahoo.com.vn

Chi nhánh miền Trung và Tây Nguyên
42 Trần Phú - TP Đà Nẵng
ĐT: 05113849516
Email: nxbhnv.mientrungtaynguyen@gmail.com

Chi nhánh miền Nam
371/16 Hai Bà Trưng - Q.3 - TP. HCM
ĐT & Fax: 08 38297915
Email: nxbhnv.saigon@gmail.com

Chịu trách nhiệm xuất bản:
PHẠM TRUNG ĐỈNH

Chịu trách nhiệm bản thảo:
NGUYỄN THỊ ANH THƯ

Biên tập: **Tạ Duy Anh**
Sửa bản in: **Thu Thủy**
Bìa: **Lê Thiết Cương - Hương Giang**
Trình bày: **Ánh Vững**

ĐƠN VỊ LIÊN DOANH
CÔNG TY TNHH SÁCH PHƯƠNG NAM
940 đường 3 Tháng 2, Phường 15, Quận 11, TP.HCM
Website: www.phuongnambook.com.vn

Khổ 13 x 20.5cm, Số ĐKKHXB: 1312-2015/CXBIPH/73-43/HNV.
Quyết định xuất bản số 758/QĐ-NXBHNV ngày 09.06.2015.
In 3.000 cuốn, tại Công ty Cổ phần In Gia Định.
Địa chỉ: Số 9D, Nơ Trang Long, P.7, Q. Bình Thạnh, TPHCM.
In xong và nộp lưu chiểu quý III năm 2015.